NGÔN NGỮ
TẠP CHÍ VĂN HỌC NGHỆ THUẬT
SỐ 40 ■ 1/11/2025

NHÓM CHỦ TRƯƠNG:
Luân Hoán – Song Thao – Nguyễn Vy Khanh - Hồ Đình Nghiêm – Lê Hân
Trần Thị Nguyệt Mai – Uyên Nguyên Trần Triết

CỘNG TÁC TRONG SỐ NÀY:
Cao Nguyên, Dan Hoàng, Dung Thị Vân, Đặng Hiền, Đặng Kim Côn, Đặng Văn Sử, Đặng Xuân Xuyến, Đinh Văn Tuấn, Đỗ T. Công, Đỗ Trường, Hoàng Chính, Hoàng Hoa Thương, Hoàng Ngọc Hòa, Hồ Chí Bửu, Hồ Đình Nghiêm, Huỳnh Liễu Ngạn, Huỳnh Thị Quỳnh Nga, Lạp Chúc Nguyễn Huy, Lâm Băng Phương, Letamanh, Lê Chiều Giang, Lê Hân, Lê Hoành Phò, Lê Hữu Minh Toán, Lê Minh Hiền, Luân Hoán, Lưu Văn Vịnh, M.H. Hoài Linh Phương, Ngàn Thương, Ngọc Duy, Ngô Nguyên Dũng, Ngô Sỹ Hân, Nguyên Cẩn, Nguyễn An Bình, Nguyễn Châu, Nguyễn Dạ Quỳnh, Nguyễn Đình Liên, Nguyễn Đình Phượng Uyển, Nguyễn Đức Nam, Nguyễn Hoàn Nguyên, Nguyễn Minh Nữu, Nguyễn Nguyên Phượng, Nguyễn Nhã Tiên, Nguyễn Tam Ân, Nguyễn Văn Điều, Nguyễn Văn Gia, Nguyễn Văn Tuấn, NP Phan, Phạm Cao Hoàng, Phạm Văn Nhàn, Phan Ni Tấn, Phương Tấn, Quảng Tánh Trần Cầm, Song Thao, Thái Tú Hạp, Thiên Di SG, Thục Uyên, Thy An, Tiểu Lục Thần Phong, Tôn Nữ Mỹ Hạnh, Trần C. Trí, Trần Đình Sơn Cước, Trần Quý Trung, Trần Thanh Quang, Trần Thị Nguyệt Mai, Trần Văn Nghĩa, Trần Vấn Lệ, Triều Hoa Đại, Trịnh Chu, Trương Xuân Mẫn, Uyên Nguyên, Vinh Hồ, Võ Phú, Vũ Khắc Tế, Vũ Khắc Tĩnh, Vũ Thất, Vũ Trọng Quang, Xuyên Trà.

BÌA: Uyên Nguyên Trần Triết

TRANH BÌA: Thiếu Nữ & Hoa Sen – Hs. Vũ Duy Tâm

DÀN TRANG: Lê Hân

ĐỌC BẢN THẢO: Trần Thị Nguyệt Mai

LIÊN LẠC: Thư và bài vở mời gởi về:
- Luân Hoán: lebao_hoang@yahoo.com
- Song Thao: tatrungson@hotmail.com

TÒA SOẠN & TRỊ SỰ:
Lê Hân: (408) 722-5626 han.le3359@gmail.com

MỤC LỤC
TẠP CHÍ NGÔN NGỮ
SỐ 40 ▪ 1/11/2025

THƯ TÒA SOẠN

Hai tháng qua nhanh, Ngôn Ngữ kính chào hội ngộ bạn đọc, bạn viết bằng số 40 này, với lời chúc sức khỏe và êm ái tiếp tục trong công việc đời sống.

Theo định kỳ mỗi năm 6 số. Ngôn Ngữ 40 là số cuối của năm 2025 này, và cũng là số Mùa Thu, một mùa từ lâu đời vẫn được lòng với những sáng tác đậm đà chất văn chương nghệ thuật như tản văn, âm nhạc, hội họa, nhiếp ảnh, thi ca... Thời Việt Nam Cộng Hòa, tại Sài Gòn, chúng ta thỉnh thoảng được đọc những tạp chí dành riêng cho chủ đề Mùa Thu. Ngôn Ngữ luôn có số bắt đầu vào mùa đáng ca ngợi này, nhưng chúng tôi vẫn chưa dám nghĩ tới việc thực hiện một số đặc biệt, và cũng có thể không bao giờ. Lý do đơn giản, bạn viết cho Ngôn Ngữ ở mọi nơi trên mặt địa cầu. Không trưng bày danh sách, nhưng chúng tôi luôn xem những bạn đã đóng góp bài là một thành viên trong Ban Biên Tập, không cố định của tạp chí. Số lượng người viết có tăng, có thay đổi tùy số. Những sáng tác từ họ không bị ràng buộc theo bất cứ chủ đề nào, ngoài tình người và cuộc sống. Tuy vậy chúng tôi vẫn tin yếu tố thời gian, hình ảnh thời tiết từng mùa, cũng sẽ được một số tác giả lưu ý nhắc đến.

Dông dài những dòng trên, chỉ cốt nhắc lại nội dung của một số báo. Nhân đây, chúng tôi cũng xin tin rộng rãi đến các bạn viết đang hoặc chưa có duyên cùng Ngôn Ngữ:

Chúng tôi không có điều kiện để thực hiện những số Tưởng Niệm Đặc Biệt về một tác giả thành danh đã vĩnh biệt chúng ta, nhưng bắt đầu từ NN40, trong mỗi kỳ báo, chúng tôi sẽ gắng đi vài ba bài đã viết về một tác giả đã từ giã cuộc sống cho mỗi kỳ. Những bài viết này không bắt buộc chưa phổ biến, miễn là sự phổ biến ở các diễn đàn khác không cùng lúc phát hành của Ngôn Ngữ có đi bài viết ấy. Bài đã in trong sách nhưng chưa phổ biến rộng rãi vẫn được chấp nhận. Bên cạnh những biên khảo, nhận định..., chúng tôi cũng chấp nhận những bài thơ giữa quý tác giả viết tặng nhau có mang nội dung đậm nét nhân văn cùng cuộc sống, không đề cao cá nhân kiểu thù tạc ngợi ca. Trong thi ca, chúng tôi từng được đọc những bài viết rất thi vị như thế. Nói tóm lại, Ngôn Ngữ luôn đón nhận mọi sáng tác có giá trị nghệ thuật của bạn viết, ngoài những bài có tính gia đình dành riêng cho con cháu hiện tại. Chúng tôi rất vui được thêm một số bạn văn đóng góp như Lưu Văn Vịnh, Nguyễn Hoàn Nguyên, Nguyễn Dạ Quỳnh, Ngô Nguyên Dũng, v.v...

Trước khi chào chia tay quý bạn. Chúng tôi xin nhắc, mỗi kỳ báo, chúng tôi sẽ chỉ đi một bài của mỗi tác giả. Với các vị tay viết đã vững, xin tự chọn cho mình một bài để gởi, và chỉ gởi một lần là đủ, thay vì gởi nhiều lần với nhiều bài khác nhau. Thành thật cảm ơn.

Kính thư,

Luân Hoán

HỒ ĐÌNH NGHIÊM

DẠ HÀNH

Qua khỏi ruộng bắp xác xơ chen lấn cùng lau sậy run rẩy là khoảng trống mở rộng, thoáng ngợp mặt sông. Nước mấp mé bờ, đen thẫm, hứng đọng những nguồn sáng từ thôn ổ bên kia bờ hắt lại, mặt xao động, để những tia lửa kia dật dờ lướt trôi, vụn vỡ. Trong gió hiếm, ngắt rời từng lúc mùi tanh của rong rêu lá mục thoảng qua. Trong thinh không có tiếng ai hát nhát gừng, vọng khuất bên miếu hoang gần cây đa già tuổi. Rã rời, ai oán, như tâm sự chỉ ký gửi riêng cho trời nước gió mây. Thê thiết! Chiều đã chết, đêm đã tới, nhưng hấp hối chút tịch dương để trông ra hình thù một con đò tròng trành mái đẩy. Từ xa lại gần. Kẻ chèo đò ốm, bóng đen còm cõi cong lưng khắc họa hình dáng một lão trượng. Tuyệt không một âm thanh, như tịch lặng là thứ thường chiếm ngự cõi miền này.

Đò cập bến, đầu mũi có vẽ hai con mắt mở trừng tả hữu. Mắt người, thú vật hay thần thánh? Chỉ biết đó là mắt, một con mắt lớn với nét vẽ vụng. Con mắt chẳng bao giờ nhắm lại kia thoáng rung lên khi đò ủi ngọt vào lùm cây bụi cỏ. Sột soạt những vết cứa vào gỗ và dập dồn tràn dâng tiếng nước chao sóng khuấy động, mũi đò đã phơi lên bờ.

Tôi muốn sang sông. Ông có phải là kẻ đưa người quá giang? Hãy bước lên đò, chính là lão đây. Đò không mui, bắt hai thanh gỗ dài như thể cho khách ngồi. Phía sau có đặt bếp lửa, củi cháy gần tàn đốm lửa mọn và bên trên đặt để một cái ấm đen đủi lọ nồi. Mùi củi lửa bao giờ cũng làm ấm lòng, ít ra nó chứng thực được một sự sống.

Kẻ đói sẽ sắp được húp tí cháo, đứa khát sẽ được ngụm nước nóng, nước chè nước vối nước trà hoặc cà phê bít tất. Củi lửa nguội lạnh luôn tượng trưng điều bất thường. Biết thế, nhưng nỗi cô quạnh đang phủ chụp quanh đây trông chẳng bình thường chút nào. Người quá giang buột phải mở miệng: Sao tiêu điều thế này? Sao chúng sinh chẳng có một ai? Lão lái đò vấn điếu thuốc to một cách kỳ cục, lè lưỡi liếm, cắm vào môi rồi thò tay nhặt lên một que củi vấn vương khói xanh. Bặp, bặp, má hóp cho tới hồi nhìn ra một hòn than đỏ trước mũi. Lão nhổ nước giãi xuống mặt sông: In tuồng anh từ chốn xa về? Bên làng kia đang có một đám cưới lớn, loan báo rậm rật sửa soạn cả tuần nay, bá tánh lần lượt quần tụ chung vui, vậy thì tịch liêu chốn này là điều ắt phải có.

Bao giờ thì chúng ta qua sông? Lão già hắng giọng khi nghe người khách đi đò hỏi. Hút thuốc là cách ngồi trông chờ khách, chỉ hai ta thì có lãng phí không? Đêm hôm, tui thực không muốn ai kia chậm chân phải chịu thúc thủ bên bờ để than vãn qua sông lụy đò. Có thêm bạn đồng hành không khiến anh vui sao?

Người thanh niên ôm chặt cái túi vải vào lòng như giấu che sự bồn chồn, đưa mắt dọ tìm vào khoảng tối bưng mong nhìn ra một nhân dạng. Hai ba càng tốt, điều ấy khiến lão già này sớm quày quả quay mũi đò trực chỉ cái miễu hoang giữa lằn ranh đang gần trở thành ảo giác hư thực. Mặt sông dật dờ hứng nhiều khói tỏa, cũng có thể chính nó sản sinh ra thứ sương mù trì trệ kia. Thuốc mà ông lái đò hút rất hôi, như thể ông đã bứt hái kỳ hoa dị thảo để vấn đốt. Ém khói vào lồng ngực chẳng phải cái độc tố của sợi thuốc vàng như con người hằng cảnh tỉnh đe nẹt. Ông ném thứ hôi hám kia đi khi nhác thấy một đôi nam nữ lần lượt dạng chân leo lên đò. Họ ăn mặc lụa là, điệu đàng dù tay xách dép tay túm ống quần. Rõ ràng ra đường họ có chăm chút chỉnh chu y phục, dù về quê, dù tăm tối vùng miền chưa có ánh điện thắp. Bắp chân trần người thiếu nữ trắng toát giữa bóng đêm, dễ khêu gợi lũ muỗi khát máu, cũng có thể làm chúng phải hoảng lên vì nó quá trắng, trắng đến hoa mắt rối bời mục tiêu. Khi yên vị trên băng gỗ cô mới buông hai ống quần sợ lấm lem xuống. Dưới lườn đò đọng vũng chút nước, sóng sánh phản chiếu một phần dáng vẻ đài các của vị khách ái ngại chuyện nước nôi. Cô nói với cậu thanh niên đồng hành: Mạng anh là trường lưu thủy phải không? Em thì thiên thượng hỏa. Em thực không thích thú chuyện quá giang. Đứa con trai cười hềnh hệch, đưa tay nắm lấy những ngón suông có chuốt sơn đỏ, điệu bộ cưng chiều tình nhân: Ậy, em nói sao chứ. Em sợ nước à? Vậy tại sao đôi ta mãi như loài sam xoắn xít. Nước hiền lắm em à. Anh thì rất ngán lửa em ạ. Chọc cho lửa bốc lên thì có làm Thủy Tinh cũng chẳng đủ nước mà tưới, hạ hỏa.

Hai đứa cười, ôm eo bẹo má xem thường kẻ bàng quan. Đò rục rịch chao đảo rời bến. Lõm bõm tiếng nước bị khoắng, nghe được mũi đò xẻ rách dòng sông và tiếng thở nặng nhọc của ông già lèo lái. Vợ đâu con đâu em đâu cháu đâu, sao không ai phụ đỡ thân già một tay? Sao thời buổi này lại mọc lên một chân dung hệt như trong truyện cổ tích. Một thứ bóng thầm lặng trút đổ xuống sông bao điều khuất tất. Để cam chịu lắng nghe bao nỗi niềm của những kẻ do hoàn cảnh phải nương nhờ đò mà quá giang, nối lại bến bờ cách trở. Nhỡ như có đứa kề dao vào cổ hối thúc phải nhanh tay chèo thì sức cùng lực cạn kia e chẳng thực thi đúng với yêu sách bất nhân. Mẹ kiếp thân già mà chả chịu lượng sức, dục tốc bất đạt thì chẳng phải là thứ phương ngữ đúng đắn để mang ra lên giọng phân bua. Chết! Uy hiếp một ông cụ hom hem để mau lẹ mang người về chốn cũ e là một hạ sách. Giúi vào tay một nạm tiền đút lót thì cải thiện chút đỉnh tình hình, nhưng thủy chung vận tốc con đò cổ lỗ cũng chỉ đi nhanh ngần ấy giới hạn bởi đơn độc một mái đẩy.

Anh coi chừng đánh rơi phong bì. Cô thiếu nữ ngó tình nhân. Mặt sông thoáng rộng không làm vơi thứ hương mùi mãi ám vào thân cô. Thứ hương chắt lọc từ ngàn loài hoa biến thành tinh dầu cô đọng. Cô xức làm đêm tối mang thêm chút mộng mị, làm sững im một khoảng không và như khiến con đò nặng nề trôi chậm lại. Em an tâm, mà ngộ nhỡ phải đi mạng không, cái đứa làm chú rể kia cũng rạng rỡ chẳng lấy làm điều khi ngó thấy mặt anh. Quan trọng vậy á? À há, mai sau chúng ta thành hôn nó cũng có quyền đi tay không để đáp lễ. Liên hệ của bọn anh không thể lung lay do cớ sự đồng tiền can dự, gây rối. Nhưng mà… Anh hiểu, ý em muốn nói tới thủ tục? Ừ, mình chẳng phải hạng khố rách áo ôm, phải tỏ ra chút gì ngó cho đặng, khác phường túi áo giá cơm. Đường bệ, sòng phẳng là thứ em luôn coi trọng. Em nói cũng hạp bụng anh! Làm việc thì chớ nên để ra tiếng ong ve. Mà này, bạn em nói cuộc tình họ có điều gì không phải, lấn cấn. Tại sao họ không trình làng ngày trọng đại ở chốn phồn hoa đô hội mà kín tiếng tổ chức nơi sơn cùng thủy tận này? Thứ nhất, vì hạnh phúc dài lâu họ thành tâm lắng nghe lời thầy bói, thứ hai làng quê bên sông có nội ngoại ông bà tổ tiên của thằng rể, nó chơi vậy thì ai nỡ lòng trách cứ. Chưa kể hội hè đình đám tiêu pha siêu khủng ở thôn xóm thì so ra chẳng thấm vào đâu nếu mần rình rang ở thành thị. Nó đầu tư chất xám luận chuyện hơn thua so bì dữ lắm đó em.

Cô thiếu nữ hướng mặt về đích tới mông lung, tứ bề vắng tẻ dợn sóng, cô gióng tiếng: Ông à, được nửa đường chưa? Người lái đò chậm lụt đáp trả: Cơ khổ, qua sông mới được một phần ba, nước có khi cũng tráo trở chảy ngược, biết làm sao hơn! Chỉ có mình ông lao động chuyện này thôi? Chúng cháu chả thấy một con đò nào khác lai vãng! Cô ạ, cả thảy chúng tôi có được sáu chiếc, người ta đã bỏ tiền thuê bao năm con đò kia rồi, nếu tôi còn sung, nếu đò tôi có mui tử tế thì không khéo thằng già này cũng xung công vào chuyện rước dâu đưa khách tiệc tùng đình đám kia từ khuya! Nói cô bỏ lỗi, tôi cũng chẳng ham muốn hợp đồng béo bở kia, tôi quan ngại tới những kẻ sớm tối đầu bù tóc rối có công chuyện phải giao lưu bên kia sông. Trưng dụng hết thứ phương tiện này thì cũng tội cho họ quá. Cũng tựa như ai kia nỡ lạnh lùng giật sập cây cầu cắt đứt giao thông. Ông có biết gia đình phía đàng trai không? Chút chút, họ thuộc thành phần mới phất sau này, từ nghèo chuyển đổi sang giàu tợ như ngủ qua một giấc chiêm bao nên họ mạnh bạo vung tiền ăn chơi không sợ mưa rơi. Tui chẳng thích chữ đại gia, chẳng qua bôn ba không bằng thời vận, thế thôi. Ôi! Số kiếp...

Cụ nói đúng đấy, ngay cả chó cũng có số phần định đoạt. Sao có con tắt thở nằm trên bàn nhậu, sao có con ghẻ lở đầy mình chạy rong bạ đâu sủa đấy, sao lại có con được ăn sung mặc sướng nhà cao cửa rộng luôn được chủ nhân ôm ấp vào lòng, lại khai sinh tên Tây mà gọi cho chúng lé mắt. Heo cũng thế, sao có con ủn ỉn rúc đầu vào cám dơ dáy bẩn thỉu mang bệnh lở mồm long móng, sao có con sạch sẽ uy dũng tối ngày được dắt đi cứ đè heo cái mà lắc lia lắc lịa?

Thằng tình nhân ho khan: Em liên hệ hơi bị linh tinh rồi đấy, hơi bị duy tâm.

Anh nói sao? Hãy chỉ cho em xem một thằng người duy vật còn tại thế xem nào. Muốn tìm xác con em chết trong chiến tranh người ta phải đi chầu chực sự giúp đỡ của những nhà ngoại cảm. Công an muốn phá án phải mua hương đèn nhờ mấy cô mụ lên đồng. Xây dựng cơ quan nhà nước phải đi tìm thầy phong thủy định hướng. Hừ, duy vật với vô thần? Nhờ anh tí! Cho em xin!

Thằng bồ ngồi rụt cổ, moi điếu thuốc thơm của đế quốc châm lửa thở khói, bộ mặt ra chiều tư lự tính toan. Thấp thoáng, tròng trành, hiện rõ dần hình thù cái miếu đứng xiêu đổ giam chặt bóng tối. Miếu ấy thờ gì hả cụ? Ồ, thời tui còn bé nghe bô lão trong làng họ truyền miệng một sự tích. Hằng năm dân trong làng xã sẽ bị chịu cảnh lụt lội đọa đày nếu chẳng kíp mang ra bờ một trinh nữ nằm trần truồng vào đêm ba mươi để hiến dâng cho thần thánh. Miếu ấy lập ra để thờ phượng mười hai vị trinh nữ mất tích, xem như anh hùng dùng thiện hóa giải điều ác, mang thanh bình lại cho thôn ấp. Sao giờ này hoang lạnh bỏ trống chẳng thờ phượng? Dân làng lỏng lẻo thường không có gì bỏ vào bụng, đâu dư thừa gì cho cam mà đem dâng cúng? Xem chừng cô cũng tin dị đoan thần thánh ma quỷ? Cụ nói lạ, cháu không tin thần linh thì biết trông mong vào ai? Sống đời bạc ác vô cảm trấn lột ta phải biết nương nhờ vào thứ gì đó, dẫu vô hình, dẫu hoang tưởng cụ ạ!

Ông lái đò cười tiếng mệt, sau rốt thì thở hắt ra. Đò đã tới bến hoang vu. Ông gác mái chèo, ông ngửa bàn tay: Tui thì chỉ biết tin vào có mỗi thứ này thôi, xin các anh chị mỗi người hai mươi lăm ngàn. Tiền bạc có mang lại hạnh phúc không? Thú thật tui chưa thấy có câu ranh ngôn nào dở hơn. Mẹ kiếp bọn có học chuyên rửng mỡ ngoa ngôn phách tấu!

Khách sang sông kẻ trước người sau lần lượt đặt chân lên bờ cát ẩm. Ông già cúi mặt đếm tiền nhét đống giấy bề thế vào ruột tượng cột thắt lưng quần, nói với: Hầu như thảy đều đi dự tiệc cưới, vậy có thông đường tới nơi chung vui? Cứ theo độc đạo ấy mà giỏi chân, sẽ gặp ngã ba, quẹo trái, từ đấy người ta đã trang hoàng đèn lồng màu đỏ có chữ song hỷ thắp nến cắm cách khoảng dưới bóng cây dẫn tới cái rạp lộ thiên. Mù thì nghe chộn rộn tiếng cười nói hòa quyện nhạc nhiếc cũng tường tụ điểm. Nhác chơi thì nhàn du mất hơn nửa tiếng, khẩn trương thì hai chục phút là ngốn xong đoạn đường sắp có hoa rơi vung vãi dọn lối. Thì thế, độc nhất vô nhị, chơi cho làng trên xóm dưới biết mặt, nhớ đời. Đời đã thay, mấy khi mà nắm bắt được, thụ hưởng.

Đôi nam nữ thuộc loại nhác chơi nên cùng nắm tay thủng thẳng từ từ chả có gì phải gấp rút. Đứa thanh niên ít tâm sự khi ngồi đò thì ôm bọc vải khẩn trương đi như chạy, như thực thi phương châm "ăn cỗ đi trước lội nước thì theo sau". Đi như bị mười hai trinh nữ từ miếu hoang hiện hồn rượt đuổi đánh cắp chút thơ ngây của một đứa đồng nam chưa bể tiếng. Hắn tới hiện trường với khuôn mặt tái mét. Tái do bởi máu phải rút về bồi dưỡng con tim đang đập mệt. Tái như sắc diện của đứa bất lương rối trí tìm cho ra một giải pháp tốt để xoay trở trước vấn nạn luôn căng. Trời đãi kẻ khù khờ, loay hoay sao hắn lọt vào được một mái nhà tranh, tìm gặp đúng người muốn nhìn mặt.

Mồ hôi chảy thành dòng, đôi chân bắt đầu tạo phản ứng: run rẩy. Người ấy bình thường đẹp dịu dàng, giờ này trát phấn kẻ mày bôi môi làm mặt hoa phải biến dạng. Đôi lông mày lá liễu thoáng cau lại, vầng trán hiện lên những nếp nhăn và đôi mắt loáng ướt tròn xoe hình viên đạn. Một thoáng liếc ngang nhìn dọc, ánh mắt sắc như dao, rồi đường đi của thanh kiếm bén vụt đứng kề sát cổ. Hắn sững ngó người ngọc vận xiêm y toàn cả màu đỏ. Đỏ thắm tựa son bôi môi. Môi trái tim bắt đầu rạn nứt: Sao anh tìm được tới chốn này? Anh đến để làm gì? Anh có đọc lá thư tuyệt mệnh tôi gửi không? Anh lọt vào đây có nghĩa là anh đang gieo một hậu vận khó lường, một tai ương sắp bùng vỡ. Cho cá nhân tôi, cho riêng anh. Anh mãi hoài là kẻ chẳng tự lượng sức, anh muôn đời là đứa u mê...

Thằng thanh niên đứng chẳng vọng động, trong lúc này hắn muốn biến thân thành một đích cắm để hứng chịu muôn vàn lời trách cứ đang thành tên bay đạn lạc. Mắt hắn không nháy khi đối diện, nhìn cô dâu. Gần, với tay là sờ mó được cái ụ đất nhô ra từ bộ ngực đang thổn thức. Ngó vậy mà hổng phải vậy. Xa, xa quá em ạ. Nhấp nhô như hai hoang đảo nằm kín đáo ngoài trùng khơi. Con sóng nào đã đánh vào mạng bình địa mộc của anh để xô giạt mỗi lúc một xa em. Mồ hôi có giọt ứa chảy quẩn quanh trên rèm mi cay rồi chính nó làm cảnh vật có phần nhòe đi. Thời gian có khi như đứng lại, nhưng những bước chân xào xạc sau bức phên tre chứng thực một cách biện chứng: Thời giờ như tên bay! Thằng thanh niên mở bọc vải ra, nắm ở tay bộ bà ba màu đen. Hãy chạy trốn cùng anh, mặc nó vào người và chúng ta đi tìm vùng đất khác tái tạo từ buổi ban sơ. Đừng có nằm mộng, tôi đã suy tính hơn thiệt, ở chung với thằng nghệ sĩ như anh thì chỉ có nước từ chết tới bị thương... Tôi sẵn lòng đón nghe từ anh tiếng chửi rủa đồ tham phú phụ bần và ngược lại, sẵn gương soi đây tôi cho anh nhìn chăm vào mặt mình lần cuối, anh có gì ngoài thứ lòng rung cảm không đáng trước những thứ đau thương tràn bờ. Anh yếu đuối và anh tự xây ngục tù cho mình bằng những xúc cảm vu vơ. Anh nên trốn chạy đi trước khi câu chuyện bị đổ bể. Công an đang nhậu say, bản thân nó đã kinh khiếp thì khi có rượu vào anh cũng hình dung được sự tàn độc của loài cọp beo rắn rít.

Dưới đáy bọc vải là cái hộp gỗ vuông, thằng thanh niên lấy ra trao cho kẻ "đối diện bất tương phùng". Quà cưới, chúc em thành toại đi êm trên sạn đạo mà em đã vạch lối. Cô dâu cầm lấy, không nhìn ngó, đặt xuống bàn trang điểm. Tôi thầm hứa, nếu sinh con trai tôi sẽ mang tên anh ra để đặt cho nó, điều đó có nghĩa là tôi còn nhớ tới anh. Nếu là con gái tôi sẽ tra cứu từ điển, tìm ra chữ gì tựa như sinh bất phùng thời. Chúng ta bắt đầu yêu nhau từ đêm rằm ngày tháng cũ, vậy thì cứ cách ba tháng, vào đêm tròn trăng, chúng ta tự tìm cách để nhìn lại nhau. Anh bằng lòng không?

Có một mụ già bước vào hai tay cầm khay phủ chụp lụa đỏ. Mụ há miệng chực thốt tiếng la. Trai đơn gái chiếc, gian phu dâm phụ, ăn cơm trước kẻng hoặc chữ nghĩa rắc rối nào khác sẽ tuôn nghe bất lợi, lùng bùng lỗ tai. Thằng thanh niên bối rối, nhưng hắn biết cách ém nhẹm tiếng hô hoán mặc dù trời sinh hắn luôn bất lực trước tình huống khó xử. Thưa bác, tôi là em cô dâu, bác cũng có thể xem tôi như đứa làm tóc, như đứa nắm danh sách người được mời phía đàng gái. Nếu bán tín bán nghi, bác hãy coi tôi như thằng phụ bếp tới hỏi cô dâu có bao nhiêu người ăn mặn kẻ ăn chay. Mà không chừng tôi phụ trách hệ thống âm thanh, chuyên chọn nhạc thích hợp cho đám cưới. Mình nên chơi nhạc rock, hay rap hay chỉ tinh ròng bolero mùi mẫn tình tự quê hương... Anh là ai tui đéo biết, anh xéo cho ngay kẻo tui hát bài chưa thấy quan tài chưa đổ lệ. Mẹ rượt, đi dự đám cưới mà người hôi như cú.

Bằng động thái của kẻ ám muội, thằng thanh niên lặng lẽ cúi mặt di dời khỏi mái nhà tranh (không có hai trái tim vàng, nghe phản động). Hắn ngó mặt đất sủi bụi dưới chân lết trì nặng. Đất tròng trành, đất mất sức hút. Miệng đắng, hắn chưa từng hớp được một giọt rượu vu quy, một giọt trà, một giọt nước lã. Trong bọc vải hắn cưu mang còn chứa cất một con dao. Khi cụ bị hành trang, hắn đã ngần ngừ giây lát để sau cùng buồn tay thảy con dao bén chưa hề sử dụng vào túi. Hắn thực sự không phải là hạng người ưa mân mê kim loại, hắn muôn đời vẫn sợ cảnh máu rơi. Hắn sợ cái chết, kể cả cảnh người phụ hắn bắt tay tử thần, kể cả chính hắn phủi chân về miền cực lạc. Chẳng có gì rồ dại bằng đâm người ta, rồi tự kết liễu đời mình. Tiếc thay sự cố nọ thì luôn diễn ra thường hằng trên mảnh đất hắn chôn chân, dưới bầu trời ngột ngạt hắn hít thở.

Hắn lần ra được con đường cô quạnh dẫn tới bến đò. Hắn vẫn là kẻ dạ hành lẻ bóng đêm thâu. Bên miếu hoang, hắn thầm thì chắp tay khấn nguyện, khi đã đau đầu gối, hắn thôi quỳ, gục mặt vào dòng sông nước đen. Gia đình hắn, tất thảy người thân yêu đều nương nhờ con nước để trôi thân ra biển rộng. Họ đến bờ tự do an lành, tái lập cuộc sống mới đúng như tiêu đề viết cẩn trọng trên đơn từ nhà nước chốn đây "Độc lập - Tự do - Hạnh phúc". Trong tình thâm máu thịt ruột rà, họ có hình dung ra cảnh sống tuột trôi vất vưởng của hắn không? Hắn ném cái bọc vải ra dòng sông luôn cựa mình luân lưu, bộ bà ba đen luôn ủ kín mùi da thịt thơm ngọt của tình nhân chìm trôi từ tốn. Và con dao trủy thủ. Hề, Kinh Kha thời nay đã thay đổi tư duy, qua sông vượt biên quá cảnh như đi chợ. Hề, bạo chúa thì nhiều mà mình ên Kinh Kha thì nghe rất oải. Hề, Kinh Kha buông đao xuống có thành Phật chăng?

Lão lái đò trờ tới trong lặng lẽ. Chứ anh vừa vung tay thủy táng vật gì đó?

Hắn leo lên đò làm khó ông già: Có phải tất cả rồi cũng sẽ nguôi ngoai lui về vùng kỷ niệm? Anh nói sao? Khuya rồi, chắc tui không chèo qua bến bờ kia đâu. Muốn ngủ nhờ trên đò, tui lấy anh mười ngàn tượng trưng. Hắn moi tiền ra đếm. Uống một cốc nước đang đun trên bếp thì cả thảy là bao nhiêu?
Ấy chết, chẳng phải là anh đi dự tiệc cưới sao? Chóng tàn thế?

Hắn vật mình xuống sàn đò. Trên cao là trời đêm, không một vì sao lẻ loi hiện hữu. Tất thảy tối đen, thăm thẳm, mê muội, u minh, mực xạ, hũ nút, địa ngục. Hắn nằm, đợi chén cháo lú trao từ tay kẻ chèo sang vùng địa táng.

Hồ Đình Nghiêm

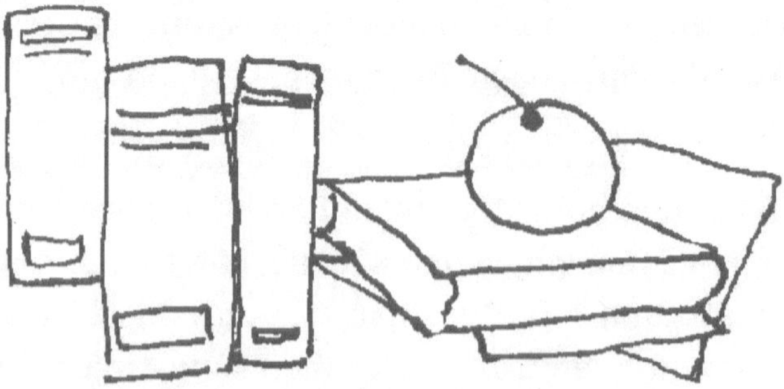

SONG THAO

SEX

Cựu Ước chép: Thiên Chúa lấy đất sét nặn ra ông Adam theo hình ảnh của Ngài. Sau đó làm ông mê đi rồi rút một chiếc xương sườn ra tạo thành bà Eva, dẫn tới tặng cho ông Adam. Ông nói: "Phen này, đây là xương bởi xương tôi, thịt bởi thịt tôi! Nàng sẽ được gọi là đàn bà, vì đã được rút từ đàn ông ra". Con người và vợ mình, cả hai đều trần truồng mà không xấu hổ trước mặt nhau". Đọc đoạn sách Sáng Thế Ký này, tôi bâng khuâng. Vậy là hai ông bà chưa trưởng thành, nhìn nhau như hai đứa trẻ ở truồng tắm mưa, chẳng động tĩnh chi. Thua xa ông Luân Hoán.

nhớ xưa hồi mới lên mười
chiều chiều mưa tạt thềm,
mời tắm mưa
chạy ra ngõ rợp tàu dừa
vuốt đầu,
vuốt mặt,
thì vừa gặp em
tóc tơ đã ướt chèm nhèm
hai bàn tay
bụm
cái thềm tinh hoa
em lên sáu, bảy thôi mà
sao hai con mắt tôi đà xốn xang?

Mãi tới khi bà Eva nhẹ dạ nghe theo lời dụ dỗ của con rắn, ăn trái cấm, mới biết xấu hổ. Hai người đi tìm lá che chắn hai vùng chiến lược khác nhau. Rồi không có ai dạy mà cũng biết tí toáy cho phình cái bụng lên làm công việc truyền giống mà sau này chúng ta gọi là sex. Như vậy chúng ta phải biết ơn con rắn vì nếu nó không xúi dại người đàn bà yếu đuối thì không có chúng ta. Nói vậy cũng thấy hơi khiên cưỡng vì cái kiến con ong có bị con rắn xúi ăn trái cấm đâu mà cũng biết cặp đôi sinh sản truyền giống. Thây kệ, dù sao ngày nay chúng ta cũng có cái trò mà khoa học phải mất nhiều thế kỷ đắm đuối bàn ra tán vào trong cái gọi là "tình dục học".

Tại sao cái dùi đụng vào cái trống thì cái bụng sưng vù lên, triết gia kiêm bác học Aristotle théc méc. Ông sanh năm 384, mất năm 322 trước Công nguyên, nghĩa là cách chúng ta tới 24 thế kỷ. Trong cuốn *"De Generatione Animalium"* ông tìm hiểu về phôi bào học tạo ảnh hưởng tới những nghiên cứu của các khoa học gia sau này. Ông đề ra học thuyết bốn nguyên nhân khẳng định chu kỳ kinh nguyệt của phụ nữ là nguyên nhân vật chất, còn tinh dịch của nam giới là nguyên nhân mục đích trong thụ thai. Do đó dù cơ thể của phụ nữ đầy đủ những điều kiện cần thiết để tạo bào thai nhưng người phụ nữ cần tinh dịch của người nam để bắt đầu và dẫn dắt quy trình duy trì nòi giống.

Con người sex với nhau từ khuya nhưng mãi tới năm 1677, nhà khoa học Antonie van Leeuwenhoek mới nghiên cứu cái thứ người đàn ông thải ra khi giao hợp. Ông dùng kính hiển vi nghiên cứu tinh dịch và khám phá ra đây là một hỗn hợp gồm tinh trùng và chất dịch. Ông cũng nhận ra tinh trùng là một loại tế bào nhỏ li ti nên không thể quan sát bằng mắt thường được trong khi tinh dịch thì thấy tỏ tường khi chúng được xuất ra khỏi cơ thể.

Cỡ 150 năm sau ông Antonie van Leeuwenhoek nghía kính hiển vi vào tinh trùng, Tiến sĩ Phôi Thai Học Karl Ernst von Baer mới khám phá ra sự tồn tại của trứng trong cơ thể nữ giới.

Phải 2 ngàn năm sau khi Aristotle khẳng định nam giới là nguồn gốc của sự sinh sản, Tiến sĩ Martin Berry mới tìm ra là nguồn gốc của sự sinh sản phải cần đến sự đóng góp của cả nam giới lẫn nữ giới và sự hình thành nòi giống bắt đầu khi tinh trùng thụ tinh với một trứng. Thiệt là một khám phá... vĩ đại. Nó mang lại công bằng cho các bà tuy mang nặng đẻ đau nhưng công đầu lại ghi cho các ông. Quan niệm trọng nam khinh nữ từ mấy ngàn năm bị đánh một cú tơi tả.

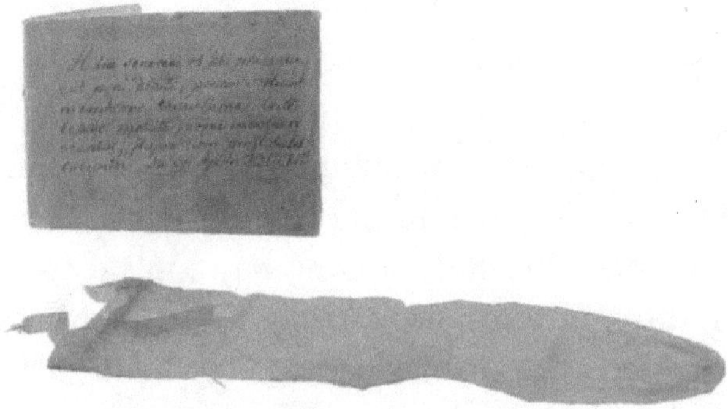

Một chiếc bao cao su được làm bằng giấy lanh

Khi biết ra được cái bụng sưng vù là sự kết hợp của tinh trùng của đàn ông và trứng của các bà chứ không phải chỉ là công của các ông, chuyện ngừa thai mới được đặt ra. Muốn hai thứ không sáp lại được với nhau, phải ngăn sông cấm chợ. Năm 1500, một nhà khoa học người Ý tên Gabriele Falloppio mới sản xuất chiếc bao cao su đầu tiên bằng vải lanh có nhúng hóa chất. Tại lâu đài Dudley ở Birmingham, Anh quốc, người ta tìm thấy những chiếc bao cao su làm bằng ruột cá và ruột thú vật sản xuất vào năm 1640. Các bao cao su này tuy mềm hơn bao bằng vải lanh nhưng vẫn bị coi là "chống khoái cảm". Giá cả của chúng cũng khá đắt đỏ nên hay bị sử dụng nhiều lần. Năm 1839, Charles Goodyear phát minh ra phương pháp lưu hóa khiến chất cao su trở nên mềm dẻo, khá thích hợp với việc chế tạo cái mà tiếng lóng gọi là "áo mưa". Nhưng những chiếc áo mưa cao su đầu tiên dày như săm xe đạp và có mùi hôi nồng nặc không được người dùng ưa thích. Năm 1930, chất latex được phát minh với đặc tính dẻo dai, ít mùi nên đánh bạt bao cao su. Tới nay latex vẫn là nguyên liệu của bao cao su chúng ta đang dùng ngày nay.

Ngược lại, năm 1882, Tiến sĩ Wilhelm P. J. Mensinga nghĩ tới chuyện không bịt vòi của các ông mà bịt giếng của các bà nên phát minh ra cái màng tránh thai úp vào tử cung của phụ nữ. Tôi thú thiệt là rất lơ mơ về thứ ngăn tinh trùng khi chúng a la sô tới người nhận này nhưng thiết nghĩ chuyện bịt ngay từ cái vòi sản xuất coi bộ dễ hơn bội phần. Không biết sao ông tiến sĩ này lại nghĩ rắc rối như vậy. Phụ nữ chỉ là thứ thụ động trong việc truyền giống chứ không có quyền hưởng thụ. Từ năm 450 trước Công nguyên, tổ sư ngành y Hippocrates đã chú ý tới cái gọi là "chứng điên loạn" ở phụ nữ. Họ bị lo lắng, mất ngủ và sự "ham muốn tính dục quá mức" hành hạ. Không ai để tâm tới những nhu cầu tính dục của phụ nữ. Họ không có quyền trong tính dục. Sự bất công này tồn tại trong hơn 2200 năm cho tới khi điện được dùng trong kỹ nghệ. Nhờ có điện nên người ta đã chế tạo ra được máy rung để trị "bệnh" này của phụ nữ. Ông Hamilton Beach là người sáng chế ra máy này và nộp xin bằng sáng chế vào năm 1902. Cái tên Hamilton Beach nghe quen quen. Đó là tên một hiệu máy gia dụng trong bếp mà chúng ta vẫn thường dùng ngày nay. Chuyện này làm sáng tỏ một thắc mắc của tôi khi thấy các máy này chẳng liên quan chi tới bãi biển *(beach)* mà lại là Beach!

Sách Kama Sutra.

Nếu chuyện tù ti giữa giống đực và giống cái chỉ là việc truyền giống thì chẳng có vấn đề chi. Nhưng ngặt nỗi chuyện tưởng như chỉ có mục đích duy trì nòi giống lại được con tạo khoác cho cái áo rực rỡ rất mê ly thú vị nên con người khoái "truyền giống" liên miên tạo thành một thú vui rất hấp dẫn, dễ gây nghiện. Từ chuyện thụt ra thụt vào cơ bản, người ta bày ra nhiều trò ma mãnh hơn. Một ông thiền sư Ấn Độ tên Vatsyayana đã viết ra cuốn Kama Sutra bằng tiếng Phạn còn lưu truyền tới ngày nay. *"Kama"* nghĩa là tình yêu hay ham muốn, *"Sutra"* nghĩa là kinh, luận hoặc châm ngôn. Không rõ ông thiền sư thích nhòm ngó vào chuyện phòng the này viết cuốn Kama Sutra vào thời gian nào. Người ta phỏng đoán từ thế kỷ thứ 4 trước công nguyên tới thế kỷ thứ 2 sau công nguyên. Nội dung gói gọn trong 1250 câu thơ nâng tính dục con người thành một thứ nghệ thuật, trở thành cuốn cẩm nang giúp con người tận hưởng niềm vui hòa hợp thể xác nam nữ. Tới nay Kama Sutra vẫn chưa đi vào quên lãng mặc dù tính dục ngày nay đã thoáng hơn nhiều. Điển hình là tạp chí Playboy.

Số tạp chí Playboy đầu tiên phát hành ngày 1/12/1953.

Từ những câu thơ, hình vẽ mô tả tính dục trong Kama Sutra, tới Playboy, hình ảnh người thật việc thật rõ mồn một đã lên ngôi. Người ta không còn phải vận dụng trí tưởng tượng mà tất cả những thầm kín cơ thể đã phô bày trần trụi. Số Playboy đầu tiên xuất bản vào tháng 12 năm 1953 với hình lồ lộ của nữ thần nhục thể Marilyn Monroe có số bán là 50 ngàn cuốn ngay khi phát hành. Khi quân đội Mỹ đổ bộ lên Đà Nẵng, bắt đầu tiến trình tham gia chiến tranh Việt Nam vào đúng chục năm sau, Playboy theo chân những chú GI xuất hiện tại Việt Nam. Tôi nhớ thời đó thanh niên chúng tôi sống trong một xã hội còn nhiều hạn chế về chuyện sex, đã tìm mọi cách lùng sục để có được những tờ tạp chí quý giá này. Năm 1967, tôi có dịp đi Mỹ, các ông bạn tíu tít tới dặn dò mang Playboy các số mới nhất về cho các ông ấy nghía. Chiều lòng bạn bè, tôi mang về độc một số mua tại phi trường khi rời Mỹ cho các ông ấy luân phiên nhau nghiền ngẫm. Mang nhiều về sẽ gặp nhiều rắc rối. Sau này có ông dân biểu nổi danh một thời trên báo chí vì bị bắt khi mang về một số lượng lớn lịch trần trụi khiến chết tên "dân biểu lịch cởi truồng".

Ngày đó ảnh hưởng Nho giáo còn chưa phai nên xã hội Việt Nam vẫn còn e dè với chuyện sex. Thực ra các cụ cố tổ của chúng ta xưa kia rất thoáng với chuyện sếch siếc. Còn dấu tích tới ngày nay là các lễ hội rước cái nõn nường hoặc "tinh tinh phộc" ngoài miền Bắc. Kể từ khi chịu ảnh hưởng nặng nề của Nho giáo, dân ta mới ép mình vào cái gọi là lễ giáo coi chuyện tính dục là nhảm nhí không lành mạnh.

Nhưng cái chuyện trời đất còn mê mẩn, sao mà ép mãi được. Đã có những bột phát. Nhà nho như Tam Nguyên Yên Đổ Nguyễn Khuyến đã phóng túng trong bài "Chỗ Lội Làng Ngang": *Đàn bà qua đấy vén quần lên / Chỗ thì đến háng, chỗ đến gối.* Nhưng phải tới bài thơ "Tây Kỹ" bằng Hán văn, cụ mới xuất thần phát tiết hết mức.

Thiên biên sứ bộ thướng xa hồi,
Sổ thập Tây tường giải bội lai.
Nhược hận sinh bình tri ngã thiểu,
Thả tương hoài bão vị quân khai.
Hồng hoang thế viễn thuỳ vi thử,

Liệt quốc văn phồn hữu thị tai?
Cánh thủ nha lưu hương hạp khứ,
Tư mao địch cấu vị tằng sai.

Có nhiều dịch giả đã dịch bài này như Đỗ Đình Tuân, Đất Văn Lang, Trương Việt Linh, tôi dùng bản dịch "Đĩ Tây" của Hoàng Tạo:

Sứ bộ xe về sắp ruổi rong,
Đĩ Tây vài chục đứa tông ngông.
Chừng xưa bưng bít ít người biết,
Nay hãy phô sòng để khách trông.
Man rợ xa rồi còn thế nhỉ,
Văn hoa rườm lắm có kỳ không?
Nước hoa sẵn đấy, lược ngà đấy,
Rửa ghét cào lông chẳng sượng sùng.

Rồi táo tợn như thơ Hồ Xuân Hương. Ngay Nguyễn Bính chân quê mà thơ cũng rất *sexy* trong bài "Cây Đàn Tỳ Bà" sáng tác vào năm 1944. Kể chi tới Huy Cận, Xuân Diệu, Vũ Hoàng Chương và các nhà thơ thời lãng mạn sau này.

Nhưng giới bình dân ít chịu ảnh hưởng của Nho giáo mới có những câu ca dao đậm chất *sex*. Kể ra thì rất nhiều, rất tốn giấy mực. Tôi chỉ trích ra một bài ca dao điển hình, vừa ít người biết, vừa *sex* tới bến.

Lông tơ lún phún mép l.
Lăn tăn con cá diếc lòn vào lòn ra
Cây trời có cái chĩa ba
Thương em thì hãy đem tra nó vào
Trèo lên cây khế giữa ngày
Váy thì trụt mất, lưỡi cày thò ra
Lưỡi cày ba góc chẻ ba
Muốn đem đòn gánh mà tra lưỡi cày
Em đừng chê em nhỏ mà lầm
Hòn đá đập nằm dưới, hòn đá cầm nằm trên

Chẳng thà nó nhỏ mà dài

Còn hơn chụp bụp nửa ngoài nửa trong

Nếu các bạn tò mò nghía vào danh sách các thánh trên thiên đàng sẽ không thấy tên thánh Adam hay Eva mà chỉ thấy tên con cháu chắt chút chụt chịt của hai người. Thánh sao được khi họ là những người đầu tiên phạm tội dẫn đến sự sa ngã của con người. Hai ông bà đã bị trừng phạt, đuổi ra khỏi vườn địa đàng, trở thành dân *homeless,* tài sản mỗi người chỉ có chiếc lá che thân. Tội của họ là tội tổ tông, tất cả loài người sau này phải gánh chịu cái ách này khi chào đời. Con người chỉ được chấp nhận làm con cái Chúa Trời sau khi được rửa tội, cái tội rơi trên đầu họ một cách khiên cưỡng. Chuyện này thì khoa học chịu chết, không xía mũi vào được!

Song Thao

07/2025

Website: www.songthao.com

LUÂN HOÁN

NGHIÊU ĐỀ CỠI NGỰA VỀ 'VÙNG THANH THOÁT'

Bản vẽ phía trên là một tác phẩm của họa sĩ Nghiêu Đề, dành riêng dùng làm bìa cho tập thơ nhạc "Hòa Bình Ơi Hãy Đến" của Lê Vĩnh Thọ, Phạm Thế Mỹ, Luân Hoán. Để hoàn tất tác phẩm này, ngoài Nghiêu Đề, tôi cũng có đóng góp một chút tài vặt. Công sức của Nghiêu Đề nằm ở não bộ giàu sáng tạo và đôi tay tài hoa của anh. Tài vặt của tôi nằm trong sự lì lợm quấy rầy và hối thúc!

Kể từ khi có ý định in chung tác phẩm với hai anh Mỹ, Thọ, tôi có bổn phận tìm họa sĩ nhờ thực hiện mẫu bìa. Họa sĩ Nghiêu Đề đương nhiên là tay cọ tôi tín nhiệm tuyệt đối. Anh hết lòng với bạn bè, thường không từ chối những việc làm có liên quan đến nghệ thuật. Nhưng để anh hoàn tất nhanh chóng một mẫu bìa không phải là chuyện dễ dàng. Với phong thái làm việc thong dong, tùy hứng, Nghiêu Đề không muốn bị ràng buộc, thúc giục. Anh không ưa có đôi mắt thiếu khả năng thẩm định nghệ thuật kè kè bên cạnh khi anh sáng tác. Còn tôi, bản tính khá xấu, khó bỏ, luôn luôn tò mò và nôn nóng muốn hoàn tất ngay những gì mình yêu cầu, nhờ vả sự giúp đỡ của bất cứ ai...

Phải thú thật, tôi rất sốt ruột khi nhìn Nghiêu Đề ngồi co một chân trên ghế, một tay cầm điếu thuốc *ruby* cháy dở, một tay cầm ngọn bút sắt lưỡng lự. Cái bàn gỗ vuông cũ nằm sát cánh cửa sổ duy nhất đang mở. Người họa sĩ tài hoa đang ngồi đó, im lặng. Anh thở khói thuốc, mắt nhìn theo những vòng trắng từ cặp môi anh bay ra. Nghiêu Đề thở khói thuốc rất tròn, rất sắc nét và rất tuần tự, cái này nối đuôi cái kia, riêng biệt, theo nhau bay một đoạn xa trước khi tan loãng. Nghệ thuật này tôi tập hoài không được. Tôi gắng giữ in lặng, ngồi tựa sát vách tường trong cùng, kính cẩn tôn trọng những giây phút bạn mình sắp phóng tay ra tranh. Nghiêu Đề vẽ. Tôi nao nao trong lòng. Thật muốn dòm một cái hết sức, nhưng kềm chế được. Chợt Nghiêu Đề hỏi, không nhìn tôi: - *Cuối tuần này, ông không đi hành quân à?* Hỏi xong anh vừa cười vừa chửi thề nhè nhẹ: - *Mẹ kiếp, cuối tuần cứ phải đi gác cho chúng nhảy đầm.* Tôi biết Nghiêu Đề đã bỏ dở, dù cây bút vẫn còn được kẹp giữa mấy ngón tay dài của anh. Tôi đứng dậy, định đến xem Nghiêu Đề vẽ đến đâu. "*Ông yên tâm đi, mẫu bìa này, tôi sẽ làm thật tới cho ông.* Ngừng một chút, anh lại cười: *ông chịu khó khuân đi chỗ khác mấy trái lựu đạn nội hóa này giùm, để đây, thấy chúng tôi mất hết hứng thú."* Tôi thực hiện ngay yêu cầu của Nghiêu Đề. Nhưng anh cũng đã đứng dậy và chúng tôi đến quán cà phê Tám Hú.

Một ngày nắng đẹp. Nghiêu Đề không thiếu chuyện để nói. Tôi thì vẫn lực bực trong lòng. Trong thời gian chúng tôi ở chung phòng, không phải đây là lần đầu tiên Nghiêu Đề đồng ý lo phần nhan sắc cho các tập thơ của tôi. Trước "Hòa Bình Ơi Hãy Đến". Nghiêu Đề đã chịu khó trang điểm cho hai tập thơ tôi in chung cùng nhà thơ Khắc Minh. Anh trình bày đẹp, nhưng kỹ thuật ấn loát lúc bấy giờ còn thô sơ, hơn nữa chúng tôi không có đủ sức để đưa in tại những nhà in tối tân ở thủ đô, nên đã làm giảm rất nhiều nét nghệ thuật tài hoa của anh. Đã thế, chúng tôi chỉ có vài tiếng cảm ơn suông để đáp lễ, trả nợ. Nghiêu Đề không bao giờ ngại vấn đề này, anh không quên đùa - *Vẽ cho mấy... cha là bổn phận của tại hạ mà. Ê Luân Hoán, mày liệu xem còn in mấy cuốn nữa, tao sản xuất luôn cho một lúc để dành.* Anh nói giỡn nhưng đúng ý tôi quá chừng. Tuy vậy, tôi vẫn còn chút đỉnh liêm sỉ: - *Ông bạn khỏi lo, tôi còn báo cô ông dài dài đó. - Mẹ kiếp, cái thằng Quảng Nôm này.*

Tôi quen biết với Nghiêu Đề từ năm 1967 tại Sài Gòn. Có một lần anh dẫn tôi về 19 B Lý Trần Quán để thăm... xưởng vẽ của anh. Thật ra địa chỉ này là nhà ở của mẫu thân anh và anh. Lần tôi đến, chỉ được gặp bác gái nên không rõ có còn ai khác không. Ngôi nhà này là nơi cất giữ rất nhiều kỷ niệm của Nghiêu Đề. Trong một bài thơ dài, có đoạn anh viết:

... *"nhà ta có cánh bay đầy núi / rừng giấu con đường xúm xít vui xưa / trăng đi biệt có hàng phố nhớ / bụi bay, vàng con ngõ ngày mưa / vẫn con đường Lý Trần Quán cũ / trần thân lăn khắp ngõ - đã chưa ! / con đường thuở rong rêu nước tiểu / cửa rộng dung chờ đứa con hư / hiên nhỏ có hàng cây bông giấy / chết tươi khi làng nước đổi đời / bỏ quá chút đau còn trong ngực / mỗi lần nhìn bông giấy reo vui / êm ái – đêm – có khi chợt thức/ thở mẹ trong nhà ngủ thảnh thơi / đang khuya có những đêm chợt thức / nhà quen, chân chẳng bõ đèn soi / phiêu bạc nuối người về thành phố / Sài Gòn mở toang qua mái hiên ta..."*

Tại nhà Nghiêu Đề, tôi có gặp được hai bức tranh sơn dầu trong một căn phòng. Cả hai bức đều bị ông cha đẻ phạt, bắt đứng úp mặt vào sát chân tường. Nghiêu Đề lật từng bức cho tôi xem, và lịch sự: *"Bạn muốn 'thỉnh' bức nào, tự nhiên"*. Tôi thật sự không hiểu ý chữ "thỉnh" của anh. Nên vội vã thối thác: *"tôi không có khả năng, cảm ơn"*. Nghiêu Đề cười, buông gọn: "*Không thích?"* Để trả lời anh, tôi trầm trồ khen, nhưng cũng thừa tinh quái, hà tiện tiếng nói, để hạn chế cái dốt về tài thưởng thức hội họa của mình. Tôi có qua mặt được Nghiêu Đề không? Không rõ. Nhưng sau lần đó, chúng tôi liên lạc với nhau nhiều hơn.

Nghiêu Đề làm con dân đất Quảng Ngãi từ năm 1939. Anh được sinh ra tại thị trấn xưa cổ Thu Xà, một vùng đất có thời trù phú, sầm uất với tên gọi Phố Khách. Người Trung Hoa, người Chăm và người Việt gốc Huế... sinh sống làm ăn nhiều ở đây. Thời bấy giờ Thu Xà là nơi có ánh sáng điện trước tiên trên toàn cõi Quảng Ngãi. Nghiêu Đề là công tử của một gia đình giàu có. Thân phụ anh, người địa phương. Thân mẫu anh, bà Công Tôn Nữ Lệ Chi, gốc Huế. Nghiêu Đề lớn dần trong cái xứ "Tứ Tuyệt Chiêu Anh Hùng Tụ" này. *(Chim mía Xuân Phổ, Cá bống Sông Trà, Kẹo gương Thu Xà, Mạch nha Mộ Đức).*

Nhưng anh chính thức trưởng thành trên đất Sài Gòn. Học Cao đẳng Mỹ thuật Gia Định nhưng đã tự rời trường ốc trước khi tốt nghiệp. Sau đó anh gia nhập vào hội Họa Sĩ Trẻ Việt Nam được thành lập tại Sài Gòn năm 1966. Đến với Hội Họa sĩ Trẻ, Nghiêu Đề mang theo tầm vóc của một người đoạt huy chương bạc trong cuộc triển lãm Hội Họa Mùa Xuân tại Sài Gòn năm 1961. Thành tích thời bấy giờ như vậy là không khiêm nhường, nhưng Nghiêu Đề quan niệm về hội họa rất nhẹ nhàng. Trong thư trả lời phỏng vấn của nhà văn Nguiễn Ngu Í của tạp chí Bách Khoa năm 1962, anh viết:

... "Mỗi người làm hội họa vẫn có tham vọng tìm cho mình một đường lối riêng. Tôi chia sẻ ước vọng đó, vậy thôi...

Ở quê tôi, có một giống chim lạ, sắc trắng, và dáng mong manh lắm, thường bay một mình trong đêm trăng. Người ta bảo nó bay mãi lên cao, và tan vào mặt trăng, không bao giờ trở lại. Tên nó là Nguyệt. Tiếng hót hay vô cùng. Không biết vì sao tôi iêu (yêu) nó. Chỉ biết mỗi lần nó bay ngang cùng tiếng hát đã làm tôi xúc động. Bây giờ tôi nghĩ Nghệ Thuật tôi muốn là một cái gì hết sức tự nhiên như tiếng hót của chim Nguyệt vậy (không phải là tôi có xu hướng naturalisme). Như thế chắc anh biết tôi không muốn nói đến vấn đề dân tộc tính hay quốc tế tính. Một tác phẩm hẳn nhiên là mang những dấu vết của cuộc sống mà trong đó nó hình thành. Có điều, cũng như sự thật, nhiều khi người ta không nhìn thấy. Khi không phải là cẻ (kẻ) giả hình thì dân tộc tính trong tác phẩm là một điều tất nhiên. Nói mãi một chuyện tất nhiên, ngoài những hậu í nào khác, thì tôi chịu, không hiểu nổi, người ta thường lầm lẫn nó với đề tài. Hoặc giả vì vậy người ta bàn tới nó chăng? Nói về mình đã khó, giải thích cả tác phẩm mình nữa, thì thật quá sức...

... Tôi thấy nghệ thuật như một cái gì không thật. Nó phù phiếm, nó lừa dối như khi tôi nói 'anh iêu em'. Vậy mà tôi biết tôi sẽ nói "Anh iêu em suốt đời..."

Nghiêu Đề là một họa sĩ, viết về anh, không nhận xét những tác phẩm của anh là một thiếu sót lớn. Nhưng khả năng này làm sao tôi có được. Tốt nhất là chịu tiếng ma giáo, để góp nhặt một số nhận định có trọng lượng, của những tay sành sỏi trong nghệ thuật này. Và cũng xin nói, tôi chỉ xin rút tỉa vài nét gọn nhất.

Người dành quyền phát biểu trước tiên, tôi chọn, ông Huỳnh Hữu Ủy, một nhà nhận định về hội họa chuyên nghiệp và có nhiều uy tín.

... *"Nghiêu Đề thích màu xanh, tông màu lạnh và thế giới của anh đầy chất siêu thực, nhưng thế giới ấy không phải là màu 'tái xanh, lạnh lẽo' và hoàn toàn tưởng tượng. Hội họa của Nghiêu Đề luôn luôn là cuộc đời được phóng chiếu, cắt tỉa, cộng thêm đôi chút tưởng tượng kéo dài rồi vẽ vời nên một thế giới vô cùng mộng ảo... Cái màu xanh của Nghiêu Đề không phải là tái xanh mà là một thứ xanh lấp lánh ửng sáng. Sở dĩ như vậy, là vì bắt nguồn từ cách vận dụng kỹ thuật sáng tối của hội họa cổ điển cộng với một phần bút pháp hồn nhiên của Rousseau..."*

Cũng theo nhận định của ông Huỳnh Hữu Ủy, Nghiêu Đề có hai giai đoạn sinh hoạt hội họa. Giai đoạn thứ nhất từ thập niên 60 đến thập niên 70. Giai đoạn đầu này, theo ông Ủy: "*... là giai đoạn Nghiêu Đề làm việc nhiều nhất... xây dựng được thế giới và bút pháp của mình...*". Giai đoạn thứ hai, từ 1982 đến 1984, là thời kỳ Nghiêu Đề làm tranh sơn mài tại Sài Gòn. Giữa hai giai đoạn này là thời vui chơi cùng bè bạn tại cư xá Thanh Đa, nơi Nghiêu Đề cùng vợ, chị Giang, và 3 con, một trai, hai gái sinh sống.

Tiếp theo nhận xét của nhà phê bình hội họa Huỳnh Hữu Ủy là vài ý kiến của những người "cùng đi một đường nghệ thuật" với Nghiêu Đề.

Họa sĩ Thái Tuấn:

... *"Nghiêu Đề là người thích dùng những màu tối, lạnh lẽo và màu chết.*

Nhưng chính bằng những gam màu lạnh, có khi tối tăm trong tranh Nghiêu Đề, bàng bạc trong đó sự nồng nàn thiết tha, như bức 'Tỏ Tình', bức 'Đêm'...

Họa sĩ Nguyễn Trung:

... *"Nghiêu Đề thích những màu tái xanh lạnh lẽo. Không khí của anh là không khí siêu thực của chuyện tình. Chuyện được anh kể chậm rãi và hoàn toàn tưởng tượng..."*

Còn rất nhiều nhà văn, thi sĩ danh tiếng viết về Nghiêu Đề như Đỗ Quý Toàn, Trần Dạ Từ, Du Tử Lê... Nhưng những bài viết của họ là những áng văn chương súc tích, dồi dào, tôi lượng sức không thể cắt tỉa, sợ mất đi những ý nghĩa liên tục, và không thể trích toàn bộ, nên kính mời quý bạn tìm đọc trong tác phẩm 'Nghiêu Đề', một tuyển tập in màu những họa phẩm nổi tiếng của Nghiêu Đề đã được nhà xuất bản Viet Art Society ấn hành năm 1998.

Chẳng phải áy náy vì im lặng khi nhiều người tán thưởng Nghiêu Đề. Nhưng vì muốn "dựa hơi" anh, (cùng những họa sĩ khác), tôi sử dụng cái quen tay của mình, khi nhìn ngắm, chiêm ngưỡng những người đẹp, sống trong tranh Nghiêu Đề. Với tôi, thú thật, thích thú nhất vẫn là thiếu nữ, nên có thơ rằng:

"Hình như em chẳng có xương / xuất thân từ cõi trầm hương mơ hồ / môi hờ hững ngậm sợi thơ / thân thơm dải lụa mắc vào hư không / mỏng manh vác cả tấm lòng / lạc quan thanh thản lòng vòng cuộc chơi / thế gian được mấy góc trời / để tay Thánh chúa vẽ môi mắt tình / dẫu từ đường nét hiển linh / nghìn năm em vẫn một mình khói sương"

(SôngNúiCùngNgườiThơmNgátThơ, LH)

Ngoài tài danh trong sinh hoạt hội họa, Nghiêu Đề từng cho xuất bản một tập truyện ngắn mang tên "Ngọn Tóc Trăm Năm". Tác phẩm này, ngày nay có lẽ không có nhiều người lưu giữ được. Cuốn sách xuất bản năm 1965, trong giai đoạn Nghiêu Đề giữ phần trình bày và minh họa cho một số kiệt tác thời tiền chiến được nhà xuất bản Cảo Thơm in lại. Trong thời kỳ rực rỡ đẹp trai, quả thật Nghiêu Đề đã sinh hoạt rất nhộn nhịp. Anh bỗng dưng quay trở về Quảng Ngãi với vài lý do: tị nạn quân dịch và né tránh ái tình. Cả hai lý do này đều do chính anh vui vẻ tuyên bố. "Nín thở qua sông" của Nghiêu Đề hay "Dư sức qua cầu" của họa sĩ Hồ Thành Đức, cũng chỉ nói lên chuyện không thi hành nghĩa vụ quân sự. Riêng Nghiêu Đề, anh không hề mặc cảm vì sự bất phục tùng của mình. Anh quan niệm rất rõ ràng, chiến tranh tàn bạo, anh từ chối tham dự, dù làm một lính cảnh, hoặc phục vụ trong bóng mát, mà khả năng anh dễ dàng có được. Tôi nhắc lại điểm này, có thể làm cho chị Giang và các cháu không vui. Nhưng tôi nghĩ đây là quyết định trung thực của một người bạn đã từng thẳng thắn bày tỏ. Lối phản chiến của Nghiêu Đề còn ngon lành hơn tôi trước đây nhiều.

Có một điều tôi vẫn thắc mắc, khi sưu tập tài liệu cho cuốn "Tác Giả Việt Nam". Phần tên thật của Nghiêu Đề, tôi không biết nên chọn tên nào cho xác thực giữa hai tên Trai và Tiếp. Song thân của Nghiêu Đề có được sáu người con. Trong số này có một người tên Trai và một người tên Tiếp. Thời tôi cùng ở Quảng Ngãi với Nghiêu Đề, tên anh được gọi là Trai. Với nước da trắng mịn, ít hoạt động nặng, ít phơi nắng nên da thịt Nghiêu Đề mỗi ngày như trắng thêm, một đôi lúc có vẻ hơi xanh. Chính vì thế anh được bè bạn tinh nghịch đặt thêm một biệt danh: Trai bủng. Chính tôi đã viết một bài lục bát nhắc đến cái tên này, anh đọc chỉ cười xòa, chửi gọn hai chữ 'bỏ mẹ': *"Nghe anh Trai bủng bây giờ/ nuôi con sao sáo đọc thơ trường kỳ..."* (Ca Dao Tình Yêu, bài thứ 8, trang 37). Phản ứng hiền lành của Nghiêu Đề không vì cái tên Trai bủng, mà vì tôi chạm vào cái bay bướm của anh. Trong hai chữ "sao sáo" có một chữ là tên thật một thiếu nữ, Nghiêu Đề đang theo tán tỉnh.

Gần đây, tôi có điện thoại hỏi một người bà con của anh, hiện ở San Jose. Họ cũng xác nhận Nghiêu Đề tên Trai. Tiếp là tên người em. Nhưng có lẽ trên mọi giấy tờ của anh đều mang tên Tiếp, nên chúng ta nên tôn trọng như vậy. (Trường hợp này hẳn không giống như nhà thơ Phổ Đức. Đại khái, Phổ Đức tên thật Lê Phước Đại, sinh năm 1939, vì chiến tranh không đi học được, về sau lấy tên người em đã qua đời là Lê Phước Độ, sinh năm 1944, để đi học).

Về việc chọn bút hiệu, có lẽ ông họa sĩ đã kể với một nhà thơ, sự tình cờ không kém phần tinh nghịch, lạ đời của anh.

... *"Ngay bút hiệu Nghiêu Đề, cũng không hề mang, mặc một ý nghĩa sâu kín nào. Nó được nhặt ra từ hai lần mở tự điển, để nhặt ra hai chữ đầu tiên, bắt gặp – cho thấy với Nguyễn Tiếp, tức Nghiêu Đề, cuộc đời, danh vọng, sự nghiệp, chỉ là một cuộc chơi ngắn ngủi, phù phiếm..."* (Du Tử Lê)

Nếu đúng như vậy thì thật tuyệt vời, không khác gì bói Kiều, bởi họa sĩ Thái Tuấn cho biết về bút hiệu Nghiêu Đề:

... *"Võ vẽ một chút chữ Nho, thủa đó tôi dịch ngay cho tôi ý nghĩa: Nghiêu là ngọn núi cao. Đề là dẫn lên. Cái bút hiệu nghe cho vẻ cao ngạo, nhưng khi gặp gỡ thì lại hoàn toàn khác- trầm tĩnh, lạc quan, và thâm thúy- tôi vẫn tin người và tranh chỉ là một: nét vẽ là tấm kính để tìm bóng dáng của họa sĩ.."*

Họa sĩ Thái Tuấn còn kể rằng: ... *"Ngày xưa cô gái 5 tuổi của tôi, không phát âm được hai chữ Nghiêu Đề, đã luôn gọi là chú "yêu đời". Và cũng từ đó gia đình tôi đã tặng Nghiêu Đề một biệt hiệu mới..."*. Biệt hiệu của gia đình họa sĩ Thái Tuấn dành cho Nghiêu Đề quả rất thích hợp với bản tính của anh. Nhưng cũng từ hai tiếng Nghiêu Đề, nhà thơ Phan Như Thức mỗi khi đến trước cửa nhà 43 Phan Bội Châu Quảng Ngãi, thường gọi lớn: "*Có ông 'Nghêu Đè' ở nhà không?*". Với biệt danh dí dỏm này, mời các bạn cùng suy ngẫm. Không chừng cũng có điểm đúng.

Ngoài bản tính cởi mở vui vẻ thường trực, Nghiêu Đề còn là một tay cù lét ngoại hạng. Với bất cứ vấn đề gì, Nghiêu Đề bàn tới cũng dẫn theo những tiếng cười thoải mái cho mọi người. Tôi xin mượn một chút xíu câu chuyện của nhà thơ Trần Dạ Từ kể, để minh chứng:

... "Giữa họp mặt bạn cũ, vẫn đủ mặt Lê Tất Điều, Nguyễn Khắc Nhân, Nguyễn Hữu Đông, có chuyện thắc mắc tiếng Việt.

- 'Tổ Trác là gì, mẹ?' Cháu Út của ông bà Nghiêu Đề hỏi.

Cả nhà xúm lại giải thích. Mặt mũi cô bé vẫn ngớ ra, không hiểu. Tới phiên chính Nghiêu Đề lên tiếng.

- 'Có gì đâu. Ví dụ nhé. Mẹ muốn lấy chồng, mà lấy phải ông chồng như bố, ấy là bị tổ trác. Tổ trác là vậy.'

Hiểu ngay và cười ồ.

Không chỉ cô Út của Nghiêu Đề. Chính ông bố và các bạn của ông ta, chúng tôi cùng hiểu ra là bản thân mình thuộc về một thế hệ có thể xài để định nghĩa hai tiếng 'tổ trác'"

Tế nhị và thâm thúy như vậy là nghề của chàng Nghiêu. Đi kèm với những đức tính tốt này, Nghiêu Đề rất đỗi hiền lành. Tôi chưa thấy anh cãi vã với ai bao giờ. Anh vẫn thường khuyên tôi, không nên đem chén kiểu chọi với chén sành. "Một điều nhịn chín điều lành" hay "tránh voi chẳng xấu mặt nào" vân vân và vân vân. Ngoài ra anh còn có bệnh... 'làm biếng'. Căn bệnh này anh đã nói với nhà thơ Du Tử Lê.

... *"Ở khoảng trời nào, giữa sân chơi nào, thủy chung, cũng vẫn một Nghiêu Đề thong dong, khinh bạc, bất cần ngay chính đời mình.*

Ông giải thích một cách khiêm tốn, rất Nghiêu Đề, là 'làm biếng'."

Trong văn học nghệ thuật, Nghiêu Đề làm biếng là vậy, còn trong đời thường, anh cũng không thiếu những cung cách làm biếng đặc biệt. Tôi đã có một lần làm chị Giang và các cháu không bằng lòng khi viết vớ vẩn đâu đó: Nghiêu Đề lười biếng tắm. Sự việc này ít ra có thật trong khoảng thời gian Nghiêu Đề tạm trú trên chính quê nhà anh. Nghiêu Đề lười tắm, nhưng không phải anh ăn ở thiếu vệ sinh. Trái lại, anh thuộc loại 'khôn bỏ mẹ' (chữ Nghiêu Đề thường dùng) và 'thơm phức ra phết' (cũng chữ của Nghiêu Đề). Thời chúng tôi ở cùng chung cư Trùng Khánh, phòng tắm rất hẹp, không có vòi sen. Trong phòng tắm vừa một chỗ đứng này có xây một hồ chứa nước sẵn. Nước thật lạnh có lẽ vì phải ngâm lâu trong ruột những tường hồ xi măng. Không thiếu những con lăng quăng sinh sống trong hồ. Nghiêu Đề từ chối múc đại từng ca nước dội ào ào lên người như chúng tôi. Anh có lối tắm riêng mà anh gọi là 'tắm từng phần', vệ sinh hơn nhiều. Nghiêu Đề dùng một cái thau trung bình, mở nước từ vòi sát vách tường, nước mới, không lạnh lắm và cũng không có bất cứ vật gì khác. Anh mang thau nước đặt trước phòng tắm sáng sủa ánh trời và bắt đầu, tuần tự kỳ rửa từ mặt mũi đến tứ chi. Một lối 'tắm' hơi mất công như vậy không thể gọi là lười biếng. Nhưng đại đa số chúng tôi đều cho anh lười tắm vì sự khác đời của anh. Cái quần *Jean* Nghiêu Đề mặc thời ở Quảng Ngãi cũng có thể là một di vật quý giá của anh, nếu ai muốn sưu tầm những đồ vật anh đã xài. Nghiêu Đề tuyên bố một quyết tâm, anh sẽ biến chiếc quần bò anh mặc có thể tự đứng thẳng được, không cần xếp, không cần treo, ngay những lúc nó không bám trên người anh. Không rõ chiếc quần ấy bây giờ ở đâu? Bụi bặm tháng ngày đã tạo đủ độ cứng, để nó tự đứng thẳng được chưa?

Năm 1986, gia đình Nghiêu Đề đến Hoa Kỳ. Tôi đăng báo tặng anh một bài thơ: 'Mừng Nghiêu Đề Đến San Diego, Cali':

"Nghe tin mày đến Mỹ / bỗng nhiên tao thở dài / cái tính tao thật khỉ / không bỏ được đùa dai

mừng mày mà tao khóc / thật là chẳng giống ai / nhưng chắc mày cũng khóc / (đố chạy đâu cho sai)

....

thôi mừng mày đã đến / vải mới sơn cọ thừa/ bạn bè xưa không thiếu / (mỗi thằng mỗi đề tài)/ vẽ đi cho tao ngắm/ một cái gì tương lai..." (Ngơ Ngác Cõi Người).

Nghiêu Đề gửi cho tôi nhiều thư. Lá thư đầu, sau khi ở Mỹ được một tháng rưỡi, anh mới viết. Trong đó có các câu:

... "*Nói vậy chứ cỡ mầy với tao đã qua bao nhiêu ngày tháng dữ như hùm beo, bây giờ dễ đâu mà chết bỏ. Nhất định bây giờ chỉ có quân ta thắng lợi, quân địch thua to mà thôi. Tao rất vui vì ý nghĩ đó. Nói cho cùng thì tao là thằng ở truồng, đứa nào chơi với tao nhất định nó là thằng tốt, chứ có lột của tao được cái gì đâu mà lo! Sao bạn? Vợ con? Đời sống?...*"

Nội dung một thư ngắn khác:

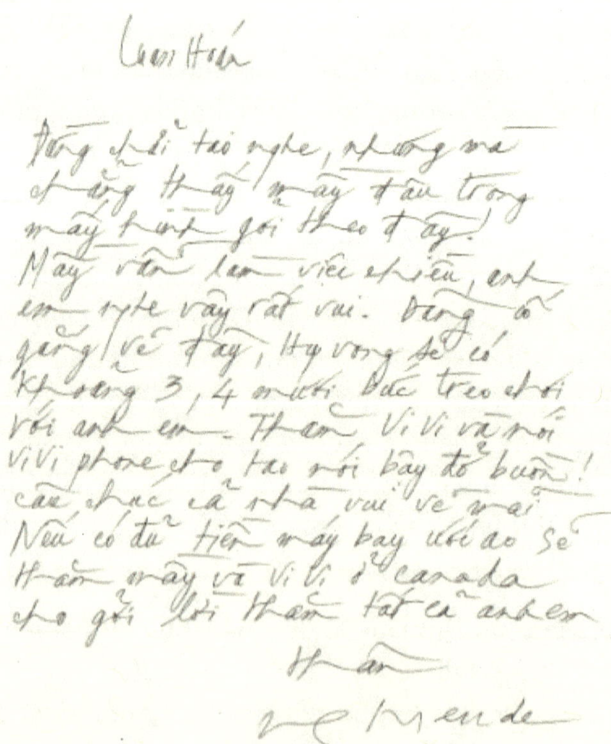
Luân Hoán

Đừng nói tao nghe, nhưng mà
chẳng thấy mầy đâu trong
mấy hình gởi theo đây!
Mầy vẫn làm việc nhiều, anh
em nghe vậy rất vui. Đang cố
gắng vẽ đây, hy vọng sẽ có
khoảng 3, 4 mươi bức treo chơi
với anh em. Thăm Vi Vi và nói
Vi Vi phone cho tao nói bây đỡ buồn!
Cầu chúc cả nhà vui vẻ mãi
Nếu có đủ tiền máy bay ước ao sẽ
thăm mầy và Vi Vi ở Canada
cho gởi lời thăm tất cả anh em
Thân
Nghiêu Đề

Ao ước trong thư trên của Nghiêu Đề được thực hiện vào tháng 8 năm 1992. Anh cùng chị Giang và hai cháu qua thăm chúng tôi bằng đường bay nội địa cho vừa túi tiền. Tôi và Vivi đón và đưa anh tại phi trường ở Vermont. Thời kỳ này tôi còn ở ấp, chật hẹp lắm, nhưng anh em đã có những ngày thật vui vẻ bên nhau. Nhiều bạn văn hiện cư ngụ tại Montréal đã đến thăm anh. Tôi ghi lại hình đầy đủ. Dịp này nhà thơ nữ Thụy Khanh từ Pháp sang ra mắt sách. Chị Giang đã vui vẻ trình bày một ca khúc để giúp vui. Giọng chị còn rất ngọt ngào và *"vẫn như xưa"* theo nhận xét của nhà thơ Hoàng Xuân Sơn, người một thời đã vui chơi tại tổ ấm của Nghiêu Đề, nơi mà anh Hồ Hữu Thủ đã ghi nhận: *"... Căn nhà anh vẫn là một địa chỉ in mãi nơi ký ức tôi mỗi lần hồi tưởng về những đổi thay, phong trần của đất nước và của chính bản thân mình"*

Nghiêu Đề ưa thích phong cảnh đẹp, tôi đã đưa anh thăm viếng hầu hết những thắng cảnh giàu tính chất văn hóa của thành phố Montréal. Anh cũng ghé thăm những thành phố khác của đất nước Canada như thủ đô Ottawa, Québec, Toronto. Nghiêu Đề có một người bà con ở thành phố Longueuil, thân mẫu của cô bạn Hoàng

Thị Hồng, tôi đưa anh sang đấy để rồi ghé lại Terre des Hommes ngắm trời mây, hoa nở. Anh khoái chụp ảnh như tôi và rất thú vị khi chọn điểm đứng. Đang đi trên xa lộ xuống Toronto, nơi anh có một người em cư trú, anh yêu cầu dừng xe bên đường để đứng chụp hình có cả bảng chữ Bonjour Québec, dựng tại giáp giới hai tỉnh bang Ontario và Québec. Cũng như ngoài đời, trong ảnh Nghiêu Đề luôn luôn tươi vui và giàu nét trẻ thơ.

Sau chuyến vui chơi, anh về Mỹ rồi về thăm Việt Nam vài ba lần, dù tài chánh anh không dư giả. Được đi, được gặp bè bạn có thể là cái thú Nghiêu Đề thích nhất. Anh làm thơ trong giai đoạn này thường hơn. Viết ít, nhưng bài nào của anh cũng đạt được tính chất nghệ thuật khả quan. Giữa những ngày vui vẻ như vậy, tôi được tin anh lâm trọng bệnh. Chắc chẳng cần nói ra sự hụt hẫng, trống rỗng bất ngờ của tôi. Người thiếu nữ trong họa phẩm Vùng Thanh Thoát, cặp ngựa đang 'tỏ tình' dưới trăng mà thi sĩ Đỗ Quý Toàn đã tâm đắc, như chập chờn trước mắt tôi cùng những kỷ niệm đứng ngay trước mặt, quá rõ ràng mà không vói tới. Tôi muốn làm một bài thơ cũng chẳng xong. Cái gì cũng chợt trở nên vô nghĩa.

Con ngựa mà Nghiêu Đề từng khoe: ... *"Ta có chú ngựa ngon lành lắm / vẫn bay ngang trời đất tuyệt vời..."* đã thật sự đưa anh bay vào 'Vùng Thanh Thoát' ngày 09 tháng 11 năm 1998 trên đất tạm dung. Bè bạn thương tiếc anh ghi danh vào nhiều Chia Buồn trên các tạp chí, tuần báo. Một tuyển tập họa phẩm được thành hình, một trang nhà do Y Chi thực hiện vào tháng 6-1999... và còn những đâu nữa lưu giữ hình ảnh một người bạn chân tình?

... *"Mày giỏi lắm. Mày chỉ dùng có bàn chân trái mà đá nát được kỷ luật giấy phép, để muôn năm về với vợ con, võ công đó tao muốn học vô cùng..."* (thư Nghiêu Đề). Nghiêu Đề ơi, tao muốn học sự lạc quan của mày. Còn món võ công mày đã dùng một cách bất ngờ, tao thật sự chưa muốn học để đích thực được muôn năm yên nghỉ. Tao vẫn luôn luôn phải xếp sau lưng mày, như mày đã nói, anh bạn "văn nghệ thủ đô" ạ. Hẹn gặp nhau. Sau!

Luân Hoán

TM

UYÊN NGUYÊN

LÁSZLÓ KRASZNAHORKAI VÀ SỨ MỆNH VĂN HỌC VỀ CON NGƯỜI TRONG THỜI ĐẠI HỖN ĐỘN

Ngày 10 tháng 10 năm 2025, tại Stockholm, Viện Hàn lâm Thụy Điển công bố giải Nobel Văn chương dành cho **László Krasznahorkai**, nhà văn Hungary sinh năm 1954, vì đã tái tạo trong văn học một thế giới nơi con người vật lộn giữa sự sụp đổ của trật tự và khát vọng tìm lại ý nghĩa tồn tại. Ông đã viết nên những bản trường ca về sự hỗn loạn, nơi mỗi câu chữ đều là nỗ lực giữ lấy ánh sáng cuối cùng trước vực thẳm của hư vô.

Sự kiện này chắc hẳn không làm cho giới văn chương quốc tế ngạc nhiên, bởi suốt hơn bốn thập niên qua, tên tuổi Krasznahorkai luôn hiện diện như một ẩn sĩ của ngôn từ, người đi tìm trong đổ nát của châu Âu hậu hiện đại một ý nghĩa cứu chuộc cho nhân loại.

Từ *Satantango* (1985), *The Melancholy of Resistance* (1989), *Seiobo There Below* (2008), đến *Baron Wenckheim's Homecoming*

(2016), ông đã tạo ra một thế giới văn chương vừa mênh mông vừa khép kín, nơi mọi nhân vật đều đang thất lạc khỏi chính linh hồn mình.

Giải Nobel năm nay, vì thế, vừa là một phần thưởng, vừa là một thông điệp gởi cho thế giới: trong thời đại của công nghệ, dữ liệu và tiếng ồn, vẫn có một người viết bằng sự im lặng, bằng bóng tối, bằng nỗi đau, để nhắc rằng — văn học không chết, khi nó còn dám nói về con người.

Qua *Satantango* (1985) đến *Baron Wenckheim's Homecoming* (2016), László Krasznahorkai đã dựng lên một vũ trụ văn học xoáy tròn trong bóng tối và ánh sáng, nơi con người không còn đứng giữa thế giới như một chủ thể kiêu hãnh của lý trí, mà như một sinh thể bị cuốn vào cơn lốc của hỗn mang, đổ nát và tuyệt vọng.

Thế giới của ông — dù đặt ở một làng quê Hungary, trong một bảo tàng Nhật Bản, hay ở một thị trấn Âu châu tàn lụi — đều là ẩn dụ cho sự tan rã của trật tự tinh thần nhân loại.

Không còn Thượng đế, không còn niềm tin, không còn trung tâm — chỉ còn con người run rẩy tìm lại ý nghĩa của sự tồn tại trong những đổ nát của văn minh.

Krasznahorkai viết bằng những câu văn dài như hơi thở không dứt, như thể ông cố níu lại một dòng ý thức đang tuột khỏi tay nhân loại. Ông không kể chuyện, mà dựng nên một loại hình ngôn ngữ, trong đó từng con chữ trở thành dấu hiệu của nỗi ám ảnh: **Liệu còn điều gì để tin, khi mọi giá trị đã sụp đổ?**

Trong *Satantango*, một làng quê tan hoang, người dân chờ đợi một "vị cứu tinh" trở lại — nhưng vị cứu tinh ấy chỉ là kẻ bịp bợm.

Trong *The Melancholy of Resistance*, thế giới sụp đổ vì một con thú khổng lồ trong rạp xiếc — một biểu tượng của bạo lực, của đức tin mù quáng.

Trong *Seiobo There Below*, cái đẹp trở thành tôn giáo cuối cùng — khi con người không còn gì để cầu nguyện, họ cầu nguyện trước nghệ thuật.

Và trong *Baron Wenckheim's Homecoming*, mọi thứ kết thúc trong đám cháy — như một lời tiên tri rằng nền văn minh tự thiêu chính mình.

Đó không những là những cơn ác mộng của một thời đại, mà là biểu hiện tinh thần của thế kỷ XXI: thời đại của thông tin nhưng mất ý nghĩa, của vật chất dư thừa nhưng tâm hồn khánh kiệt, của tri thức dồi dào nhưng đạo đức băng hoại.

Sứ mệnh văn học của Krasznahorkai chính là đào sâu vào vực thẳm của ý thức con người, không phải để phán xét, mà để cứu rỗi bằng nhận thức.

Văn chương của ông không hứa hẹn, không an ủi mà chỉ đưa con người đến rìa vực, để ở đó, ta buộc phải đối diện với câu hỏi: **Ta là ai giữa cơn hỗn loạn này?**

Và chính vì vậy, Krasznahorkai đã tái định nghĩa vai trò của nhà văn như kẻ giữ lửa cho ý nghĩa trong thời đại mất phương hướng, đúng nghĩa.

Bấy giờ, khi ta đọc Krasznahorkai, ta thấy mình cũng đang soi vào một tấm gương khác của thời đại — nơi những vấn đề của Hungary hậu cộng sản không khác gì Việt Nam hậu chiến: tan rã niềm tin, xói mòn giá trị, tha hóa con người trong cơn bão của tiền bạc và quyền lực.

Nhưng điều khác biệt là văn học Hungary đã sinh ra một tiếng nói như Krasznahorkai, còn văn học Việt Nam — vẫn chưa.

Không phải Việt Nam không có nỗi đau, mà là nỗi đau chưa được chuyển hóa thành ngôn ngữ triết học và nhân bản.

Không phải không có nhà văn tài năng, mà là chưa có ai dám bước đến tận cùng hỗn loạn của thời đại, để viết không riêng "về con người", mà **viết cho con người được nhìn lại chính mình.**

Chúng ta vẫn đang viết nhiều về "hiện thực xã hội", "thân phận con người", "nỗi đau chiến tranh", nhưng phần lớn chỉ dừng lại ở sự mô tả hiện tượng, chứ chưa chạm vào căn nguyên tinh thần của bi kịch hiện sinh.

Chúng ta vẫn có thơ, có tiểu thuyết, có truyện ngắn, nhưng hiếm thấy những văn bản dám phơi bày sự sụp đổ của tâm thức Việt hiện đại — một tâm thức đang mất gốc giữa truyền thống và toàn cầu hóa, giữa lý tưởng và hư danh, giữa tôn giáo và niềm tin bị xói mòn.

Vậy thì — Điều gì cho thấy văn học Việt cũng có tiềm năng trở thành văn học "về con người trong thời đại hỗn độn"?

Câu trả lời, có lẽ, nằm ở chính sự hỗn độn mà ta đang sống. Bởi hỗn độn là điều kiện của thức tỉnh. Cũng như Krasznahorkai tìm ra thi ca trong đổ nát của châu Âu, văn học Việt chỉ thật sự trỗi dậy khi dám nhìn thẳng vào bóng tối của chính mình: tha hóa đạo đức, băng hoại niềm tin, sự sụp đổ của giáo dục và ngôn ngữ.

Chúng ta cần một thế hệ nhà văn không chỉ kể chuyện, mà đặt lại ý nghĩa hiện hữu của con người trong thế kỷ XXI. Một nền văn học không chỉ làm đẹp, mà làm tỉnh. Một tiếng nói không chỉ than thở, mà cứu chuộc.

Và có lẽ, câu hỏi không còn là "Việt Nam có thể có một Krasznahorkai hay không?", mà là chúng ta có dám viết như thể sự tồn tại của mình phụ thuộc vào văn học hay không?

Uyên Nguyên
Ngày 09 tháng 10 năm 2025

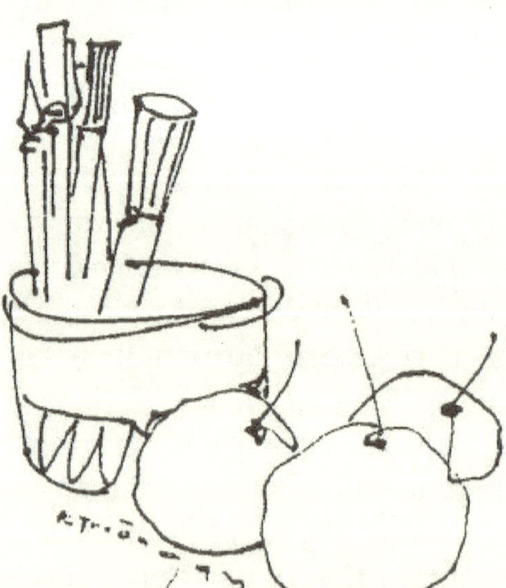

TM

LƯU VĂN VỊNH

TỪ BÃI TẮM KHỎA THÂN
ĐẾN CHIẾC GIƯỜNG CỦA CHU MẠNH TRINH

Bà cụ gần 80 tuổi vừa đón chúng tôi vào nhà vừa nói: Khi nào các cậu chán Mỹ, chán Sài Gòn, Hà Nội thì về đây, vùng chúng tôi có câu: *muốn sống lâu về Khoái Châu mà ở...*

Khoái Châu cách Hà Nội không xa, chỉ mười mấy hai mươi cây số, đi theo đường đê Gia Lâm nay đã trải nhựa khá tốt và vắng xe, hơn nửa tiếng đã tới. Mỗi lần về thăm mảnh đất văn minh sông Hồng này, tôi lại thấy huyết mạch rợn lên như địa chấn, lại ngửi thấy mùi đất mùi lá, mùi gió quyền quyện hương hồn cổ nhân... Sáng nay, một buổi sáng trong veo tháng mười, từ Thăng Long về Khoái Châu, ước ao bao năm về thăm bãi Tự Nhiên của Chử Đồng Tử, đầm Dạ Trạch của Triệu Việt Vương mãi hôm nay cơ duyên mới thành.

Khoái Châu, Hưng Yên nằm phía Đông Hà Thành, hướng ra biển chính là Phố Hiến thương cảng sầm uất năm xưa, thứ nhất Kinh kỳ, thứ nhì phố Hiến... Hưng Yên, quê bạn tôi, ăm ắp chiều dày lịch sử, tôi theo về thăm, là thăm một góc Việt sử giấu kín trong hành trang phiêu bạc của một đứa con sông Hồng.

Gia tộc bạn tôi hẳn đã sinh trưởng nơi đây, Phú Thị-Khoái Châu nhiều đời, tôi chợt nhận ra trên những gương mặt nhăn nheo kia, những bà cụ răng đen ăn trầu... chính là truyền nhân Văn Lang Giao Chỉ còn lại, vững chắc như rễ cây trên mảnh đất Khoái Châu, chẳng có phong ba bão táp nào làm bật đi được... Những đứa em trai, như chúng tôi, những cánh chim Lạc có bay đi tứ xứ thì khi trời quang mây tạnh, lại bay về, tụ tập trên mảnh đất tổ, lại ríu rít quanh nương đồng, đôi mắt lấp láy cùng nắng vàng xuyên lũy tre xanh.

Dọc sông Hồng tới tỉnh Hưng Yên, tôi chăm chú nhìn những khóm tre và ao đầm hai bên bờ. Đúng đây là nơi Dạ Trạch Vương Triệu Quang Phục thế kỷ thứ VI (548) có thể đóng quân giữa đồng lầy cỏ cao, cầm cự với quân nhà Lương, đây cũng là địa hình Ngô Quyền chọn làm căn cứ đóng quân luyện binh để đánh quân xâm lăng, loại gỗ quý rừng cây Kê Lạc, cứng và thẳng, chịu nước, đã được dùng làm cọc nhọn đóng xuống lòng sông Bạch Đằng phá tan quân Hoàng Tháo nhà Nam Hán (938) mở đầu thời đại tự chủ nước Việt. Cho nên, vùng Hưng Yên và Hải Phòng, quanh vòng cung sông nước Bạch Đằng Giang, đã dựng nhiều đền thờ Ngô Vương Quyền, riêng huyện Tiên Lữ có tới ba đền, đền Vương ở Kê Lạc theo truyền thuyết còn táng cả mộ tổ Ngô Quyền trước đền.

Tới thế kỷ 17, Hưng Yên phồn thịnh nhờ mở cảng buôn bán với Tàu, Hòa Lan, Nhật Bản, Thái Lan. Đời Trịnh Tráng (1637), mọc lên 2000 nóc nhà sầm uất thứ nhất kinh kỳ thứ nhì Phố Hiến. Nếu tính theo địa dư, trung bình mỗi thế kỷ phù sa sông Hồng, sông Thái Bình bồi ra biển 12 km, thì cách đây 4 thế kỷ, hẳn Hưng Yên Phố Hiến rất gần biển, một cảng thuận tiện cho tàu bè lui tới, là đường sông vào Thăng Long, đến nỗi thế kỷ XIV, năm 1389, Chế Bồng Nga đã kéo cả trăm chiến thuyền theo đường sông uy hiếp Thăng Long, chính nơi đây, trên sông Luộc, Tiên Lữ, Trần Khát Chân đã bắn chết Chế Bồng Nga, trừ được họa Chiêm Thành cho Đại Việt.

Bây giờ Phố Hiến đã tiêu điều, còn lại một ngôi chùa Tàu và một cây nhãn rất lớn, gọi là cây nhãn Tổ, hai dấu tích hiếm hoi thời huy hoàng thịnh vượng ba bốn trăm năm trước.

*

Bên kia sông Hồng, xa xa, bãi Tự Nhiên trong sương mờ, ẩn giấu một chuyện tình bất hủ, giữa nàng công chúa Tiên Dung, con vua Hùng Vương thứ III, và chàng Chử Đồng Tử, không có nổi chiếc khố. Nàng công chúa đẹp, dung nhan như Tiên nữ, gặp chàng trai niên thiếu-(đồng tử), ở bến sông (Chử nguyên nghĩa là bến)... Chắc hẳn nàng xuôi dòng sông Hồng từ Việt Trì ra biển hóng gió, nằm hớ hênh trên bãi cát, rồi tình cờ gần gũi cậu đồng tử bến sông đang cởi truồng mò cua bắt ốc đánh cá... Chàng và nàng đang tuổi dậy thì, theo lẽ tự nhiên, bản năng tuổi trẻ, "*quan quan thư cưu, tại Hồng hà Khoái Châu, yểu điệu công chúa, đồng tử hảo cầu...*"

Chử lấy tên làng Chử Xá, huyện Văn Giang, tỉnh Hưng Yên bây giờ, Đồng Tử chỉ người mang tâm hồn trong trắng hồn nhiên (như nhi đồng), đấy cũng là xích tử chi tâm của Mạnh Tử (tâm hồn trẻ sơ sinh), là tâm thanh khiết theo Kinh Thánh Thiên Chúa Giáo "*bienheureux ceux qui ont le coeur pur car ils verront Dieu*" (Mathieu) như học giả Nguyễn Đăng Thục đã giải bày trong tập Tư Tưởng VN.

Chuyện xảy ra từ đời Hùng Vương thứ III: cha con họ Chử (hay Sử) nhà bị cháy, hết sạch của cải chỉ còn một chiếc khố chia nhau mặc. Khi người cha, Chử Cù Vân chết, dặn con hãy chôn mình trần truồng, để chiếc khố độc nhất lại cho con mặc, nhưng người con thương cha không nỡ, nên chôn khố theo, còn mình chịu ở truồng, ngày thì trốn tránh dưới cát, dưới sông chờ thuyền buôn qua lại ăn xin hay câu cá ven sông mà sống.

Tình cờ một hôm công chúa Tiên Dung con vua Hùng và đoàn thuyền tuần du đến bến Chử Xá, thấy phong cảnh tươi đẹp liền ghé bãi giăng màn cởi xiêm áo mà tắm, lúc giội nước cát trôi đi mới thấy Chử Đồng Tử nằm trốn trần truồng dưới lớp cát trong bãi lau sậy! Công chúa cho là kỳ duyên bèn cho họ Chử mặc quần áo rồi vời xuống thuyền yến tiệc. Sau đó hai người thành vợ chồng mặc dù vua Hùng không ưng thuận, vì thế công chúa Tiên Dung và Chử Đồng Tử chọn ở lại Chử Xá cùng nhau buôn bán làm ăn.

Chẳng bao lâu, cả vùng ven biển sầm uất, cả ngàn năm trước Phố Hiến, khách buôn ngoại quốc qua lại coi Tiên Dung là chủ xóm làng. Một người lái buôn rủ Chử Đồng Tử đi ra bể xa buôn đồ quý, chỉ một năm tất lời bội phần. Chử Đồng Tử nghe lời mang chút của cải ra biển Đông đi buôn, đến núi Quỳnh Lãng (phải chăng vùng núi nhấp nhô Hạ Long?) neo thuyền, ghé lên am nhỏ gặp một nhà sư trẻ tên Phật Quang, sư thấy Đồng Tử tiên phong đạo cốt nên bảo Chử Đồng Tử ở lại học đạo. Hơn một năm sau, trước khi trở về đất liền, đạo sư trao cho Chử Đồng Tử một cây gậy và một cái nón có phép thần thông. Chử Đồng Tử đem đạo pháp về dạy Tiên Dung rồi cả hai vợ chồng bỏ việc buôn bán đi tu. Một hôm đi đã xa, trời tối mà không thấy dân cư, Chử Đồng Tử mới chống gậy và che cái nón để dừng chân tạm nghỉ. Canh ba đêm ấy, bỗng nhiên chỗ cắm gậy hiện ra thành quách lầu ngọc, đủ hàng văn võ thị nữ tiểu đồng như một tiểu quốc, dân chúng quanh vùng kinh ngạc tấp nập tới dâng cúng! Vua Hùng nghe tin, tưởng là con làm loạn bèn sai quân tướng tới đánh. Tiên Dung cười nói: *"Việc này tự trời xui nên, không phải tại ta làm, sống chết đã có trời, ta đâu dám chống lại cha!"* Khi quan quân tiến đến bờ sông, đóng trại ở châu Tự Nhiên (sau là Khoái Châu phủ), chưa kịp sang sông thì nửa đêm hôm ấy giông bão nổi lên, cả thành quách điện đài người vật của vợ chồng Tiên Dung Đồng Tử bay mất lên trời, chỉ còn lại bãi đất không giữa đầm lầy mà thôi. Bãi ấy gọi là bãi Tự Nhiên và đầm ấy gọi là đầm Nhất Dạ (một đêm).

Trong bốn vị Tứ Bất Tử, Chử Đồng Tử, Phù Đổng Thiên Vương, Tản Viên Sơn Thánh, Liễu Hạnh Thánh Mẫu, thì Chử Đồng Tử xuất hiện từ đời Hùng Vương thứ III, xưa nhất.

Cũng chính tại bãi Tự Nhiên này, còn gọi là bãi Mạn Trù, vua Trần Nhân Tông và Trần Bình Trọng đã đánh quân Mông Cổ, và tới thời Minh thuộc thế kỷ XV, hẳn sự hiển linh của Chử Đồng Tử đã được chiêm nghiệm như một vị Thánh Bất Tử phò dân cứu nước nên Nguyễn Trãi cũng đã tới đền Đa Hòa này cầu mộng, bài văn cầu mộng dài của Nguyễn Trãi hiện còn được sao chép treo tại đền.

Hơn hai ngàn năm, bãi Tự Nhiên vẫn an nhiên bên kia sông Hồng, đền Chử Đồng Tử và Tiên Dung còn đây, còn thờ cả cây gậy và chiếc nón, thờ cả Tây Cung, cả ông bố Chử Cù Vân và bà mẹ thánh là Bùi thị Gia! Thờ ba vị, sao lại an tới sáu pho tượng? Ba pho trong, ba pho ngoài. Một chi tiết lịch sử tình cờ lại nằm ở ngôi đền đất Khoái Châu này: nguyên ủy là thời 1786-87 khi Nguyễn Hữu Chỉnh nắm quyền Bắc hà, tiền bạc châu báu triều đình đã khánh kiệt là vì quân thảo khấu Tây Sơn Nguyễn Huệ đã cướp vàng bạc vua Lê chúa Trịnh, chở nặng cả 60 chiến thuyền vào Nam, nên Chỉnh đã ra lệnh thu tượng đồng các chùa chiền đền đài mang nấu ra đúc tiền, khi lấy 3 pho tượng đền Chử Đồng Tử thì lạ thay nấu mãi đồng đen không chảy, quan quân cả sợ thánh Bất Tử thiêng liêng hiển linh, bèn khênh cả ba pho về trả lại đền, khi ấy dân chúng Khoái Châu đã đúc ba pho tượng thay thế, thành thử đền có tới 6 pho, ba pho rất cổ, và ba pho mới làm thời Trịnh mạt.

Ngôi đền Chử Đồng Tử bề thế quy mô, mặt tiền nhìn thẳng ra bãi Tự Nhiên sông Hồng, cổng vào khang trang với hai hàng cây cao như một công viên. Thì ra đây là công trình tu tạo xây dựng của một danh sĩ địa phương, có đầu óc nghệ thuật, tiến sĩ Chu Mạnh Trinh (1862-1905), tác giả Thanh Tâm Tài Nhân Thi Tập, Hương Sơn Phong Cảnh Ca, Hương Sơn Nhật trình ca, ông từng làm quan Án sát, đậu Tiến sĩ đời Thành Thái 1892, từng lấy thú tiêu dao du ngoạn làm cảm hứng:

Bầu Trời, cảnh Bụt
Thú Hương sơn ao ước bấy lâu nay
Kìa non non nước nước mây mây...

Nhìn nét mặt nho nhã qua bức hình truyền thần trên bàn thờ họ Chu, đặt gần chánh điện, mới thấy tấm lòng của người xưa, thấy sự gắn bó của bao thế hệ qua sợi dây huyết mạch Văn Lang, hơn trăm năm xưa, có những người như Chu Mạnh Trinh trân trọng ghi nhớ truyền thống hai ngàn năm trước, thì nay, trên sân đền này, những đứa con của đất mẹ lững thững dưới tàn cây, đang dẫm trên những vết chân ngào nghẹn hương khói người xưa.

Cơm trưa no nê, được nếm món bánh khúc đặc sản của quê hương Phú Thị, lá khúc thật, mỗi chiếc to bằng ba bốn chiếc bánh thường, tôi nằm dài trên sập gian trái, cạnh bàn thờ Tiến sĩ Đặng Khanh (1511 ?) tức Từ công Đặng Sĩ Tiến, nhắm mắt không phải để ngủ mà để lòng mình trôi về dăm trăm năm trước... Đây, trên mảnh đất đầm lầy Dạ Trạch còn loang loáng những chiếc ao, dài dọc ven đê còn bao khóm tre nứa hàng hàng thách đố thời gian, nếu đi lên ít nữa, tới huyện Đông Yên, có thể nhìn thấy cửa Hàm Tử nơi Trần Quang Khải từng bắt giặc Hồ:

Đoạt sáo Chương Dương độ
Cầm Hồ Hàm Tử Quan
Thái bình tu nỗ lực
Vạn cổ thử giang san.

Sau buổi nghỉ trưa, thời gian ở xứ nóng không đo bằng đồng hồ mà đo bằng lòng người, muốn nghỉ là nghỉ, muốn ngơi là ngơi, muốn đi muốn nằm tùy hỉ. Đấy là văn hóa nông nghiệp theo mùa màng thời tiết, trăng tròn giã gạo, trăng khuyết vào bếp luộc khoai, thú an nhiên tự tại, không câu thúc hệ thống, lạc thú nhân sinh quả là sự giản dị mà văn minh cơ giới kỹ thuật khó mang lại được.

Vào chùa làng, đang tu bổ, cách tư gia tiến sĩ họ Chu không xa, tư gia đã bị phá phách trong tao loạn từ lâu, nhưng vẫn còn lại chiếc giường của quan Tiến sĩ và chiếc giường nhỏ, gỗ lim gỗ gụ vuông vức ấy, sau cả trăm năm, nằm lạnh lẽo nhẫn nhục ở góc chùa. Cổ nhân nói từ cái quạt, cái ghế, cái giường... đều có vận số của nó, nhất là chiếc giường ngủ là vật thể giữ hơi hướm của chủ nhân nhiều nhất. Trên chiếc giường này, một danh nhân đã nằm, đã vắt tay lên trán trầm tư mơ màng gọt giũa từng câu thơ, đã trằn trọc giữa thời Nho mạt, đã ôm gối mây thả hồn về thiên cổ với Chử Đồng Tử - Tiên Dung, đã nằm co nhìn hình hài không có có không của chính mình. Thế thì, nếu làm một cái test DNA không chừng những thớ gỗ đóng giường này còn đậm quánh hồn phách người xưa, những thớ gỗ mang khí sắc tinh anh có thể hóa thành tinh, mộc tinh, toát ra khí lực huyền kỳ linh ảo... Chuyện kể rằng thời buổi tao loạn mạt pháp, một chú sâu bọ lên làm người cả gan lấy chiếc giường của bậc chính nhân quân tử về nhà nằm, lạ thay, suốt sáu năm ròng, cả hai vợ chồng đều đau ốm bệnh tật liên miên, đêm nằm ngủ không yên, lâu lâu trong cơn ác mộng lại thấy một vạt áo the xanh đánh vào ngực giữa sảnh đường quan Án... Một ngọn bút tre từ trời xanh xổ xuống như ra lệnh xoay đầu giường về cổng Bồ Tát. Hai vợ chồng tên ngạ quỷ tân thời sợ quá, bèn khênh chiếc giường của quan Án Chu, vừa khênh vừa đọc kinh sám hối, cung kính đặt vào chùa làng. Cho hay, vật đổi sao dời, nhưng quỷ lý vẫn thua thiên lý, và nỗi thăng trầm oan oán trùng trùng cõi thế vẫn không ra khỏi bàn tay Trời Phật siêu linh.

Khi chúng tôi vào thăm chùa bất chợt thì lại thấy một chú

trạc trung niên đang nằm ngủ trên chiếc giường cổ nổi trôi theo vận nước này, chú tung chăn dậy, lúng túng chữa thẹn:- *"Chúng cháu định sơn lại chiếc giường này đấy ạ* !!, nghe vậy tôi vội cản *"ấy chết, đồ cổ thì phải giữ nguyên mới quý, ai lại mang sơn phết đánh bóng lại.* Riêng mộ Tiến sĩ Chu Mạnh Trinh thì thời kách mệnh 1945 đã bị bọn ma cáo đào lên tìm kiếm vàng bạc đồ quý, xác bị mất cho tới nay con cháu cố tìm kiếm vẫn không thấy!

oOo

Vùng này thoáng đạt lồng lộng gió sông gió biển, đất Khoái đã từng đón nhận cả thuyền tỵ nạn nhà Tống chạy giặc Mông Cổ, một giám quan của Dương Quý Phi giai nhân lừng danh kim cổ đã lập nên thôn Hoa Dương-Hoa tức Trung Hoa, Dương là Dương Quý Phi, dựng đền thờ Quý Phi cầu đảo rất linh nghiệm, sau đổi thành thôn Hương Dương ở huyện Kim Động. Xứ sen trắng nhãn lồng này cũng chính là đất tổ nghề hát Ả đào Đào xá, Đào nương, xênh phách nhộn nhịp cao tít cung mây. Đời Tiền Lê, nơi đây mang tên phủ Thái Bình, là trấn nhiệm của Lê Long Đĩnh, con thứ năm vua Lê Đại Hành, nhưng, sau Lê Long Đĩnh trác táng quá độ, trở thành Lê Ngọa Triều, phải nằm trên giường thiết triều suốt 4 năm làm vua, không chừng đất Khoái Châu hưởng lạc này đã có ảnh hưởng sâu đậm tới vị vua playboy đầu tiên của Việt Nam, chẳng khác gì ông vua Caligula của La Mã thời xưa!

Từ mối tình của Tiên Dung Đồng Tử với bãi tắm khỏa thân Tự Nhiên -*nude beach*- đầu tiên của thế giới, đến hồn phách Dương Quý Phi từng chọn bến này làm nơi linh hiển, thế thì đất Khoái Châu khoái lạc *épicurien* này quả rất xứng làm điểm hội tụ lạc thú trần gian. Tôi nhớ mãi câu nói của các cụ nơi đây:

Muốn sống lâu, về Khoái Châu mà ở...

Vâng, trình làng nước, không kiếp này thì kiếp sau, cộng nghiệp dân Lạc Việt vẫn cứ quanh quẩn cái nôi delta sông Hồng, cả ngàn năm có mấy ai đầu thai thành Chàm, thành Miên, thành Da Đỏ bao giờ!

Lưu Văn Vịnh

LÊ CHIỀU GIANG

TIẾNG CỦA ĐÊM THÂU

“... Ôi những đêm,
Những đêm *dài*
Khóc. Một mình
lẻ loi...”
[ThanhTâmTuyền / nhạc Cung Tiến]

Mười hai giờ đêm, giữa mất đi của một ngày cũ, đêm vẫn không cần vội sáng để đón chào một bình minh mới.

Apartment tôi vừa dọn vào bữa nay, căn phòng dù nhỏ xíu vẫn chưa thu xếp kịp cho ngăn nắp gọn gàng. Tôi không thể ngủ với mọi thứ lung tung, chẳng đâu vào đâu như một cửa hàng garage sale bừa bãi.

Tôi sắp đặt, tôi thu dọn trong mỏi mệt và trong sự im lắng của đêm khuya.

Chợt có tiếng hét la thất thanh, làm tôi phải vội vàng đóng ngay cửa sổ. Đêm, như có thêm sự hãi hùng bởi những âm vang nhọn, sắc, và cao vút. Tiếng gào làm tôi hình dung ra những điều chắc phải ghê gớm lắm, đang xảy ra.

Rón rén, nép sát vô màn cửa lén nhìn. Tôi giật mình.

Cô lăn lộn khóc trước căn nhà cửa đóng then gài. Đêm tối tăm không chút chở che, không làm thấp giọng lời ai oán. Tôi lắng nghe, và chắc là nguyên cả khu phố đã hiểu ra hết chuyện gì... Dù chẳng có bóng ai tò mò, lảng vảng quanh đó.

USA, đất nước của những mở tung và cũng là nơi mà mọi thứ đều bí mật, khép kín... Khép kín và tung mở. Thiên hạ cứ tự do, tha hồ chọn lựa mọi chi tiết, rồi gom góp lại, thiếu đủ gì cũng được, miễn là vừa vặn cho một truyện dài đầy hồi hộp và gay cấn.

Nhưng đâu còn ai cần phải tưởng tượng, khi đang lén nhìn và đã nghe ra hết mọi thứ, mọi điều? Chuyện lê thê kéo dài, cô đang ngân đang nga với bao lời kể lể.

Cánh cửa vẫn không ai mở, dù cô đã khan hơi réo gọi. Cô gọi mãi một cái tên đến cả trăm lần. Phải có một trái tim sắt đá, một tảng tuyết băng khổng lồ chặn ngay trước cánh cửa... người tên George nào đó mới nỡ dửng dưng.

Tiếng khóc lẻ loi và bi thảm nhất, luôn là những giọt nước mắt cho lứa đôi. Khi đổ vỡ, lúc chia lìa.

Và như chẳng còn đâu sức lực, cô quỳ rục rã dưới thềm gạch. Tiếng cô nỉ non rên rỉ, xin được vô lại căn nhà mà người bên trong nhất quyết không ai mở. Hai giờ sáng, gió lay động xôn xao trên những lá cây, cho tôi biết ngoài trời se sắt lạnh. Trước khi tôi kịp mang ra cho cô áo ấm, xe Cảnh sát đã đến. Cô vẫy vùng, phản kháng và la khóc nhiều hơn. Cô không phạm lỗi gì, ngoại trừ người đàn ông tên George đã sống với cô suốt 5 năm, đêm nay chợt đổi ý.

Cái tội "đổi ý" trong yêu đương, "tội" này lúc nào cũng được giảm khinh và luôn luôn được tha bổng.

Nhà khóa trái, với mối nhân duyên chắc đã từng hạnh phúc. Hạnh phúc của hôm qua, của tuần trước hay của những năm xưa?... Đêm nay, nhân duyên nằm sõng soài, nằm khóc thảm thương bên ngoài khung cửa không ai muốn mở.

Tôi hình dung ra hình ảnh tiều tụy, bơ phờ của cô gái sáng hôm sau. Chỉ sáng mai thôi, cô sẽ bước thấp bước cao, rời Ty Cảnh Sát.
Cô sẽ bước những bước chân hoang mang với khóc, với cười, và cả với ngả nghiêng... Những bước ngắn dài, cô sẽ còn liên miên bước, vẫn phải tiếp theo cho một trang đời nhiều thay đổi.

Tiếng khóc oằn oại của đêm qua rồi sẽ được quên đi, cũng sẽ không còn ai nhớ đến và sẽ chẳng để lại chút vết tích gì, bên ngoài khung cửa khép.

Hình ảnh cô gái nhỏ rên siết những lời ai oán, nằm khóc lạc loài trước cánh cửa lạnh lùng đến dễ sợ của đêm xưa, tôi đã chẳng bao giờ quên.

oOo

Nhưng não nùng hơn thế, phải chăng là những nín câm? Những réo rắt thở than đã không còn ra lời, thành tiếng của Camille.

Khóc lẻ loi, khóc một mình.

Trong một đêm tối tăm, tóc xổ rối tung, Camille Claudel điên cuồng đập phá hết những tuyệt phẩm điêu khắc được trưng bày trong Studio của cô. Những tác phẩm cô đã sáng tác, đã nâng niu suốt bao tháng năm dài. Tiếng vỡ nát, tiếng vãi rơi tung tóe của những mảnh tượng thạch cao trong sự tĩnh lặng của đêm khuya, chính là tiếng gào của mối tình đẹp nhưng vô vọng với Auguste Rodin, một Điêu khắc gia, một vị thầy của Camille.

Âm thanh giòn khô và đục câm, là tiếng đổ vỡ từ linh hồn của những pho tượng, với trí giác cũng biết yêu đương, biết vật vã cùng say đắm. Và trên hết mọi điều, tôi cảm nhận ra, âm vang của những bức tượng đang rào rào rơi vỡ đó, chính là tiếng khóc hờn oán của Camille; tiếng gào thét trong tận cùng đớn đau và tuyệt vọng. Tiếng khóc của lặng câm, tiếng khóc không thoát ra từ đôi môi mà một thời đã từng chìm đắm cùng August Rodin.

Ai có đủ can đảm tự phá hủy máu và xương, ruồng bỏ những tuyệt phẩm của chính mình? Những nhân vật tưởng như vô tri, nhưng đã cùng Camille hân hoan và hạnh phúc; đã đắng cay và cùng điên đảo... Rồi khi chính tác giả tự mình đập phá cho nát tan, cho mất đi hết những dấu tích. Camille đã ráo hoảnh, đã dõng dạc thét ra lời cáo chung với cõi đời.

Qua một cuộc tình tay ba cháy bỏng, Carmille và Rodin Yêu như điên, yêu sống yêu chết, nhưng cuối cùng đã chỉ như là... Nước lã ra sông.

Đoạn kết của film, hình ảnh Camille ngồi một mình, câm nín với mắt nhìn chăm chăm, dài dại.

Ánh mắt vô hồn như không thấy gì, như chẳng thấy ai.

Camille và niềm tuyệt vọng, ngồi lặng lẽ trước thềm bệnh viện tâm thần, trong ánh nắng nhạt của một chiều tàn sắp tối.

Tôi buồn bã kêu thương cùng ngôi nhà có cửa khóa kín.

Tôi bàng hoàng với bóng Camille ngồi âm thầm, thinh lặng trước bệnh viện tâm thần ở Paris.

Nhưng tôi hiểu ra rằng, ngày mai dù có chết vẫn chẳng bao giờ có ai lại từ khước một dấu yêu.

Lê Chiều Giang

+ "Camille Claudel" *movie is based on a true story.*

NGUYỄN HOÀN NGUYÊN

VÀI CẢM NHẬN TUYỂN THƠ VĂN "MƯA & EM" CỦA LÊ MINH HIỀN

Có phải là tình cờ? Khi tôi bắt đầu những dòng chữ đầu tiên về tuyển thơ văn MƯA & EM của Lê Minh Hiền, bên ngoài trời bắt đầu đổ mưa. Mưa tầm tã cả ngày và đêm.

Tôi đã được đọc thơ của Lê Minh Hiền ở nhiều diễn đàn khác nhau trước khi đọc tuyển thơ văn này. Đã có trước một vài ý tưởng về thơ của tác giả. Khi đọc tuyển thơ văn dày 420 trang, được chia làm nhiều phần: Thơ, Thơ Chuyển Ngữ, Song Ngữ, Haiku, Truyện Ngắn và Tản Văn, mới thấy có nhiều điều để viết hơn là mình đã nghĩ. Tuy nhiên, phần Thơ với các sáng tác của Lê Minh Hiền ở nhiều thể loại khác nhau chiếm khoảng 330 trang so với các phần còn lại. Do đó bài cảm nhận này phần lớn chú trọng vào sáng tác thơ và nhà thơ.

Nỗi buồn vong thân từ tiền kiếp nào đi về với cơn mưa vẫn rơi bình thường tưởng chừng như vô cảm. Trong Thư Đầu Sách của Tuyển Thơ Văn MƯA & EM, nhà thơ Luân Hoán đã viết: "Những ai từng làm thơ không viết về mưa. Thử xem Lê Minh Hiền gõ tiếng mưa như thế nào, đương nhiên không cần phải tả cảnh.

Mời đọc:
Mưa
ngàn năm về qua phố quận
Em
trăm năm về qua đời ta
Ta
.
nửa đêm thức giấc nghe mưa rớt
thân ở trời tây thấy chớp nhoáng chợt phương đông

Có khác với Nguyễn Vỹ, Nguyễn Bính, Hà Nguyên Thạch, Trần Vấn Lệ... Cái khác của anh ở đây, là anh nhận thức rằng "mưa vô cảm", và sự chọn lựa chữ sắp dòng thành câu:

Ta
hồn như trinh nữ xuân xanh xót
cũ càng khe mộng gánh giang hà trót vấn vương...
(Mưa & Em – 2016)
là rất thơ...
...
(Thư Đầu Sách – Luân Hoán)"

Những cơn mưa nhẹ rơi, mưa đêm, mưa làm nhòe nước mắt, mưa xối xả... trải dài trong tập tuyển còn mang các ẩn dụ khác nhau:
- Mưa hay mùa mưa như báo hiệu thời điểm có những quyết định liên hệ đến khúc quanh của cuộc đời tác giả và những người thân:

Đã vậy, tôi ra đời vào giữa mùa mưa... Những mốc sự kiện của đời tôi luôn xảy ra vào mùa mưa, đúng 40 tuổi đời, sau một đêm buồn nẫu ruột trong phòng riêng của mình share với một gia đình nọ, sáng hôm sau tôi đi mua vé máy bay về Việt Nam quyết tâm việc lập gia đình...
(Thay lời ngỏ: *Xóm Cổng Quê Ngoại Còn Đó Mà Đã Mù Sa)*

Thằng em út Lê Minh Huy tuổi Dần học giỏi, là lớp phó học tập, đã mất vào năm tuổi, năm 12 tuổi, vì tai nạn mưa lụt sạt lở bờ con mương trước nhà!...
*(*Tản văn *Những Ngày Tết Ở Bình Định Quê Tôi).*

- Mưa xối xả gợi cảm giác hãi hùng thời tiền sử, hồng hoang:
... mưa! mưa! mưa!

mưa đang rơi trên freeway
mưa xối xả đập vào mặt kính xe
cái gạt nước hối hả như quả lắc thời gian
hiện ra lạc lõng tôi bên vô lăng
vẫn còn nguyên cảm giác hãi hùng thời hồng hoang
(Mưa Trên Freeway)

- Mưa như nhân chứng của những chuyển dịch, đổi thay, vô thường:

Hôm qua, buổi sáng, mưa tầm tã. Nước mưa từ mái tranh rơi xuống nền đất xói một đường rãnh nhỏ và dài. Những bong bóng nước nổi lên rồi vỡ tan. Màu nước mưa thấm qua mái rạ có màu vàng sẫm. Thằng nhỏ nhìn hoài không chán.

Hôm nay, buổi sáng, trời đổ mưa như trút nước. Bố chở hai con gái nhỏ trong chiếc Carolla. Mặt đường trước cửa trường ngập lụt. Xe như đi trong biển nước. Hai đứa nhỏ nhìn hoài không chán.
Từ hôm qua đến hôm nay, 50 năm đã trôi qua. Thằng nhỏ là ông Bố.
(Life - Truyện ngắn 100 chữ trên VIETWEEKLY, California, 2010*)*

- Mưa như niềm an ủi, cuốn trôi những buồn phiền nhọc nhằn để mang đến sự bình an:

sau cơn mưa vừa ngớt
đêm yên bình
và lòng cũng bình yên
(Mưa Trên Freeway)

Tôi lại ngâm nga tiếp bản nhạc bị gián đoạn vì cú phone của bà bác già lúc cơn mưa nặng hạt "... Xin hãy cho mưa qua miền đất rộng. Ngày sau sỏi đá cũng cần có nhau...".
Một ngày đang trôi qua bình an.
*(*Tản văn *Ngày Sau Sỏi Đá Cũng Cần Có Nhau).*

- Mưa như biểu tượng của chung thủy. Và cũng thể hiện sự cô đơn của nhà thơ sau khi lập gia đình, cuối cùng vẫn sống một mình. Không, vẫn sống với thơ:

Mưa
vẫn ngàn năm chung thủy
em
vẫn khởi sự như mơ
ta
vẫn cô đơn màu dang dở
tan rồi đời vẫn trên dòng thơ dáng huyền
(Mưa & Em – 2021)

Hầu hết các sáng tác thơ và văn của Lê Minh Hiền trong tập tuyển đều có chủ đề Tình Yêu. Tác giả cùng Em đi qua những cơn mưa trong cuộc tình và trong cuộc đời. Hãy nghe nhà thơ nói về dòng thơ của chính mình: *"Trong mười năm qua, dòng thơ tôi, không tham, không sân, chỉ đầy ắp một hồn thơ si mê yêu thương..." (Xóm Cổng Quê Ngoại Còn Đó Mà Đã Mù Sa).*

Phố chiều thơm mùi gió biển xa
về rối tóc vờn bờ vai con gái
chút vô tình đôi mắt em khép nhẹ
ta suốt đời khờ dại tuổi đôi mươi.
(Em Qui Nhơn)

Và cũng như bao cuộc tình trải qua những cơn mưa thời gian:

Em biết không hồn anh mùa đã xế
màu thời gian đổ xuống cội hoa vàng
em con gái dậy thì thơm hương lạ
ngọt môi non xao động cõi người ta
xin một lần một lần mưa đừng tạnh
cho chiều nay còn kịp nụ hôn đầu
(Thèm Nụ Hôn Đầu)

Em biết không hồn anh giờ chín rục
nửa đêm nay rụng xuống cõi trăm năm
trên cỏ hồng mộng xa xưa nẫu ruột
mưa có qua hạt cũng khó nảy mầm
(Mưa Muộn)

Cụm từ ngu ngơ xuất hiện thường xuyên trong các bài thơ của Lê Minh Hiền. Ngu ngơ như biểu hiện của một tấm chân tình hồn nhiên; một "hồn giấy mới" không toan tính, không kinh nghiệm sống dày dạn; không cả tự phản tỉnh, tìm cách cởi bỏ những lớp vỏ bọc, những mặt nạ và phân tích tỉ mỉ về tình yêu của chính mình. Chỉ để cảm giác yêu tự nhiên tuôn trào, bùng vỡ:

Nhớ quá chừng
em
nóng hổi
ngọt thơm
anh
ôm trọn ngu ngơ
về thơ dại
(Tương Tư Thu)

vẫn ngày đi năm lại vô thường
thân qua phố thị hồn hoài ngu ngơ
mưa không tuổi mưa vô tư
em thì tiền kiếp trong giấc ngủ chiều tàn thu
(Mưa & Em – 2021)

Hồn nguyên sơ trăn trở phôi pha
cuối con đường vẫn bất chợt ngu ngơ
giọt long lanh đọng hoàng hoa mấy độ
nụ hườm non trái chín mọng sương mờ
(Em Qui Nhơn)

Tí nữa
khi cho xe lên freeway
trong tinh mơ sương mù đặc quánh vây quanh
mà ngỡ xe trôi đi trong trùng trùng mây trắng quanh vây
trong khi
đầu kia bến bờ biển xanh có cố quận
đang đi vào một đêm dài...
nơi có người, mình lỡ ngu ngơ thương
(Bài Thơ Tràng Giang Đầu Ngày)

Có những bài thơ với câu, chữ và hình tượng mới:

Nơi quán quen góc phố
café trong phin
café bị nén chặt
giọt tình yêu
không rơi xuống
nhưng những bài thơ tình
như những cơn mưa mây đầu hạ

vẫn rơi hoài bất chợt
dẫu đang cuối con đường
(Như Màu Café)

Và có những bài thơ với ngôn ngữ, hình tượng thơ cổ điển: phượng hoàng, ngô đồng, nhạc ngựa, mái hiên Tây, nghê thường, cố nhân, hồ trường... tạo thành không khí, không gian thơ rất khác biệt dù vẫn diễn đạt tình yêu:

Tây hiên đọng giọt sương mù
trà thơm lan tỏa nét thơ lụa là
tình đầu cát bụi mù xa
yêu ai tình cuối nghe ra vô thường
(Trường Thi Cồn Hoa Vàng)

Nhà thơ cũng không chú trọng lắm vào những quy tắc vần, khổ thơ và tạo một âm điệu riêng trong thơ của mình. Đây không hẳn là sự cách tân, mà là những chủ ý để thoát ra những khuôn khổ bó buộc cho tâm não mình được tự do:

Mùa Xuân xuống Cồn Hoa Vàng
thương ai từ độ nụ hườm nguyên sơ
buồn ơi xin vẫy tay chào
Nguyên Xuân khởi sự ngọt ngào Nguyên Thu
(Trường Thi Cồn Hoa Vàng)

Nhưng nhà thơ không dừng lại ở những cảm xúc vui buồn với những hình tượng đẹp thơ mộng, chất chở cảm xúc quen thuộc trong thơ trữ tình. Dòng thơ Lê Minh Hiền không chỉ đầy ắp một hồn thơ si mê, yêu thương, mà còn *"thăng hoa ở những bài thơ mang nỗi ám ảnh Freud chưa bao giờ thỏa mãn vì hợp mà tan, luôn đến rồi đi qua hình ảnh giai nhân mộng mị, nõn nà, non mộng của những cô gái đã và đang đi qua đời tôi tùy duyên..." (Xóm Cổng Quê Ngoại Còn Đó Mà Đã Mù Sa).*

Tháng chạp thơm môi non
thân thể em nguyên trinh
dòng dung nham cuống cuồng
khe nhỏ tràng giang trôi
xin một lần hoan lạc
biết đâu rồi chiêm bao
(Tháng Chạp Thơm Môi Non)

Không còn một ranh giới địa lý nào giữa anh và em
hai trong một
chúng mình tan vào nhau
vào sâu dần
nơi bất tận cùng
dòng phún thạch phun tràn
qua bờ nhỏ hoang khe
trăm năm cồn hoa vàng vừa nở một đóa vô ưu
(Trên Đỉnh Mùa Xuân)

Những ngôn từ trong thơ Bùi Giáng cũng xuất hiện trong nhiều bài thơ của Lê Minh Hiền: trút quần phong nhụy, tà huy bay, cố quận, tinh thể, phát tiết...

Nhưng những ngôn từ này không mang những nét thong dong phiêu bồng của đạo học Đông Phương hoặc bước nhảy lùi về uyên nguyên của triết học Tây Phương như trong thơ của Bùi thi sĩ. Trong dòng thơ tình của Lê Minh Hiền, nhà thơ trải lòng mình trên trang giấy, chân thật, những ngôn từ trên đã đầy cảm xúc, ám ảnh liêu trai lên cao độ, tận cùng bế tắc, bùng vỡ nơi những ẩn ức, ray rứt, nơi những giấc mơ trầm cảm:

Ta hoang mang em tinh ma hồ ly
dòng dung nham tràn qua bờ khe hoang
nào ngờ ai nguyên hình loài chồn tinh
linh hồn nằm chờ lai sinh trầm luân

.

Tà huy bay nghê thường xiêm y buông
em dày dày mông cong bờ vai thơm
em hồng hoang liêu trai vàng loang cồn
đầu đêm về mình giao hoan kinh hồn
(Đêm Mây Mưa)

Rõ ràng hiện hữu
một dòng tinh thể sôi sục
những tế bào rạo rực
gập ghềnh trôi...
khe nhỏ hồng hoang
em
khỏa thân
nghê thường
(Cời Tình)

Bên cạnh những cảm xúc thơ mộng, mật ngọt của tình yêu còn có đau khổ, phiền não, những khao khát, thèm muốn của dục tính, cái nhà thơ gọi nỗi ám ảnh của Freud chưa bao giờ thỏa mãn vì hợp mà tan như sự hợp lý của duyên khởi, cặp đôi nhị nguyên của nhân sinh, nếu cái này sinh thì cái kia sinh:

Ta sẽ còn tự mình thương tiếc mãi nghìn năm sau...
có phải có loài hồ ly liếc mắt đưa tình
và bàn tay năm ngón ngó sen thon ngoan lạ
chậm
trườn lần theo bờ mông cong cớn
trắng hồng
mân mê
mắt liếc
gọi mời
ngập ngừng nơi rừng nguyên sinh
những sợi đen sợi dài
đang gian ngoa chờ dòng phún thạch trầm tích bao năm
phút chốc vỡ bờ
tràn vào khe nhỏ hồng hoang
em,
vừa qua mùa lúa thì ngậm vàng hạt sữa
(Đêm Xuân Tuyệt Tận)

Dòng thơ bỗng đột nhiên thay đổi, khác biệt, lắng đọng. Thơ Haiku, Phần 2 của tuyển thơ văn MƯA & EM, nằm giữa phần thơ và các phần còn lại, gồm những bài thơ với các khổ thơ ba câu ngắn được nhà thơ diễn dịch lại các câu chuyện ý nhị, dí dỏm trong nhà Thiền từ quyển Góp Nhặt Cát Đá của dịch giả Đỗ Đình Đồng qua hình thức thơ Haiku. Vì *"mang nỗi ám ảnh Freud"*, có thể xem Phần 2 này của tuyển thơ văn MƯA & EM cùng vài bài thơ có Thiền vị trong Phần Thơ của Lê Minh Hiền là một nơi chốn thư giãn, buông xả, cởi bỏ những ràng buộc ái nhiễm tâm hồn, hơi thở vào ra nhẹ nhàng để nếm hương vị một tách trà thơm trước khi tiếp tục hành trình vào thế giới của những niệm tưởng, tình thức, cảm xúc.

Sư rót trà vào tách,
- Thưa Sư! Nước tràn tách! Tràn kìa!
- Phải! Đã tràn tách trà.

.

- Như ông tràn suy lý,
- Làm sao ta chỉ Thiền cho ông?

- Cạn tách trà ông đi.
(Một Tách Trà)

Thiền sinh gặp Gassan,
Mang theo bên mình cuốn Thánh Kinh
Đọc những lời Matthew.
.
- Thưa Sư! Sư có nghe!
- Như hoa Huệ thơm hương ngoài đồng.
- À! Giác ngộ! Giác ngộ!
.
- Thưa Sư! Sư có nghe!
- Xin sẽ được!... Hễ ai xin sẽ được!...
- À! Người có Phật tánh!
(Không Xa Phật Tánh)

Trong phần Thơ Chuyển Ngữ, Song Ngữ, hầu hết các nhà thơ được Lê Minh Hiền tuyển chọn, ngoài nhà thơ Tô Cách Lan Jackie Kay, hai nhà thơ Anh Katharine Towers và Carol Ann Duffy, đều là các nhà thơ tên tuổi ở các thế kỷ trước như William Shakespeare, Rabindranath Tagore, William Butler Yeats, John Keats, v.v...

Hãy đọc một đoạn thơ của thi sĩ R. Tagore, theo ông con người đến với thế giới này không phải để làm chủ nhân hay nô lệ, mà để làm một người tình cho người và cuộc đời. Đó cũng có thể là một Cõi Tình Yêu cho Lê Minh Hiền tìm về an trú:

Đôi mắt em nghi ngờ và buồn làm sao. Chúng dò tìm ý nghĩ anh như ánh trăng soi thấu đáy biển sâu. Anh đã phơi bày đời mình chân tơ kẽ tóc trước mắt em mà nào còn gì giấu giữ. Đến nỗi rút cuộc rồi ra em chẳng còn biết trời đất gì về anh.

Nếu đời anh chỉ là viên ngọc thạch, anh đã đập vỡ ra trăm muôn nghìn mảnh và xâu thành chuỗi quàng vào em trên tầng tháp cổ.

Nếu đời anh chỉ là một bông hoa tròn trĩnh bé nhỏ thơm ngọt, anh đã ngắt từng cánh hoa cày vào em tóc dài sợi vắn.
(The Gardener - Bài số 28 – Rabindranath Tagore)

Một đoạn thơ của Carol Ann Duffy dưới đây rất gần gũi với dòng thơ trữ tình của Lê Minh Hiền:

Chúng mình có tình yêu này, nỗi đau tương tác, vần điệu tràn đầy, dù có sai nơi, sai thời, là tặng phẩm ngọt ngào vòng tay, thiên chức của trái tim, những ngọn lửa để khởi dẫn năm mới, những ngày và đêm xa xăm trên biển đen bầu trời.

Môi em giờ là tuyết tan trên môi tôi, mát mẻ, thân mật, nụ hôn đầu đời, một lời thề nguyền. Thời gian trôi qua không gian vô tận, cho đến khi này chúng mình nơi đây.
(Năm Mới - New Year by Carol Ann Duffy)

Phần cuối Truyện Ngắn và Tản Văn của tuyển tập gồm 5 bài văn được viết từ nơi định cư (Stanton, California, Mỹ) về những kỷ niệm, hoài niệm ở quê nhà đã cho thấy trái tim của tác giả và tiết điệu thời gian đều gõ cùng nhịp ở bờ bên này và bên kia Thái Bình Dương.

Thơ của Lê Minh Hiền không chỉ nói về tình yêu, một số bài thơ viết về quê hương, về công án Thiền, Thầy Tuệ Sỹ, về hai cô con gái của nhà thơ, về quê hương thứ hai, về chiến tranh Ukraine, ... Là một người yêu thơ và sống với thơ, chân thành trang trải lòng mình trên trang giấy, phong cách và cõi thơ tình riêng biệt của Lê Minh Hiền vượt qua các lằn ranh giới, nối liền quá khứ và thực tại, ẩn ức và ý thức, thơ mộng và thèm khát, nỗi ám ảnh và sự yên bình, mộng mị và tình yêu. Nhà thơ đã đồng hành, vịn vào thơ để đi qua những cơn mưa trong ngày và đêm dài trên mặt đất.

Nguyễn Hoàn Nguyên
Holland, tháng 10-2025

LÊ MINH HIỀN

TỪ EM BƯỚC LẠC VÀO ĐỜI

Trả em tình đã ngày xưa
nghe trong thinh lặng... rơi... mưa! rơi đều
ngỡ ngàng lâu lắm tiếng yêu
ù ơ! buông ngã mùa chiều vàng tay
huyền đêm tỉnh thức hoang hoài
thôi về dưới mái hiên mây lắng sầu
dường như se lạnh vào thu
trở mình nhẩm tính những chiều bình yên
quan hà chén mộng ngả nghiêng
bốn ngàn năm gọi yêu thương tự tình
nửa đêm chớp bể mưa nguồn
còn nghe rung động sinh nguyên dại khờ

.

Từ em bước lạc vào đời
yêu người lận đận yêu người một mai
lá hoa cồn* tuổi ngu ngây
trùng dương mỏi cánh chim bay lạc đường
xứ người... thôi! đã quê hương
người xưa... thôi! đã chiều buông xuống chiều
khởi sự trầm tích thiên thu
hạ đi ơi phượng! tình đầu xưa xa
đưa em về đường vào khuya
trăng non phố huyện phôi pha mịt mù
mưa về trên ngọn sầu đâu
phượng xưa cổ tích mưa mau tiếc thầm

nụ hôn đầu nuối trăm năm
mưa mây tạnh vội tiếng đêm gọi buồn
tàn canh đứt khúc nghê thường
cời mùi tinh thể lụng là bên ai
mờ sương sương đọng mái tây
giai nhân khuất dạng tăm mây thuở nào
trở về ngày tháng hư hao
nhớ người xưa nhớ người đâu đây về

.

Từ em bước lạc ban sơ
bao lần lỡ nhịp cầu mơ mơ hồ
hồ trường quá chén đôi vò
tiền duyên xa lắc xa lơ kiếp nào
bước dần qua những hư hao
mai ra phố nhỏ ngọt ngào hoàng hoa
lỡ mai giũ áo mù sa**
đồi cây sương đọng có mà tiêu tương ■

Stanton, California, Sept. 2016, 2024 – Oct. 4th, 2025
(5:09 một mờ sáng cuối tuần)

*Lá hoa cồn (1973), tên một tập thơ của Bùi Giáng, 1926 – 1998)
**"*Em về giũ áo mù sa*
Trút quần phong nhụy cho tà huy bay",
2 câu cuối trong bài thơ "Cảm đề La porte étroite - Gide tặng Sophocles", trong phần phụ lục truyện dài "Khung cửa hẹp", An Tiêm xb 1966, Bùi Giáng dịch.

TRẦN THỊ NGUYỆT MAI

TẶNG NGƯỜI SINH NHẬT MÙA THU

** gửi nguyễn thị thanh lương*

Sinh nhật mùa thu, sinh nhật mùa thu
mùa đất trời nên thơ rất đỗi
nàng nhẹ bước vào cõi nhân gian
lấp lánh ánh sáng màu xanh biếc
của ngôi sao trên bầu trời diễm tuyệt (*)

nàng là ai? nàng là ai?
cho đất lành mang mầm xanh
cho cây nở hoa và kết trái
cho thương yêu khâu vá lại tim người (*)

chúc mừng sinh nhật ngày vui
thanh lương yêu nhé một đời bình an... ■

(*) những dòng chữ nghiêng lấy ý từ Bài Kinh Ca Tụng Đất Mẹ *của Làng Mai.*

TRIỀU HOA ĐẠI

PHỐ. ÁO XA

chiều rơi trên phố
áo xa
nhà cong mái đỏ. chim về
gọi nhau
ô hay tình của trước, sau
lược gương ngày nọ còn đâu
ai tìm?
chiều rơi
một góc phố quen
sao nghe như thể
tình quên trở về
sót trong ngăn kéo
ngày xưa
thỏi son bỏ lại. môi về nơi đâu?
sót trên chăn gối đã nhầu
tình đi để lại
vài câu thơ buồn! ■

TRẦN VẤN LỆ

ĐẤT LÀNH CHIM ĐẬU

Bầy chim sẻ đã về sau hai ngày vắng mặt! Thấy chim là hạnh phúc, ngày mới ơi của tôi!

Bạn nghe có thể cười - ai biểu bạn... bỏ bạn! Năm mươi năm mấy tháng, rồi còn bao nữa đây?

Ai "sống mòn" từng ngày chắc như tôi, lẩn thẩn? Người mình không thù hận... vậy mà tay chia tay!

Cái gì nói cũng hay! Cái gì thấy cũng tủi! Hay, chưa kịp được nói, tủi buồn... năm mươi năm!

Người thành người - Cố Nhân! Quê thành quê - Cố Quận! Cầm vạt áo lên thấm... nước mắt trào biển sông...

Sáng nay chim về đông, tôi nhìn chim, nói nhảm!

*

"Chín mươi... sắp gần lắm, quê nhà càng xa xôi!" Ông Võ Phiến có cười khi cùng tôi nói chuyện...

Bây giờ... ông tan biến bình tro trút biển khơi... Bà cũng đã lìa đời, bình tro trôi biển rộng!

Việt Nam mình ai sống cũng ngậm cười Thiên Thu! Tôi ra nghĩa trang chơi... rồi về như chim sẻ!

Quê nhà không kịp ghé, tôi - tồi tệ hơn chim... Đất Lành chim bay tìm! Đất Lành... tôi vĩnh biệt! ■

PHƯƠNG TẦN

UNG DUNG CÕI NGỘ TÂM LẦN TIẾNG KINH

CỬA PHẬT
Lên chùa cúng Phật lạy sư
Tượng ngơ ngẩn đứng ma sư gật gù

Xàm tăng phô diễn vai mù
Gậy quơ cửa Phật âm u cõi trần.

VÔ MINH
Chúng sinh dạ xót tâm bào
Bao con trầm lụy đậu vào trang kinh

Hồn đơn, phách chiếc vô minh
Ung dung bụi đất tử sinh mịt mù.

OAN GIA
Lếch tha lếch thếch đầy đàng
Xa xa như thể vô vàn thây ma

Ô hay thời buổi can qua
Sớt chia mỗi chuyện oan gia. Đắng lòng.

TRỜI ĐẤT
Trời sao sáng ngẩn chiều ngơ
Đất sao khóc miết vật vờ nước non?

Bao giờ Bắc sắt Nam son
Bấy giờ Nam Bắc sắt son một nhà.

HỒ KHOAN
Đất trời nhòe nhoẹt bóng đêm
Nhân sinh phờ phạc đen nhèm bụi tro

Lạ đời, chim vẫn líu lo:
Ta là ánh nắng khoan hò hò khoan.

MẸ RẰNG...
Mẹ ngồi kể chuyện trầu cau
Quẹt vôi trầu thắm cau cay đỏ tình

Mẹ rằng, như bóng như hình
Như chung như thủy như tình Bắc Nam.

BUÔNG XẢ
Thong dong ngồi giữa u minh
Buông buông xả xả u tình phù vân

Tịnh thiền ngồi giữa thanh bần
Ung dung cõi ngộ tâm lần tiếng kinh. ■

M.H. HOÀI-LINH-PHƯƠNG

KHÔNG CÒN NỮA... SAIGON.

Ta đi giữa phố hoang tàn
Ta về giữa phố... ngỡ ngàng mi cay.

Mỏi mắt kiếm tìm hàng phá lấu ông Tàu già gần nước mía Viễn Đông, trên góc Lê Lợi –Pasteur trong bàng hoàng, quắt quay, thảng thốt.
Tuổi thơ tôi một thời...
Giờ đã về đâu?
Hàng me Lê Thánh Tôn ôm đường vòng qua Nguyễn Bỉnh Khiêm áo trắng Trưng Vương mộng mơ như Vườn Bách Thảo, giờ ở nơi nào?
Đường mất lối...
Như đời trôi...
Trên ngàn bến lạ.
Hỏi lá, hỏi hoa...
Chỉ mình tôi ở lại...
Với đường dài Trần Hưng Đạo phố thấp, phố cao...
Biết tìm đâu thẳng tắp hai hàng sao
Cư xá nhà tôi - Hòa Bình, an vui như tên gọi.
Bóng mát che êm...
Xuân qua, Hè tới..
Dưới tàng cây trứng cá.
Tiếng xe kem leng keng...
Đón mời... tiếng cười khúc khích, trong veo...
Bên kia đường cinéma Palace...
Niềm vui trọn bay theo...
Chiều cuối tuần...
Bọn trẻ lũ lượt ríu rít như chim
Nhận phần thưởng, xếp hàng vào ghế hạng G.
Từ "Bambi", "Sans Famille", đến "Ben Hur", "La Fièvre Dans Le Sang", "Mayerling"...
Thiên đường tuổi ngọc ngọt ngào...
Đã trải rộng theo phim đời thiếu nữ...
*

Nghiệt oan nào?
Bỗng dưng... mịt mù, mong manh, sương khói...
Bóng bình yên trên đường Hồng Thập Tự bên người...
Vương Cung Thánh Đường
Lời kinh nguyện
Xa xôi...
Mưa tháng sáu có làm em ướt tóc?
Có mềm vai em những chiều tan học...
Tôi yêu người bằng cả tuổi tình tôi...
Chờ nhau một đời...
Sao lạc lối, người ơi!
Như đã mất Saigon trong nhiều đêm thao thức...
Qua đường Tự Do...
Nghe dư hương mùi hoa sứ ngạt ngào trong khu vườn Continental Palace buổi sớm...
Tiếng Lệ Thu bay cao "Mùa Thu Chết" trong đêm Ritz muộn màng, yên ngủ trên những hàng cây.
Từng giọt cafe nâu...
Ngơ ngác cõi người.
La Pagode tìm đâu?
Như môi, mắt tình đầu trên cánh hồng phai vụn vỡ...
Như giấc chiêm bao...
Người tình xưa một thuở....
Làm Kinh Kha...
Vĩnh biệt lối quay về....
Ta mất Saigon,
Làm khách lạ giữa cơn mê.
Đọc "Hồi Hương Ngẫu Thư"
Sao nghe nghẹn lòng, u uất...
*
Ta lưu vong bên trời Tây lăng lắc...
Ngăn cách muôn đời tên gọi cũ càng xưa...
Nhưng ký ức Saigon
Không ngăn cách đôi bờ...
Và mãi mãi...
Nồng nàn trong kỷ niệm. ■

Washington D.C, tháng 09/2025.

THÁI TÚ HẠP

TRÁI TIM NGƯỜI VIỄN XỨ

buổi sáng nghe tiếng chim hót
trên mái chùa xưa
tiếng chuông vọng âm trên cành lá biếc
có bước chân ta về từ đầu sông
rộn rã nhịp sống yêu thương
mùa hạ vàng ngoài hiên nắng
em thả bay từng sợi tóc mây vương
nụ cười nghiêng bên thềm hạnh ngộ
đời cõi tạm mù sương
dù ta nổi trôi rong ruổi
dù ta u muội trên ngàn phiếm trầm luân
cũng quay về nơi nguồn cội
để thấy tình non nghĩa nước đậm đà
dù cho người thù hận xót xa
ta sẽ đưa em
qua vườn vú sữa
đi giữa lối sầu riêng
ngát thơm hoa bưởi
lịm mát từng ngụm dừa xiêm
mạch nước Cửu Long chan chứa mộng lành
vỗ qua hồn ta lúa ngát
có con chim vành khuyên
hót trên cành đào trước cổng
mùa xuân vừa thức dậy
rừng cây lên tiếng hát
đôi mắt trẻ thơ vời vợi an bình
cánh diều bay trước gió

em có nghe chăng?
những giòng cổ tự trên bia
những thanh gươm một thời hồ hải
cũng tàn phai trong cát bụi phù vân
buổi sáng hôm nay
đường mai vui họp chợ
hương cốm thơm ngày chung lớp học
ý vui nở đầy trên trang sách thần tiên
tiếng guốc em khua nhịp Trường Tiền
tà áo bay chiều Cổ Ngư lộng gió
những tiếng còi xe buổi sớm Sài Gòn
lá me thơm đôi bờ vai xõa tóc
ta nghe quen như tình yêu mới chớm
tuổi học trò mơ mộng thăng hoa
từ ngàn dặm xa
gửi về cố xứ
con tàu đi từ vô tận không gian
hạnh ngộ quê hương ngày ta đến
người lữ hành buồn
mang nỗi nhớ trăm năm! ■

PHẠM CAO HOÀNG

CĂN NHÀ THỜI THƠ ẤU

Gửi em tôi, Phạm Huy Bảo

Tôi trở lại căn nhà thời thơ ấu
sau bao năm biền biệt ở quê người
con đường nhỏ dẫn vào thôn xóm cũ
như rộn ràng cùng với bước chân tôi.

Vẫn mái ngói đơn sơ và mộc mạc
tường rêu xanh cùng lớp bụi thời gian
chiếc bàn nhỏ cha uống trà mỗi sáng
dáng mẹ hiền bên bếp lửa mùa đông.

Vẫn còn đó rặng tre già kẽo kẹt
mấy ngọn dừa cao chót vót trên cao
mấy luống rau và dăm ba liếp cải
năm mươi năm như nước chảy qua cầu.

Năm mươi năm, những bến bờ trôi giạt
may vẫn còn nơi chốn để quay về
năm mươi năm tôi vẫn chưa quên đươc
câu chuyện buồn hiu hắt của ngày xưa.

Tôi trở lại căn nhà thời thơ ấu
vội vội vàng vàng rồi lại ra đi
khi giã biệt tôi ngoái đầu nhìn lại
sợ mai kia không còn kịp quay về. ■

Virginia, 1 tháng 10.2025

CAO NGUYÊN

Về Mưa

cùng ô
mình mãi bài thơ

về mưa
trời mãi làm thơ ■

TRẦN ĐÌNH SƠN CƯỚC

HẠNH ANH NHI

I.

Khoanh tay
ngồi nghỉ chút chơi
Cổng Thiền bên nớ,
trời hồng bên ni
Tuổi thơ
cái NGHĨ chi chi
Đói ăn mệt ngủ việc đời (!) nhẹ hiu...

II.

Vắt chân
ngồi NGHĨ việc đời
Lao xao chi nhọc
kiếp người mong manh
Mây trời...
hoa lá... vây quanh
Trái tim thở nhẹ
gió lành vào tâm... ■

THỤC UYÊN

Mùa Thu Chết

Từng chiếc lá úa bên đời cỏ mục
Rã rời trong bóng tối dọi âm thầm
Từng chiếc bóng soi bên đời khuất tịch
Vết tàn thu tím ngắt mảng tri âm

Từng cánh gió lao lung ngày biển động
Lăn lóc đời những ngọn gió lưu vong
Lay lắt tím, ngất hương hồn thạch thảo
Vạt nắng chiều xô giạt những bão giông

Em bước tới đời đã mùa hoang phế
Làn tóc buồn bạt cánh, vết thiên di
Đã võ vàng chút dung nhan đó
Trái tim đau, bớt nhịp đập kiêu kỳ

Mây vẫn phiêu bồng miền cố xứ
Nhánh sông gầy, tan tác chảy bốn phương
Thu hoang dại bùng lên sắc tím
Thạch thảo buồn nhuộm nát ánh tà dương. ■

ĐỖ T. CÔNG

Uống Đi Ly Nguyện Ly Cầu

Bao giờ thôi giã biệt đời
gửi em trăm ngọn tình vời vợi xa
đêm qua bóng nhạn la đà
giật mình cứ ngỡ nhà xa dặm trường

Bây giờ ngõ vắng đời thường
tôi chiêm bao thấy mộng dường hư hao
đưa tay vuốt ngọn xanh xao
sợi buồn ở lại sợi trao rụng rời

Bao giờ em bỏ lưng trời
nguyệt không về nữa tình rơi mất rồi
hôm qua chuốc rượu bồi hồi
chén cay chén đắng đứng ngồi không yên

Trời làm ai mộng đảo điên
mưa rơi đất cũng triền miên nỗi sầu
uống đi ly nguyện ly cầu
người trăm năm cũng gục đầu xót xa ■

NGUYỄN AN BÌNH

NGHE HÁT THEN TRÊN HỒ BA BỂ

Thuyền anh trôi giữa hồ Ba Bể
Núi rừng xanh bát ngát da trời
Mây lồng bóng mênh mông sóng nước
Ngỡ lòng mình hòa với biển khơi.

Cô gái Tày dặt dìu tiếng hát
Lời tiên nương sa xuống dương trần
Cây si ngàn tuổi soi bóng cả
Màu thời gian lên chốn thượng ngàn.

Tiếng đàn tính bập bềnh ngọn sóng
Neo tình anh trên những phím đàn
Đất trời mang mang buồn vạn cổ
Lời xanh rêu in bóng hoàng hôn.

Lời em hát qua từng vách núi
Kể bao huyền thoại buổi sơ khai
Lung linh khắc trên từng phiến nhũ
Phải chăng tình lạc chốn thiên thai.

Dòng sông Năng uốn quanh đá dựng
Tiếng đàn còn ngân mãi động Puông
Thuyền anh đi xa lòng ở lại
Màu áo chàm chìm giữa chiều sương. ■

TRẦN THANH QUANG

TIẾNG CHIM TRONG CHIỀU

gởi hai anh N.H.Trương & V.H

Sáng nay ra vườn nghe tiếng chim non
tiếng chiêm chiếp đòi ăn trong kẽ lá
cái âm thanh vườn em thêm lạ
ngỡ như xa rất là xa

Người đàn ông và cây súng săn
lăm lăm nòng súng đen ngòm
viên đạn chì rách tan từng ngọn lá
cánh chim mẹ nghiêng
miếng mồi chưa kịp mớm
bầy chim im trong cái lặng vô cùng

Chiều nay ra vườn nghe tiếng chim ran
tiếng gọi mẹ xé toang từng cụm nắng
cái âm thanh gào trong chiều thống thiết
ngọn gió nào níu lại tiếng kêu van! ■

HOÀNG HOA THƯƠNG

ĐÊM GIÓ VÔ TÌNH

Đừng hỏi đường chiều không có nắng
Đêm nay lòng ướt một cơn mưa
Tôi đi nghe tiếng thời gian nặng
Như đàn ai rớt một cung thừa

Có phải em là cơn mộng trưa
Thoáng hiện qua đời như nắng quái
Giữa khoảng mênh mông chiều quan tái
Để một không gian gió lạnh hoài

Khi ném vào xưa một câu thơ
Là nghe sương xuống ướt mong chờ
Tôi đi ngược hướng vào không xứ
Gọi cả đêm sông lạnh mấy bờ

Bao giờ tim ngập hồn dã thú
Chắc cả rừng chiều trắng ngút xương
Câu thơ vẫn nặng tình lữ thứ
Suốt cõi nhân gian còn tơ vương

Quên đi , để ngỡ lòng ngây dại
Mộng gởi mắt người đã đậm sâu
Đêm nay mới biết đời xa lạc
Tựa khói mây thôi, cũng lạnh rồi ■

Thơ viết từ Phố Bolsa. California
Lập Thu, September 29, 2025

NGUYỄN DẠ QUỲNH

DẤU CHẤM HẾT

Cuối cùng tòa cũng xử xong. Nhẹ nhàng như một dấu chấm hết cho cuộc hôn nhân đã lấy của tôi thời gian để biến một thiếu nữ hai mươi ngời ngợi sắc xuân thành một người đàn bà lấp ló ngưỡng cửa mùa thu hắt hiu. Nhưng cuộc hôn nhân đó cũng đã trả lại tôi bản sao xinh đẹp của mình - Thúy Ly, đứa con gái vừa tròn mười tám. Đứng trước cửa tòa án, Thúy Ly níu tay tôi và ba nó, nghèn nghẹn: - Con cảm ơn ba mẹ vì đã nghĩ tới con và để lại căn nhà mình cho con. Con mong muốn ba mẹ vẫn tiếp tục sống cùng con ở đây, mãi mãi ...

Rồi nó bật khóc ngon lành. Chồng tôi - à, là chồng cũ, chàng tên Trân - Trân đeo kính mát lên để giấu cảm xúc phức tạp trong ánh mắt rồi quàng tay ôm Thúy Ly:

- Ba xin lỗi con. Vì Ba mà con bị mất một gia đình trọn vẹn. Con chăm sóc Mẹ giúp Ba. Ba phải đi rồi. Nhưng Ba mãi mãi là Ba của con.

Chàng quay sang và gặp ánh mắt lạnh tanh, nét môi mím chặt của tôi nên những câu nói đãi bôi nghẹn lại và trôi ngược vào trong cổ họng. Ngắc ngứ mấy giây, người đàn ông xưa cũ của tôi lắc mạnh đầu, khoát tay vu vơ như tạm biệt quá khứ và leo lên xe đi thẳng. Nhìn hút theo dáng chàng đầy vẻ ngang tàng trên chiếc mô tô bụi bặm, mang mối tình lãng mạn từ thời trung học, mang theo hơn hai mươi năm chung sống mặn nồng cũng lắm mà cay đắng cũng nhiều thả bay theo làn khói xe và tản mác mất vào buổi chiều oi nồng tấp nập của phố xá, tôi lặng lẽ nén lại tiếng thở dài khi bắt gặp ánh nhìn ái ngại của con gái:

- Về thôi con!

...

Trân là một người đàn ông không tốt cũng không xấu. Chàng cũng từng hết lòng yêu thương vợ con và lo lắng cho gia đình. Nhược điểm chí mạng của chàng là mê gái và cũng tin là mình có sức hút mạnh mẽ với các cô gái. Mê gái một cách chân thật luôn chứ không phải là dạng trăng hoa ong bướm qua đường, vậy mới mệt. Tôi là mối tình đầu của chàng. Tụi tôi học chung trường, chung khóa nhưng khác lớp nên bạn bè chung cũng rất nhiều. Trân học cơ khí nên bạn toàn con trai. Tôi học ngành may nên bè bạn lại toàn con gái. Trân đối với các bạn của tôi chân tình và hòa đồng. Dạo mới ra trường và kết hôn, đứa nào cũng nghèo. Căn hộ đầu tiên của tụi tôi bé xíu, chỉ có mỗi một phòng vừa là phòng khách, phòng ăn, bếp và một góc phòng căng tấm rèm hoa che khuất chiếc giường tân hôn - tạm gọi là phòng ngủ. Có bữa, Mỹ - nhỏ bạn thân, từ quê lên thăm và ngủ lại. Ba đứa cùng chia nhau chiếc giường, tôi nằm giữa, một bên là bạn một bên là chàng, suốt đêm nằm nhắc chuyện thời sinh viên và những trò nghịch ngợm những năm ký túc. Câu chuyện cứ rôm rả tới lúc ngủ thiếp đi lúc nào không hay. Các cuộc họp lớp mở rộng luôn giữa lớp cơ khí và lớp may, chỉ vì có Trân và tôi làm cầu nối. Những năm hạnh phúc mau chóng trôi qua. Khi Thúy Ly tròn 3 tuổi, tôi khám phá ra mối tình ngoài luồng đầu tiên của chàng - lần đầu bắt được, chứ thiệt ra không biết là lần thứ mấy rồi. Ghen tuông, khóc lóc, xin lỗi, tha thứ, hứa hẹn thề nguyền chấm dứt. Rồi lại bắt đầu với một mối quan hệ mới. Vòng lặp cứ thế dần quay. Tới năm Thúy Ly 18 tuổi, tôi mệt mỏi quá khi khám phá ra mối tình mới nhất của chàng - cô bé ấy chỉ hơn con gái tôi có vài tuổi, tiếp viên xinh đẹp ở một quán café mờ ám. Tôi đề nghị ly hôn. Lần này chàng chấp nhận. Ở độ tuổi hơn 40, tóc đã chớm bạc, sự nghiệp cũng chưa đâu vào đâu, mọi chi phí trong gia đình đều do tôi chu toàn, dường như chàng cảm thấy hạnh phúc thiệt sự khi được một cô bé hơn hai mươi yêu chiều và ngưỡng mộ.

Tài sản chung của chúng tôi cũng chỉ có căn nhà ba tầng là đáng giá. Chúng tôi đồng ý để lại cho Thúy Ly căn nhà. Chàng sẽ ra riêng với chiếc mô tô và những vật dụng cá nhân. Tôi vẫn ở lại căn nhà cũ cùng con gái cho tới lúc con gái lập gia đình. Thỏa thuận dễ dàng nên tòa phân xử cũng dễ dàng. Chia tay chàng ở ngoài sân tòa án xong, chúng tôi chia làm hai hướng. Chàng hăm hở phóng mô tô đi tới chỗ hẹn với em yêu của chàng để thông báo kết quả phiên tòa và tính toán tới việc cùng nàng xây tổ ấm.

Thúy Ly rủ tôi *shopping* cho khuây khỏa. Hai mẹ con lang thang trong *mall*, vòng tay con quàng qua vai tôi có vẻ an ủi và chở che. Tôi giữ nét cười trên môi và nuốt nhẹ nước mắt vào lòng, cố tỏ ra mạnh mẽ để con yên tâm.

Đang đi, chợt Thúy Ly dừng lại khi nghe điện thoại rung báo cuộc gọi. "Ba yêu" - là chàng, người chồng cũ của tôi - hiện trên màn hình. Thúy Ly nghe máy và im lặng, nét mặt kỳ lạ, vừa hiếu kỳ, vừa như cố nhịn một nét cười. Tôi ngạc nhiên ra dấu hỏi "Chuyện gì?" Thúy Ly giơ khẽ ngón tay ra dấu im lặng rồi chuyển máy sang tôi. Bên kia màn hình là giọng Trân rất rõ xen lẫn giọng chao chát đanh đá của một người phụ nữ. Dường như chàng đang cố phân bua nài nỉ. Còn giọng cô gái đanh gọn đầy vẻ chán chường bực dọc. Câu cuối cùng tôi nghe được là: "Anh là đồ ngu!". Âm vang câu nói xa dần như thể cô gái đứng dậy ngúng nguẩy bỏ đi. Tôi bấm nút tắt rồi quay sang Thúy Ly dò hỏi. Hóa ra điện thoại Trân bị cấn máy và mở đúng vào một trong các số gọi khẩn cấp là "con yêu", tức Thúy Ly. Con gái tôi nghe được gần như toàn bộ cuộc nói chuyện của chàng và người tình nhỏ bé của chàng. Chàng hớn hở thông báo cho cô gái biết bây giờ chàng là người tự do, có thể kết hôn với cô. Cô gái hỏi "còn tài sản phân chia như nào?" Chàng nói "tài sản chỉ có căn nhà thôi, tụi anh để lại hết cho con gái. Từ bây giờ, anh sẽ bắt đầu trang đời mới với em, bằng hai bàn tay trắng và tình yêu tuyệt vời của em dành cho anh". Chàng vẫn có thói quen văn chương bóng bẩy như vậy. Nhưng người yêu nhỏ bé của chàng đã đổi sang giọng riết róng đời thường để chê trách chàng và kết thúc mối tình trong mơ bằng câu

"Anh là đồ ngu!" Tôi bật cười - vừa sảng khoái và chua chát. Không ngờ kết phim ngôn tình *sad ending* đến quá sớm như vậy với ông chồng cũ của tôi. Thúy Ly có vẻ bất nhẫn cho ba nó khi thấy tôi cười "Con vừa giận ba, vừa thấy tội ba, mẹ ạ!" Xưa giờ, chàng vẫn là người cha tuyệt vời trong mắt con bé, nó vẫn quen coi chàng là thần tượng vì những chuyện trăng hoa của chàng tôi đều giấu kỹ vào góc khuất của chúng tôi - chưa hề kể lể hay tâm sự với bất kỳ ai. Lý do ly hôn trình bày với tòa cũng như với họ hàng đôi bên chỉ đơn giản là "không hợp". Thế thôi. Nên lần đầu tiên tận tai nghe được sự thật, con gái tôi bị sốc cũng phải thôi. Tôi siết nhẹ bàn tay mỏng manh mát lạnh như chiếc lá non của con gái, tự nhiên nghẹn lời không biết nói gì với con. Ngược lại, con bé lại nhìn tôi đầy thương xót:

- "Con thương mẹ!"

- "Ừ con, mình về nhà thôi!"

Trân không đủ khả năng tìm riêng cho mình chỗ ở riêng nên chàng lại quay về căn nhà cũ với mẹ con tôi, có điều dọn riêng căn phòng trên tầng 3 "ở tạm" - lời phân bua của chàng. Thúy Ly trở nên lặng lẽ và giữ khoảng cách với ba của nó chứ không thân thiết gần gũi như trước đây. Trân cũng đoán ra con gái đã nghe được cuộc trao đổi giữa chàng và cô nhân tình bé, nên từ đó cũng có vẻ ngượng ngập e dè với con gái. Nhìn bên ngoài, gia đình tôi vẫn như cũ nhưng bên trong là cả một bầu trời buốt giá. Chúng tôi cố tránh chạm mặt nhau nhưng vẫn cứ lẩn khuất đâu đó những chiếc gai bằng băng tuyết vĩnh cửu vừa lạnh vừa sắc, cứ như thể cứa nát tâm hồn mình mỗi ngày. Công việc của Trân không tốt, chàng vẫn cứ cái tật trăng hoa, tiếp tục với nhiều mối tình qua đường khác và nhanh chóng chấm dứt chẳng đi tới đâu. Tôi cũng quen biết vài người đàn ông. Nhưng ở lứa tuổi trẻ đã qua mà già chưa tới này, thiệt khó mà tìm được một nửa còn lại khớp với mảnh vỡ tè le túa lua là tôi bây giờ. Nên những mối tình thoáng qua của tôi cũng chẳng đâu vào đâu. Thúy Ly khép mình trong thế giới riêng của nó trong căn phòng riêng ở tầng hai. Không chỉ né tránh Trân, dường như nó cũng e ngại khi tiếp xúc tôi. Bữa cơm gia đình không còn nữa. Tôi vẫn duy trì thói quen nấu nướng như từ trước đến nay, nhưng không dọn thành mâm chén được nữa, cứ để trong nồi và mạnh ai nấy ăn. Cuộc sống cứ như vậy trôi qua như một bảng màu loang lổ những sắc xám không thành bức tranh hoàn chỉnh.

Thúy Ly lấy chồng. Dù căn nhà trên danh nghĩa là của nó, nhưng nó cùng chồng ra riêng trong căn hộ khác, để lại cả căn nhà cho Trân và tôi.

Một lần, Trân té xe bị thương ở chân phải nằm bó bột và nằm nhà dưỡng bệnh. Chẳng có cô người yêu nào tới chăm sóc chàng. Chỉ có tôi. Tôi làm những công việc đó tận tình nhưng lạnh nhạt. Hờn ghen không còn mà yêu thương cũng hết. Cảm giác như cô hộ lý chăm sóc không công cho người bệnh nghe qua thì quái nhưng lại chính là cảm giác của tôi.

Rồi cũng tới lúc chính tôi ngã bệnh. Viêm phổi. Con gái bận rộn với gia đình nhỏ của nó và công việc cơ quan nên cũng chỉ sang thăm mỗi ngày một lúc rồi về. Thời gian nằm trong bệnh viện, là Trân ở bên cạnh tôi. Lúc thuyên giảm xuất viện về nhà, cũng là chàng chăm sóc tôi.

Chẳng biết mối quan hệ của chúng tôi bây giờ gọi là gì? Vẫn chung một căn nhà, chung một đứa con. Mai kia sẽ cùng là ông bà ngoại cho những đứa cháu nhỏ. Vẫn chăm sóc nhau khi bệnh tật. Bạn bè và người quen ai cũng bảo chúng tôi quay lại với nhau. Tôi chỉ cười giả lả cho qua chuyện. Chứ tôi hiểu Trân hơn ai hết. Cho dù xảy ra bao nhiêu chuyện, trái tim đa đoan của chàng vẫn cứ dễ dàng loạn nhịp với một bóng con gái nào đó. Và vẻ ngoài phong nhã hào hoa, tính tình phóng khoáng ân cần dịu dàng của chàng vẫn dư sức hút những trái tim đàn bà con gái khác. Tôi mệt. Không thể chịu đựng mãi những cuộc phiêu lưu đó của chàng.

Không biết mối quan hệ này nên gọi là gì. Chúng tôi chẳng còn là vợ chồng, chẳng hẳn tình nhân. Chỉ là hai kẻ cùng trú ngụ trong bóng hoàng hôn của nhau.

08.9.25

Nguyễn Dạ Quỳnh

PHAN NI TẤN

NHA TRANG, MIỀN THÙY DƯƠNG CÁT TRẮNG

(tìm hiểu văn hóa)

Tính đến nay thành phố Nha Trang, tỉnh Khánh Hòa và tôi đã cách biệt nhau hơn 50 năm, tuy gắn bó nhau không nhiều nhưng Nha Trang vẫn khẳng định dấu vết tôi vẫn còn đó, trong không gian và thời gian. Khánh Hòa, cái tên dễ thương dễ mến này tôi từng đến rồi đi, rồi lại đến lại đi - và rồi, một đi không trở lại.

Trong sách Xứ Trầm Hương, thi sĩ Quách Tấn miêu tả Nha Trang là thành phố của miền thùy dương cát trắng. Bãi biển rộng và dài, cát trắng mịn, có hình lưỡi liềm bằng bạc, cán trở ra xóm Cồn, mũi day xuống Chụt và lưỡi được sóng biển mài giũa sáng trưng.

Ngoài ra, Nha Trang còn có những địa danh nổi tiếng, như Tháp Bà, Cầu Xóm Bóng, Xóm Cồn, Xóm Rọc, Nhà gỗ Yersin, Thành Diên Khánh, Cầu Đá, Chợ Đầm, Phường Củi, Thích Ca Phật Đài, Nhà thờ Đá, Trường học, Phi trường, Học Viện Hải Quân, Trường Hạ Sĩ Quan Đồng Đế, Hòn Chồng, Núi cô Tiên, đèo Rù Rì, Rọ Tượng, Lương Sơn, cọp Khánh Hòa... tất cả đã gộp thành một tên gọi chung là Nha Trang nằm ở khu vực phía Nam miền Trung nước Việt.

Dưới đây là những nơi, từ nhỏ đến thời ở lính, tôi đã từng đi qua.

- Đồng Đế cách Nha Trang 4 km nơi có Quân trường Hạ sĩ quan Đồng Đế. Thời Pháp thuộc trường có tên École de Commando. Năm 1955 trường đổi thành Trường Biệt Động Đội Thể Dục Đinh Tiên Hoàng. Năm 1957 trường chính thức mang tên Trường Hạ Sĩ Quan Quân Lực Việt Nam Cộng Hòa.

Đặc điểm của Quân trường Đồng Đế là gần bờ biển, dưới chân núi Hòn Chờ hùng vĩ, nơi có tượng người lính đứng thao diễn nghỉ. Nhìn từ xa Hòn Chờ trông giống như một người con gái nằm xõa tóc đợi người yêu, từ đó lính có thơ rằng: "Anh đứng ngàn năm thao diễn nghỉ. Em nằm xõa tóc đợi chờ anh". Sau 1975, tượng người lính không còn nữa nhưng cô gái núi muôn đời vẫn còn đó, vẫn nằm xõa tóc đợi chờ anh.

- Đồng Đế còn có Hòn Chồng là thắng cảnh thiên nhiên nổi tiếng với hai tảng đá lớn chồng lên nhau, có hình bàn tay khổng lồ hằn sâu vào vách đá. Đứng trên Hòn Chồng nhìn ra khơi là Hòn Yến, bên phải là bờ biển Nha Trang dài 6 km dẫn xuống cảng Cầu Đá. Hồi nhỏ tôi nghe nói, ngoài Hòn Chồng còn có Hòn Vợ nhưng tôi không biết ở đâu.

- Bãi biển Hòn Chồng với hàng cây dương rợp bóng nên người địa phương gọi là bãi Dương. Thập niên 1950, bãi Dương rất hoang sơ, sóng yên biển lặng, có rất nhiều con nhông, rắn mối, còng gió, nhất là con đồn dột nằm đen cả bãi biển đầy rong rêu nên ít có người tắm.

- Cầu Xóm Bóng được người Pháp xây dựng năm 1925 bắt qua sông Cái, trên quốc lộ 1. Cầu nằm ngay chân Tháp Bà Ponagar (Thánh Mẫu Thiên Y A Na). Tháp Ponagar được xây dựng từ thế kỷ thứ 8 cũng là thời kỳ đạo Hindu (Ấn Độ giáo) hưng thịnh nhất tại Vương quốc Chàm (Champa cổ). Tháp nằm trên đồi Cù Lao nhìn xuống sông Cái, là di tích lịch sử độc đáo của người Chàm. Cuối thập niên 1950, dưới chân Tháp Bà là chợ trời và bến xe ngựa.

Ai về xóm Bóng quê nhà
Hỏi thăm điệu múa Dâng Bà còn không?

Từ cầu Hà Ra đâm thẳng tới ngã ba Trần Quý Cáp rẽ phải hướng nửa đường về Phường Củi là xóm Rọc, một vùng đất trũng còn gọi là ấp Hà Thanh. Tuổi thơ tôi thường theo con dốc lội xuống Rọc hồn nhiên đạp lên đất, cát, nắng, gió và đám rau muống mon men dạo xuống xóm Cồn.

- Chợ Đầm nằm trên đường Phan Bội Châu trong trung tâm thành phố. Năm 1908, một ngôi chợ nhỏ được hình thành ở cuối một đầm lầy rộng lớn, nơi người dân sinh sống và buôn bán nên gọi là Chợ Đầm, không phải chợ... bà Đầm (ma dame).

Nhắc tới chợ búa Nha Trang là nhắc tới các sản vật nổi tiếng như mực một nắng, vi cá mập, nhất là súp tổ Yến, Yến sào, cháo Yến giúp các chức năng nội tạng và hệ tiêu hóa khỏe mạnh. Chim yến làm tổ ở các đảo ngoài khơi. Tổ làm bằng bùn đất, rong, rêu, cỏ, lông và lá cây kết bằng nước miếng của chúng. Thức ăn săn từ thiên nhiên nên tổ chim yến rất tinh khiết và quý hiếm, được coi là một dược phẩm thượng hạng.

Truyện Kiều Nguyễn Du cũng có nói về chim yến, nhưng thường ghép với chim vàng anh, như: "Điều đâu lấy yến làm anh. Ngây thơ chẳng biết là danh phận gì". "Nàng rằng Trời nhé có hay! Quyến anh rủ yến sự này tại ai"...

- Phi trường Nha Trang được người Pháp xây dựng năm 1930. Khi Mỹ vào Nha Trang, phi trường được mở rộng hơn, đặt tên là Camp McDermott, trở thành căn cứ không quân của Quân Lực Việt Nam Cộng Hòa và Không Quân Hoa Kỳ nổi tiếng trong thời chiến tranh. Năm 1972, lúc thuyên chuyển ra Kontum, anh bạn Thiếu úy Trực thăng La Công Chỉ cho tôi quá giang bay lên Pleiku, từ đó tôi đi xe đò ra Kontum đáo nhậm đơn vị.

- Viện Hải Dương Học được người Pháp thành lập năm 1921 sau đổi tên thành Hải Học Viện Nha Trang (L'Institut Océanographique de Nha Trang) gần Cầu Đá. Đây là Viện bảo tàng có vô số sinh vật biển được nuôi trong những bể kính.

- Chùa Phật trắng còn gọi là Thích Ca Phật Đài được khánh thành năm 1966 trên ngọn núi Trại Thủy bên hông chùa Long Sơn. Đứng dưới chân Phật đài cao 24m, tôi ngước mặt, ngước cả tâm hồn nhìn lên chiêm bái Phật tổ. Tôi còn nhớ lúc đó, năm 1966 tôi 20 tuổi, cái tuổi nghe gió thổi rát cả vành tai.

- Thành Diên Khánh - hồi nhỏ tôi quen gọi là Thành - cách Nha Trang 10 km về phía Tây, nằm bên phải quốc lộ 1. Thành được chúa Nguyễn xây trong thời kỳ chiến tranh với nhà Tây Sơn. Khi xây xong, thành Diên Khánh do hoàng tử Cảnh và Bá Đa Lộc chỉ huy trấn giữ. Thành cũng có thời kỳ trở thành tổng hành dinh của nghĩa quân Cần Vương trong những ngày đầu chống Pháp. Hiện nay, Thành cổ Diên Khánh, từng là một căn cứ vững chắc kiêm pháo đài phòng ngự kiên cố, vẫn còn giữ được nét kiến trúc ban đầu,

- Suối Dầu cách Nha Trang chừng 33 km trên quốc lộ 1. Năm 1972, từ Cam Ranh về Nha Trang, tôi có ghé Suối Dầu hai lần thăm mộ bác sĩ Yersin. Bác sĩ Alexandre Yersin, một bác sĩ huyền thoại từng gắn bó mật thiết với người dân Nha Trang và xem vùng đất này là quê hương của mình. Năm 1891, ông đặt chân đến Nha Trang, mua một căn nhà gỗ ở Xóm Cồn làm nơi sinh sống, nghiên cứu y học và chữa bệnh miễn phí cho người dân. Bác sĩ Yersin sinh năm 1863 tại Thụy Sĩ, mất năm 1943 tại Nha Trang. Mộ ông được đặt tại Suối Dầu nằm trên một ngọn đồi nhỏ. Ngôi mộ xi-măng thật đơn sơ, tĩnh lặng dưới vòm cây xanh cho tôi một cảm giác yên ả lạ thường.

- Cũng cần nói thêm Quốc lộ 1, người Pháp gọi là "Con đường thuộc địa số 1 xứ An Nam" trải dài từ Bắc vô Nam qua rừng rậm, sông sâu, đèo cao, núi cả, có nhiều dã thú nhất là cọp. Dân gian có câu "*Cọp Khánh Hòa,* ma Bình Thuận" ý nói khi khai phá thì Khánh Hòa là vùng đất hoang sơ có nhiều cọp.

Nhắc đến Nha Trang, dù xa trên 50 năm nhưng tôi vẫn cảm thấy gần gũi như mới ngày nào. Tôi nhớ những ngõ ngách, những con đường, bờ bãi, những ngôi nhà, trường học, bệnh viện, rạp xi-nê (cinéma)...

Trước 1975, về giáo dục học đường, tôi được biết Nha Trang có trên 300 trường công tư thục, gồm trường Sơ học, Tiểu học, Trung học và Bán công, kể cả trường Tiểu học Pháp (École Française) và trường Tàu (Khải Minh). Nhưng nổi tiếng từ xưa vẫn là Trường Nam Tiểu học Nha Trang đâu lưng với Trường Nữ Tiểu học Nha Trang. Bậc trung học thì có Trường Trung học Võ Tánh (1952-75), Trường Nữ Trung Học Nha Trang (1961). Cũng cần nhắc thêm Nha Trang còn có các trường Kim Yến (1936), Bồ Đề (1951), Diên Khánh (1962), Vạn Ninh (1963), Vĩnh Xương (1966), Tân Phước, Thánh Tâm, Lê Quý Đôn, Đăng Khoa, La San Bá Ninh, Sư Phạm, Đại học Duyên Hải, Trường Văn Hóa Quân Đội...

Cũng trước năm 1975, những ai đã từng sinh sống ở Nha Trang không thể nào quên các rạp chớp bóng (cinéma) như Tân Tân (Abraham xưa), Modern, Tân Tiến, Tân Quang, Minh Châu, Đại Nam, Hưng Đạo, Tân Thanh (rạp hát bội Thạnh Xương)... Mỗi rạp đều có đặc điểm riêng về các thể loại phim được yêu thích. Hồi đó, mỗi phim trình chiếu đều in thêm một tờ Prô-gam (Programme) hình màu rất đẹp, tôi thường sưu tập các tờ chương trình này như một... kỷ vật.

Kết luận

Nằm uốn mình ven biển Đông, tỉnh Khánh Hòa được mang tên từ thời Minh Mạng (1832) đã đi vào ca dao: "Khánh Hòa đẹp lắm ai ơi. Vào Nam ra Bắc ghé chơi Khánh Hòa".

Theo tôi, các cụ ta xưa ở khắp ba miền đất nước Bắc Trung Nam đều là... những nhà thơ không tên. Những bài thơ, câu hò, câu hát truyền khẩu thuở khai hoang lập ấp, nay đều trở thành ca dao tục ngữ của cả ba miền thể hiện những quan niệm, giá trị đạo đức, lề lối, cách sống tốt đẹp, hữu ích của người Việt Nam.

Bao giờ Hòn Chữ bẻ tư
Biển Nha Trang cạn nước, anh mới từ duyên em

...

Tỉnh Khánh Hòa đậm đà mưa nắng
Non chồng nghĩa nặng, nước chứa tình thâm
Ngọn gió bay phảng phất hơi trầm
Mây xây tháp bút, trăng dầm bến ngân.

...

Anh đứng ở Nha Trang trông sang xóm Bóng
Ánh trăng lờ mờ, lượn sóng lăn tăn
Gần nhau chưa kịp nói năng
Bây giờ sông cách, biển ngăn ngại ngùng.

Phan Ni Tấn
Ngàn Năm Trong Khoảnh Khắc

ĐỖ TRƯỜNG

Vài Suy Nghĩ Về Hồi Ký Của Xuân Vũ

Tôi biết, và đọc hồi ký "Đường Đi Không Đến" của nhà văn Xuân Vũ vào khoảng đầu năm 1990, do bác sĩ Đặng Huy Lưu, cựu Liên đoàn trưởng quân y vùng 4 quân đội VNCH, cư ngụ tại Houston gửi tặng. Và cũng từ bác sĩ Đặng Huy Lưu, tôi có được số điện thoại của Xuân Vũ, một nhà văn tài năng, có số phận rất đặc biệt, mà tôi yêu mến. Khi chùm truyện ngắn Phượng Ơi! Đừng nở nữa, Lầm Lỡ và Ngã Ba Cuộc Đời của tôi được đăng trên Nguyệt san Hương Quê (Houston) Xuân Vũ đã chuyện trò, tỏ lời ngợi khen, khích lệ... Bởi vậy, cách nay trên chục năm, tôi có viết: Đằng sau những lá bài. Một truyện ngắn xâu chuỗi lại những câu chuyện về thân phận Xuân Vũ gắn chặt với xã hội với những năm tháng tập kết nơi đất Bắc. Có những câu chuyện là thực và có cả chuyện chỉ là những giai thoại.

Vài tháng nay, không hiểu sao tôi khoái đọc lại Xuân Vũ. Bởi vậy, ngoài lúc buộc phải làm việc (kiếm sống) tôi dành cả thời gian tìm đọc ông. Chưa thể nói, tôi đã đọc hết khối lượng (trên 80?) tác phẩm đồ sộ của Xuân Vũ. Song đến nay, hồi ký vượt Trường Sơn về Nam gồm 5 tập: Đường Đi Không Đến, Xương Trắng Trường Sơn, Mạng Người Lá Rụng, Đến Mà Không Đến và Đồng Bằng Gai Góc gây cho tôi nhiều cảm xúc nhất. Có thể nói, đây là những tác phẩm điển hình về nội dung cũng như nghệ thuật văn xuôi Xuân Vũ. Tôi nghĩ, những trang sách này của Xuân Vũ cùng với Đêm giữa ban ngày của Vũ Thư Hiên, Chuyện kể năm 2000 của Bùi Ngọc Tấn là những tác phẩm ở thể hồi ký hay nhất của Văn học Việt đương đại. Đây là tác phẩm văn học về thế sự, với lời văn tự sự, Xuân Vũ dẫn người đọc trở lại con đường về Nam bi thương nhất của ông, của bạn bè đồng nghiệp ông và của cả những người lính. Sự sinh động đó, như những thước phim toàn cảnh chân thực và thật ám ảnh về con đường

Trường Sơn chết chóc. Và đọc nó, làm tôi nhớ đến câu thơ của Phan Đắc Lữ, một nhà thơ cũng tập kết ra Bắc: *"Tuổi xuân chết đuối giữa dòng u mê"*.

Và con đường u mê ấy, chỉ đến khi tập kết (cùng mười năm nơi đất Bắc) dường như Xuân Vũ mới nhận ra điều đó:

"Riêng tôi, tôi cảm thấy mình ngu. Cái ngu của một thằng học trò ba chớp ba nháng đang đi học lại bỏ trường để nhào theo Việt Minh hát Tiến Quân Ca... Dọc đường Trường Sơn và khi về R., tôi thường mở đài Sàigòn. Thỉnh thoảng nghe tên những thằng bạn học. Chúng đang làm Tổng Giám Đốc, Giám Đốc, Kỹ Sư, có thằng làm tướng. Mẹ kiếp, còn mình đi theo Việt Minh hai mươi năm chỉ được cái danh hiệu tên ăn trộm, chui luồn ngõ hẹp." (Đồng bằng gai góc)

Và muốn giải thoát, cởi bỏ cái ách ấy con đường duy nhất của Xuân Vũ là trở về Nam. Bởi vậy, đọc ông, ta thấy khát vọng, lòng quyết tâm trở về Nam thật mãnh liệt. Ở đó, con đường hiện lên trang viết của Xuân Vũ rất chân thực, song cũng đầy ăm ắp hình ảnh ví von, ẩn dụ cùng giọng điệu giễu nhại thật xót xa:

"Cứ bước một bước Thu lại nhăn mặt. Thu phải cân nhắc từng bước một, phải tìm một chỗ phẳng rồi mới từ từ đặt chân lên. Thu sợ tất cả mọi hòn đá trên mặt đường. Mà cái mặt đường vinh quang, đường giải phóng Miền Nam này có chỗ nào là không lởm chởm đá và gai?" (Đường Đi Không Đến).

Xuân Vũ tên thật là Bùi Quang Triết, sinh năm 1930 tại Mỏ Cày, Bến Tre, mười lăm tuổi đã tham gia kháng chiến chống Pháp. Năm 1954, ông tập kết ra Bắc. Và ngay sau đó Xuân Vũ tìm mọi cách để trở về Nam, nhưng bất thành. Và phải đến mười năm sau ông mới có cơ hội vượt Trường Sơn trở về Nam. Sau đó ông đào ngũ, và ra hồi chánh Chính quyền Việt Nam Cộng Hòa. Và bộ hồi ký những ngày vượt Trường Sơn, lội qua đầm lầy gai góc Cửu Long về quê đã được Xuân Vũ tái hiện lại trong thời gian này. Sau biến cố 1975 ông di tản sang Mỹ, và mất vào năm 2004 tại San Antonio, Texas.

Có thể nói, Xuân Vũ không chỉ là một nhà văn lớn về khối lượng tác phẩm đồ sộ phong phú thể loại, mà còn về nhận thức tư tưởng, và nhân cách. Bởi vậy, đọc ông cho tôi những bài học với nhiều khía cạnh của cuộc sống cũng như trong văn chương, viết lách.

*Từ nhận thức đến tư tưởng dân tộc.

Khi đi sâu vào đọc những trang sách từ nhiều nguồn (nhiều phía) về Nam Bộ kháng chiến, ta có thể thấy, không riêng Xuân Vũ, mà dường như cả thế hệ ông đi vào cuộc chiến chống Pháp bằng cả khát vọng tự do và tình yêu đất nước trong sáng, hồn nhiên: "*Nam thanh nữ tú áo hồng áo tía kéo nhau đi thành đoàn. Vừa đi vừa hò hét, ai thấy cũng muốn đi theo. Nhưng vấn đề quan trọng nhất là trí thức. Hồi thời đó rất đông trí thức tham gia cách mạng... Phật Giáo, Công Giáo, Cao Đài (không có Hòa Hảo) đều có mặt. Cỡ lóc nhóc như tôi thì ôi thôi thiếu chi... Nên nhớ rằng hồi đó đảng (cs) còn núp ló sau lưng các đoàn thể, chưa đám lòi mặt.* (Đồng bằng gai góc)

Trong cái không khí hừng hực như vậy, ở tuổi mười lăm Xuân Vũ đã rời ghế nhà trường tham gia kháng chiến. Từ phụ trách liên đội thanh thiếu niên đến làm báo tiếp xúc, đi nhiều, đọc nhiều đã cho Xuân Vũ vốn sống rất phong phú. Nhất là mười năm nơi đất Bắc, Xuân Vũ đã tiếp xúc, học hỏi (ảnh hưởng) rất nhiều từ các nhà văn: Nguyễn Tuân, Tô Hoài, Nguyễn Huy Tưởng, Nguyên Hồng, Nguyễn Công Hoan... Bởi vậy, đọc hồi ký Xuân Vũ, ngoài tài năng hồi tưởng, phân tích, ta còn thấy góc nhìn mới từ những trải nghiệm với cảm xúc chân thực qua lối kể chuyện sinh động, lôi cuốn của ông. Sự ảnh hưởng, tính hiện thực đó không chỉ ảnh hưởng đến thi pháp sáng tạo Xuân Vũ, mà còn tác động đến nhận thức tư tưởng. Và tư tưởng dân tộc ấy xuyên suốt sự nghiệp sáng tạo của ông. Thật vậy, trích đoạn lời thoại giữa người giao liên và Xuân Vũ trong Đồng Bằng Gai Góc chứng minh cho ta thấy rõ điều đó:

"Một chốc anh hỏi tôi:

- Tôi hỏi thật mà anh cũng phải trả lời thật nhé! Miền Bắc xây dựng xã hội chủ nghĩa có ngon hơn miền Nam mình không?

- Điều tôi muốn nói với anh là: Chế độ nào nhiều cơm gạo và thỏa mãn người đời nhiều nhất thì đó là chế độ ta cần bảo vệ và vun bồi. Chủ nghĩa cộng sản trên lý thuyết thì có vẻ hay thật nhưng nó chỉ thực hiện được khi nào nhân loại chỉ có một cái dạ dầy chung. Đừng nghe lý thuyết của bất kỳ ai, hãy nhìn vào nồi cơm của họ."

Không dừng ở đó, như một phép so sánh, Xuân Vũ cho người đọc thấy tinh thần đoàn kết dân tộc giữa quân dân trong 9 năm

(1945-1954) kháng chiến chống Pháp, và sự dốt nát độc đoán, độc tài của lãnh đạo hiện nay (1965) làm cho người dân sợ hãi, xa lánh. Có thể nói, đây là cái nhìn khách quan, trung thực của nhà văn đã đi vào hai cuộc chiến với tinh thần, trách nhiệm như một người lính thực thụ. Bởi vậy, hồi ký, văn xuôi của Xuân Vũ không chỉ bao gồm đầy đủ đặc tính văn học, mà còn là trang sử sống động có giá trị chân thực cao:

"Còn bây giờ? Tỉnh ủy độc tài một mình một chợ cho nên không có ai theo. Đặc biệt không có trí thức và tôn giáo. Tỉnh ủy toàn là một đám bần cố hỉ. Chúng chia nhau "lãnh đạo" các đoàn thể. Nhưng đoàn thể thì chỉ có cái đầu còn mình thì không. Cả bọn trốn chui trốn nhủi. Đi tới đâu dân chúng chạy tránh như sợ bịnh dịch. Ngày trước cơ quan bộ đội đi đâu được dân chúng chào đón, nhường cho đóng trong nhà, gà vịt heo bò đãi đằng nồng nhiệt. Bây giờ cơ quan ở nhà hoang, bộ đội lủi ngoài rừng." (Đồng Bằng Gai Góc)

Bước đầu Xuân Vũ đến với kháng chiến bằng tình yêu nước hồn nhiên, trong sáng. Song ông và thế hệ ông bị dẫn dắt bởi bàn tay lông lá, độc tài hoang tưởng. Phải mất đến 20 năm lầm lỡ, Xuân Vũ mới có thể quay trở về với hồn dân tộc. Và thật may mắn, nếu không Văn học Việt sẽ không có một nhà văn vạm vỡ Xuân Vũ, với những tác phẩm đồ sộ và sâu sắc đến vậy.

*Con đường xương máu.

Ngay khi đặt chân lên (xứ Thanh) đất Bắc, nhà văn Xuân Vũ bị hụt hẫng, chán chường, bởi niềm tin đã mất, tâm hồn sụp đổ. Tuy không một lời phê phán, nhưng hình ảnh nồi cám trộn rau muống, dường như Xuân Vũ gợi cho người đọc (một phép so sánh giữa) thân phận con người và súc vật. Và hiện thực xã hội này ám ảnh suốt cả cuộc đời ông. Với tâm trạng như vậy, buộc Xuân Vũ viết: Chuyện tục về một vùng Thanh. Một truyện ký ai cũng phải bùi ngùi, xúc động khi đọc:

"Nhiều lần trong bữa ăn, tôi bị nghẹn vì chợt nhớ đến lũ trẻ ở nhà ngồi quanh nồi cám lẫn với rau muống bố mẹ chúng đã nấu sẵn trước khi ra đồng. Tôi sống hết mùa đông trên đất Bắc như một cực hình. Từ mùa đông ấy trở đi, một sự hối hận giày vò tôi khôn nguôi: "Mình đi đâu thế này? Bỏ quê hương bỏ cha mẹ mà đi thế này?"

Sự giày vò hối hận đó như một động lực thôi thúc Xuân Vũ trở về Nam. Nhưng mọi con đường đã khép lại sau một lần nhà văn dám cả gan vào thẳng Ủy ban quốc tế để xin về Nam. Và bao phen âm thầm trốn chạy, Xuân Vũ cũng không thoát ra khỏi chiếc rọ kín mít đó:

"Nỗi day dứt về quê hương và gia đình, cộng với những điều kỳ cục trong mấy năm dằng dặc trên đất Bắc làm cho tôi thấy mình đi lạc đường. Sống trong nước mình mà cứ tưởng nước ai. Do đó tôi quyết chí trốn về Nam, sống dưới gầm cầu cũng được. Nhưng ý chí là một chuyện, thực địa là một chuyện khác. Trốn ngả nào?" (Chuyện tục về một vùng Thanh)

Trong cái bế tắc chán chường và điên loạn như vậy, dường như lời khuyên của Nguyễn Tuân và Văn Cao đã làm tâm hồn Xuân Vũ lắng lại. Và phải mất gần mười năm lấy lại lòng tin của Ủy ban thống nhất, Xuân Vũ mới được phép trở về Nam, để viết về Đồng khởi Bến Tre. Một phong trào đã được thổi phồng, cường điệu hóa mà Xuân Vũ đã nhận ra, khi trở về quê Mỏ Cày, Bến Tre gặp những người đã tham gia trực tiếp còn sống sót kể lại.

Nếu sạn đạo một con đường vào Ba Thục thời cổ đại rùng rợn, nghe tên đã thấy khiếp đảm, thì đường Trường Sơn (từ Bắc vào Nam) Xuân Vũ đã trải qua còn tàn khốc hơn thế nhiều: *"Tôi biết rằng con đường về là con đường đầu thai một lần nữa, con đường về là con đường đói khát, con đường sấm sét, con đường đau khổ và gian khổ, con đường dốc, con đường dài, con đường đi không đến mà rồi vẫn phải đi".* (Đường đi không đến). Thật vậy, đọc Xuân Vũ, ta không chỉ thấy tâm trạng nhà văn ở giữa rừng Trường Sơn: nếu phải quay lại đất Bắc còn lo sợ hơn cái chết, mà còn thấy được sự dã man, vô trách nhiệm của giới lãnh đạo, và thân phận rẻ mạt của con người:

"Đường vắng tanh. Tử khí trùm cây cỏ. Tôi thấy chùn bước. Nhưng nếu tôi không tiêm được mấy ống thuốc này thì không cắt cữ được, nằm đây mà sốt thì một là chết, hai là quay về Bắc. Cả hai điều đó tôi xem như tai họa ngang nhau. Bỗng nhiên tôi thấy như có ma lực đẩy phía sau lưng tôi. Tôi rẽ vào và rấn lên ít bước thì đụng vào, trời ơi, đụng vào một bộ xương. Rõ ràng một bộ xương trong một cái hốc đá. Nó trắng một cách ghê rợn. Tôi thấy không sợ hãi nhưng chỉ

giật mình khi vừa trông thấy. Tôi bước một bước đến gần bộ xương. Bên cạnh đó là một khẩu AK mà cái báng súng đã bị mối mọt gậm hết chỉ còn trơ lại cái cốt sắt. Cái nòng súng cũng đã mục đi. Sét kết khối và vỡ ra từng mảng... Ai biết anh ta tên gì, quê quán ở đâu? Cũng như anh bạn nằm dưới đất ló hai bàn chân ra lúc nãy, anh bạn này đã đi và không đến." (Đường đi không đến)

Và trên con đường khúc khuỷu, vách đá cheo leo sặc mùi tử khí ấy, hình ảnh người lính hiện lên trang văn Xuân Vũ như những bóng ma chập chờn. Có lẽ, lịch sử mấy ngàn năm qua chưa có hình ảnh nào bi thương như những người lính trên đường Trường Sơn. Thật vậy, lời văn châm biếm mỉa mai, Xuân Vũ vẽ nên bức tranh về người lính với số phận đen ngòm đã định trước, được viền quanh những hào quang giả tạo, làm cho ai cũng phải bật ra tiếng cười chua xót:

"Những người lính lại lôi thôi lếch thếch đi qua. Họ không còn là những chiến sĩ của quân đội Miền Bắc. Họ là những cái bộ xương còn có thể di động trong vài hôm nữa, và chỉ cần một trận mưa nữa là những bộ xương ấy sẽ rã ra, rải rác khắp trên con đường vinh quang này như những cánh hoa vô giá, làm cho con đường giải phóng Miền Nam thêm hương thêm sắc." (Đường đi không đến)

Không dừng lại ở những người lính, giao liên dẫn đường, Xuân Vũ còn đi sâu vào miêu tả diễn biến nội tâm văn nghệ sĩ, các giáo sư đại học, những người bạn đồng hành trước bệnh tật, đói khát, đạn bom và chết chóc. Niềm tin đã bị đánh cắp trước sự dối trá, lưu manh của những kẻ đầu cơ chiến tranh. Bởi vậy, những cái chết đã được báo trước, làm cho họ ám ảnh và bi quan đến tột cùng:

"Cái tấm mộ bia của anh chàng bệnh tư tưởng hai bàn chân lòi ra dưới mô đất, cái bộ xương trong hốc đá, và đây nữa cái giá súng tổ tam tam với ba khẩu AK, mỗi một cái hình tượng đó là một cây số dựng lên trên đường tôi đang đi, và đứng sừng sững trong đầu tôi." (Mạng người lá rụng)

Nhốt tù binh Mỹ vào trong cũi ở giữa núi rừng Trường Sơn cho ta thấy sự tàn nhẫn, man rợ đưa con người trở về thời mông muội. Tôi đã đọc khá nhiều sách báo, tiểu thuyết hồi ký, hay bút ký về chiến tranh trong và ngoài nước, song dường như chưa có hình ảnh, hành động nào thú tính như vậy, ngoài một số địa chủ bị giam vào cũi trong cải cách ruộng đất, như một nhà thơ lớn tuổi đã kể. Và có lẽ chưa có trang sách nào đi sâu vào chi tiết này. Thật vậy, đọc lời văn mộc mạc, cùng hình ảnh ví von với câu hỏi tu từ thật dân dã của Xuân Vũ, nhưng ai cũng phải rợn tóc gáy:

"Nghe tôi nói, Việt bèn đi theo tôi. Quả thật chỉ cách bờ suối vài mươi bước có một cái cũi phủ đầy lá, mới nhìn tôi ngỡ rằng đó là cái chuồng lợn. Tiếng người rên rỉ trong cái cũi ấy phát ra làm cho tôi sửng sốt. Sao lại có chuyện kỳ cục vậy? Tôi bước tới và nhanh tay giở một cành lá nom sát vào song cũi. Tối om, không thấy gì hết chỉ thấy hai chấm sáng phản chiếu về phía tôi, làm cho tôi hơi ái ngại. Tôi lùi lại, thì trong cái bóng mờ mờ đó thấy có sự cử động. Tôi giở tung một cành lá lên, thì trời ơi, đúng là một con người, một thằng người đã hóa thành con vật, hay con vật đang hóa ra người? Hắn chìa tay ra xin tôi nhưng không rõ hắn muốn xin gì. Tôi định thần nhìn kỹ. Và Việt reo lên: Mỹ! Mỹ anh ạ!" (Mạng người lá rụng)

Dường như chưa có cuốn sách nào viết hay, sâu sắc về nông thôn miền Tây Nam Bộ (giai đoạn chiến tranh 1965 -1968) như hồi ký: Đồng bằng gai góc của Xuân Vũ. Ở đó, ta không chỉ thấy cục diện chiến tranh, mà còn thấy được đời sống tâm trạng của nông dân vùng xôi đậu. Nếu ta đã đọc Hòn Đất, một tiểu thuyết tuyên truyền về chiến tranh của Anh Đức ở thời điểm đó, cùng đất và con người miền Tây Nam Bộ, thì mới thấy hết tính chân thực và giá trị lịch sử của tác phẩm: Đồng bằng gai góc của Xuân Vũ.

Và cũng ở nơi đây cái chết của nhạc sĩ Hoàng Việt (tác giả bản Tình Ca) người bạn đồng hành đã tác động mạnh đến Xuân Vũ. Bởi, nó đã phơi bày bộ mặt thật của những kẻ ăn trên ngồi trốc, và thân phận bèo bọt của văn nghệ sĩ. Hình ảnh so sánh đối lập ấy là nguyên liệu sống để Xuân Vũ viết nên thiên truyện này. Và nó cho Xuân Vũ đủ nghị lực từ bỏ con đường thối nát bị bưng bít suốt mấy chục năm qua:

"Hoàng Việt là một nhạc sĩ sáng tác nhiều nhất và hay nhất trong chín năm kháng chiến Nam Bộ. Anh là hạt ngọc của Việt Nam chứ không phải riêng của Cộng Sản. Đến năm 1965, theo tôi biết thì ở Miền Bắc chỉ có Hoàng Việt là người độc nhất có khả năng sáng tác

nhạc giao hưởng. Từ Bungari về với mái tóc bạc quá nửa, anh được đưa vào trường vác gạch chuẩn bị đi Nam. Hãy nhìn Thép Mới Tổng Biên Tập báo Nhân Dân, cả đời viết được chục rưỡi bài tùy bút, "tác phẩm" của y gom góp lại in được chừng mười đến mười lăm trang đọc được. Thế mà vô Nam, hắn đi đâu được đám Bake bộ chỉ huy giải phóng cho cần vụ đi theo đứa mang ba lô, đứa vác AK hộ vệ. Vì hắn là dân triều đình. Còn Hoàng Việt đi đơn thân độc mã, phó mặc cho giao liên, du kích vô trách nhiệm cho nên thay vì cất giấu kỹ lưỡng chúng lại nhét Hoàng Việt vào một cái hầm, trống toang hoác, chẳng trách gì trực thăng phóng quả rốc kết ngay chóc miệng hầm. Tất cả thân xác nhà nghệ sĩ số một của Miền Bắc chỉ còn lại một mảng tóc bạc dính vào gốc cây gãy cúp bên miệng hầm." (Đồng bằng gai góc)

Tôi nghĩ, nếu không phải vượt qua dốc núi Trường Sơn, chứng kiến những cái bi thương, và khốn nạn nhất, thì chưa chắc Xuân Vũ đã hồi chánh, làm việc cho Chính phủ Việt Nam Cộng Hòa, mà chỉ âm thầm ẩn dật ở đâu đó, hoặc nơi quê nhà. Và nếu không có nó chắc chắn Văn học Việt Nam không có bộ hồi ký Vượt Trường Sơn và một nhà văn Xuân Vũ tài hoa đến vậy.

*Con đường giải thoát

Về đến quê nhà, nhưng bạn bè hầu như đã tử nạn và rời xa, cho nên nỗi cô đơn luôn giày vò tâm hồn Xuân Vũ. Bởi vậy, mỗi trang văn của ông luôn ẩn chứa nỗi chán chường, thất vọng: *"Hoàng Việt chết. Tư Trang, Bảy Thinh, Ngọc Cung bị B52. Thủy Thủ tức thiếu úy hải quân Thái Trần Trọng Nghĩa tự sát bằng AK sau chuyến công tác Mỹ Tho thất vọng vì tình và bế tắc lý tưởng."* (Đồng bằng gai góc) Lý tưởng bế tắc, và cuộc sống gia đình còn bị chính những người đồng đội đàn áp nơi quê nhà càng làm cho Xuân Vũ quyết tâm rời bỏ cộng sản. Bởi vậy, mỗi trang văn của Xuân Vũ, đọc lên ta không chỉ thấy hiện thực xã hội nóng bỏng, mà nó còn như một lời dự báo về cái thối tha, bỉ ổi mầm mống của đám quan tham từ mấy chục năm trước:

"Anh đi như vầy ở nhà "mấy ông" ấp cứ làm khó dễ má hoài. Mấy ổng xin gì má cũng cho, vậy mà cũng không nhơn tay chút nào. Vừa rồi họ bắt má đi học. Bộ họ không biết anh tập kết về sao? Tôi thật tình không dám nói ý định trốn Cộng Sản của tôi. Càng không lộ cho ai biết những "thành tích" ở Miền Bắc của tôi. Tôi không nói gì

hết. Mặc dầu vậy tôi vẫn tầm ngầm tìm đường trốn. Phải trốn cho được. Nếu để bể thì hại cả dòng họ bên ngoại lẫn bên nội chứ không phải chuyện nhỏ đâu." (Đồng bằng gai góc)

Hồi chánh là con đường duy nhất để giải thoát tâm hồn cũng như thể xác Xuân Vũ. Cho nên, dù ở Bến Tre quê hương, hay biên giới Việt Miên, Xuân Vũ luôn tìm đường trốn chạy.

Đọc 5 tập hồi ký, nhất là khi Xuân Vũ đã trở về tới Bến Tre, tôi nhận thấy, ông luôn sống trong tâm trạng muốn trốn chạy. Nhưng không hiểu sao phải mất đến ba năm ông mới trốn thoát, và hồi chánh thành công? Tuy có sự lý giải, nhưng quả thực chưa làm cho tôi thỏa mãn. Và ta hãy đọc lại đoạn kết của: Đồng bằng gai góc để thấy tâm trạng phấn chấn, tự tin của Xuân Vũ trước cuộc sống tự do đã được mở ra:

"Chiều hôm đó tôi ra tới chợ Hồng Ngự. Tôi đến bến xe ngay. Còn chuyến chót không biết đi đâu, mặc kệ, tôi cứ phóng lên. Đi cho xa, càng xa cái ổ quỷ càng tốt... Xe đỗ lại tôi bước xuống, không biết là đâu. Ngó thấy tượng đức Huỳnh Giáo Chủ thì chắc là Long Xuyên hay Châu Đốc. Mặc kệ, đâu cũng được. Tôi vô tiệm chén một bữa tẩy trần, no nê sảng khoái. Thấy mình sống hoàn toàn. Tôi đi đến khách sạn ở bến xe thuê ngay một phòng, chìa thẻ bọc nhựa ra cho chủ tiệm ghi tên tuổi một cách rất đàng hoàng. Tôi bây giờ là dân Miền Nam. Tôi là Tôi. Tôi thuộc về Tôi, thuộc về vợ con Tôi, không thuộc ai khác cả".

Có thể nói, Xuân Vũ viết hồi ký không theo một trật tự thời gian nhất định. Ngẫu hứng, và cảm xúc đưa đến những tình tiết đan xen, chồng chéo làm cho hình ảnh, lời văn ông sinh động, phong phú. Sự liên tưởng ấy, Xuân Vũ làm cho câu chuyện trở nên sâu sắc, độc đáo. Nên hơn ba chục năm sau đọc lại 5 tập hồi ký, cũng như văn xuôi của Xuân vũ vẫn cho tôi những cảm xúc mới và đặc biệt như vậy. Và cũng như nhà văn Mai Thảo, cả cuộc đời Xuân Vũ dành trọn vẹn cho văn thơ, và đóng góp không nhỏ cho nền văn học nước nhà. Bởi vậy, với tôi, cuộc đời cũng như sự nghiệp của Xuân Vũ tuy muộn, nhưng con đường ông chọn đã đi đến đích.

Đỗ Trường

HOÀNG CHÍNH

MÒN MỎI ĐỢI AI ĐÓ TRỞ VỀ

Tôi đứng sát vách tường trắng. Đầu cúi, mắt nhắm hờ. Khung cảnh chung quanh mập mờ như bị phủ bởi một lớp sương mù buổi sáng. Mẹ nằm giữa phòng khách. Chiếc quan tài gỗ nâu kê ngay ngắn giữa khoảng chữ nhật hẹp của nền nhà lát gạch hoa. Những vòng hoa tang dựng đầy chung quanh. Quanh tôi toàn người với người. Những hình ảnh nhập nhòe, kẻ đứng người ngồi đầy khoảng sân trước nhà, dưới mái bạt căng. Những chiếc ghế nhựa thấp lè tè hai màu xanh đỏ. Tiếng chuyện trò râm ran. Những đứa em gái chạy xuống bếp rồi chạy lên nhà như con thoi bình nước trà trong tay, liên tục châm cho đầy những chiếc ly thủy tinh nứt nẻ. Tôi lẻ loi. Tôi không nhìn ai, cũng không trò chuyện với ai. Mẹ tôi nằm đó. Thật gần nhưng xa vời vợi. Tôi khóc không ra tiếng. Nước mắt tuôn như lũ lụt. Chưa bao giờ tôi khóc nhiều và thỏa thuê như thế. Lũ trẻ rón rén đi qua ngước nhìn tôi, những khuôn mặt ngơ ngác. Chắc chúng nó chưa bao giờ thấy đàn ông khóc. Chưa bao giờ thấy nước mắt nhiều như thế từ một người đàn ông tóc hoa râm lạ mặt. Tôi nhìn những con mắt trẻ thơ qua màn nước mỏng. Những cái cổ gầy còm và dài ngoẵng. Những chân tay khẳng khiu, khúc khuỷu, và đen đủi như những cây củi khô. Tôi không nhớ mặt mà cũng chẳng nhận ra đứa trẻ nào. Chúng nó giống hệt nhau. Ở màu da nâu đen, ở con mắt trắng, ở ánh nhìn tò mò, mớ chân tay thừa thãi, quơ quào không biết giấu vào đâu. Và những chiếc áo vá.

Một người đàn bà vạch đám đông, lao lên bậc thềm, chiếc nón lá vướng sau lưng, chị ta gỡ vội chiếc nón quăng xuống nền nhà, tuột vội đôi dép mòn, tất tả chạy vào ôm lấy cái quan tài, và òa lên khóc. Những lời kể lể tuôn như nước lũ. Tôi chỉ nghe được những chữ "Mẹ ơi. Mẹ ơi!" Và tôi ngạc nhiên, nhướng mắt nhìn. Chiếc áo tang xộc xệch mỏng dính phủ lên thân thể gầy gò, che không kín mảnh áo sơ mi màu xanh nhạt nhăn nhúm và chiếc quần tây màu đen còn đầy những nếp gấp. Hai bàn tay bấu vào nắp quan tài gỗ. Hai bàn chân đen đúa dán chặt xuống nền nhà. Thân mình run rẩy theo nhịp tiếng kêu rêu. Mẹ ơi. Mẹ ơi. Tôi nheo mắt suy nghĩ. Tôi là con đầu lòng. Bầy em gái tôi đã gặp đủ cả chín đứa, đã vắn tắt trò chuyện hôm qua, khi rời sân bay trên chiếc xe ôm lướt vùn vụt trên phố, về lại căn nhà xưa. Người đàn bà này không phải em gái tôi. Tôi xa nhà đã hai mươi mấy năm. Bây giờ tôi mới về lại. Buổi tối, giọng thằng cháu đầy âm hưởng cấp bách trên đường dây viễn liên, "Bác ơi, bác về ngay đi thôi, bà ngoại yếu lắm rồi, sợ không kịp..." Thế là tôi vội vã trở về. Bao nhiêu năm xa xứ, tôi không quen biết hay ràng buộc với ai ở quê nhà, để người ta phải chờ đợi. Tôi biết chắc tôi không để lại quê nhà một người con gái nào để cô ta có thể gọi mẹ tôi là "Mẹ."

Đầu óc tôi quay cuồng. Người đàn bà vẫn khóc, vẫn kể lể bằng cái giọng ướt sũng. Âm thanh quấn vào nhau. Như những ngụm hơi thở thoát vội qua chiếc cổ họng đang bị kẻ nào đó siết cứng. Tôi vẫn chỉ bắt được những chữ "Mẹ ơi!" Và nước mắt tôi lại tuôn ra như mạch nước ngầm vừa bị nhát cuốc nào đó khơi trúng. Rồi bỗng dưng người đàn bà ngồi thụp xuống bên những chân ghế gỗ chống quan tài. Đầu dựa vào vách áo quan, hai tay vươn lên bám vào phiến gỗ màu nâu đỏ. Giọng chị lạc đi, khao khao như sắp đứt hơi. Những đứa em gái tôi lùm xùm trong lớp áo tang mỏng như vải màn, vẫn lặng lẽ đi ra đi vào, qua phòng khách, chỗ đặt áo quan mẹ, xuống bếp lấy bình nước, đem ra sân rót vào những chiếc ly sành cho khách viếng. Đám khách vẫn thản nhiên trò chuyện. Kẻ đứng người ngồi. Không ai ngó ngàng gì tới người đàn bà vừa khóc đến đứt hơi. Và không ai để ý đến tôi. Nên tôi vẫn đứng dựa vách tường, đầu khẽ cúi, hai tay khoanh trước bụng, và lắng nghe những tiếng

"Mẹ ơi!" lạc giọng, mặc cho nước mắt tràn hai má, trôi xuống cằm, rụng xuống chiếc áo dài bằng vải sô thưa như vải màn.

Rồi người đàn bà nặng nề chống tay đứng dậy, đưa cánh tay lên lau nước mắt và khom người ôm chầm lấy áo quan, thì thầm, "Con phải về, con của con đang ốm, mẹ ra đi bình an nhé."

Trong tiếng nói chuyện lao xao của những người chung quanh, tôi nghe được như thế. Người đàn bà cúi xuống áp mặt lên nắp áo quan. Chị hôn lên lớp vải tang ai đó phủ trên mặt gỗ, hôn cả lên những cánh hoa rụng trên mặt quan tài rồi vội vã như lúc đến, chị xoay người, xỏ chân vào đôi dép bỏ ngoài hiên, đội chiếc nón rách lên đầu, đưa tay áo gạt nước mắt và tất tả bước đi.

Tôi đứng như cây cột nhà vô tri. Tôi moi móc trí nhớ để tìm những cô gái mà bố mẹ tôi đã từng ưng ý, muốn tôi nên vợ nên chồng với họ. Có vài người đã gọi bố mẹ tôi là ba, mẹ như thể họ đã là con dâu của bố mẹ tôi. Nhưng thuở ấy tôi là con chim mê mải những vùng trời. Tôi không muốn sống trong một chiếc lồng chật hẹp dù đó là chiếc lồng hạnh phúc. Tôi tung cánh bay về nơi chốn bình yên. Thời gian trôi đi. Người con gái nào có thể chờ đợi hai ba chục năm một kẻ không bao giờ hứa hẹn sẽ trở về?

Chờ con bé em đi qua, tôi kéo nó lại, thì thầm, "Bà nào vậy?"

"Ai?"

"Cái bà vừa mới khóc ở đây này."

Con bé em chùi nước mắt, chớp nhanh hai hàng mi, "À, chị Nhạn đấy. Anh không nhận ra chị Nhạn à?"

"Nhạn thật à?" Tôi hỏi, đưa tay áo vải sô lau vội nước mắt.

Con bé em nhìn tôi thương hại, "Anh không còn nhận ra chị ấy nữa à?"

Tôi ngẩn người ra. Thì ra đấy là Nhạn. Nhưng không giống một chút gì của Nhạn áo trắng học trò ngày xưa. Không giống con nhạn lạc trong bầy chim én vẫn vùn vụt bay dọc chiều dài con ngõ nơi những buổi chiều cuối tuần, nàng ghé thăm tôi. Tôi hỏi một câu hoàn toàn vô nghĩa, "Cô ấy... có chồng chưa?"

"Trời ơi, mấy chục năm rồi ai ở đó mà chờ..." Con bé buông lơi câu nói, nhìn tôi, những giọt nước mắt lăn trên gò má.

Tôi lặng người. Bỗng dưng tôi lắc đầu. Tôi muốn nói một câu gì đó. Nhưng lời tôi bỗng cạn như con suối mùa hạn hán. Tôi muốn xua đi hết những trang ký ức bỗng dưng trải dài trong trí tôi. Những con đường hò hẹn, những góc phố đón đưa. Cả những lần tôi dở chứng than thở thèm quá là thèm cái gì thật ngọt và có người lặn lội ra chợ mua đậu xanh nấu cho tôi nồi cháo. Cái người đã hứa theo tôi đến tận cuối đời.

"Anh không nhớ thật à?"

Tôi không muốn nghe thêm gì nữa. Tôi thèm được tha thứ. Nhưng con em tôi không tha thứ cho tôi. Nó xuống giọng, nhỏ nhẹ, "Từ lúc anh đi, chị ấy vẫn thường lại nhà chơi, từ hôm mẹ ốm không ngày nào mà chị ấy không sang."

Tôi đứng lặng.

"Anh thì mẹ mất mới chịu về!"

Tôi lại khóc. Tôi khóc cho tôi. Bây giờ tôi hiểu vì sao cứ cầm điện thoại lên là mẹ lại hỏi trên đường dây viễn liên rằng Chừng nào con mới về? Bây giờ tôi hiểu tại sao tôi lại khóc nhiều như thế.

Tôi khóc cho mẹ tôi và cho tất cả những người suốt đời mòn mỏi đợi một ai đó trở về.

Hoàng Chính

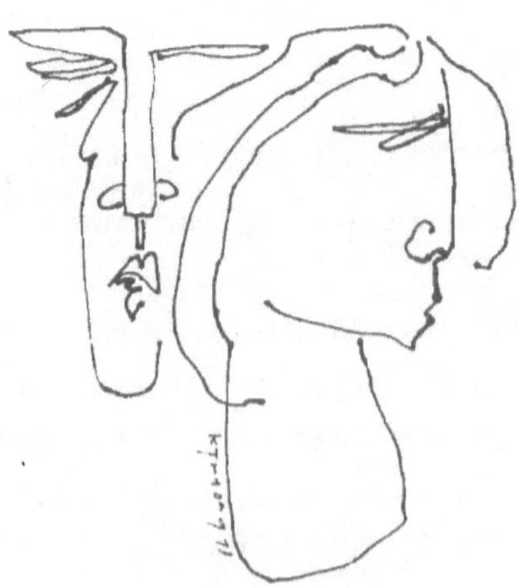

NGUYỄN VĂN TUẤN

ĐƯỜNG KHÂU NỐI THỜI GIAN

(Giới thiệu Tuyển tập II Chân dung Văn nghệ sĩ của Ngô Thế Vinh)

"Tuyển tập II Chân dung Văn nghệ sĩ" là một công trình mới của Nhà văn Ngô Thế Vinh, giới thiệu 18 văn nghệ sĩ và nhà văn hóa thành danh thời trước 1975 ở miền Nam Việt Nam. Những tác phẩm, chân dung và chứng từ trong tuyển tập này minh chứng cho một nền văn nghệ nhân bản, năng động và đột phá đã bị bức tử sau biến cố 30/4/1975. Do đó, tuyển tập là một nguồn tham khảo quý báu về di sản của nền văn nghệ và giáo dục thời Việt Nam Cộng Hòa.

Để cảm nhận đầy đủ ý nghĩa của Tuyển tập này, cần phải điểm qua diễn biến của nền giáo dục và văn nghệ miền Nam thời Việt Nam Cộng Hòa trước và sau 1975. Việt Nam Cộng Hòa (VNCH) chỉ tồn tại vỏn vẹn 20 năm. Nhưng trong một quãng thời gian tương đối ngắn ngủi đó, VNCH đã để lại một di sản quý báu về một nền giáo dục mà ngày nay có người 'tiếc nuối vô bờ bến'. Nền giáo dục VNCH được xây dựng trên ba trụ cột Nhân Bản, Dân Tộc và Khai Phóng. Nhân Bản là lấy con người làm gốc, là cứu cánh chứ không phải phương tiện của đảng phái nào. Trụ cột Dân Tộc là nền giáo dục đó có chức năng bảo tồn phát huy các giá trị truyền thống của dân tộc. Trụ cột Khai Phóng là nền tảng để nền giáo dục tiếp nhận những thành tựu và kiến thức khoa học kỹ thuật trên thế giới, tiếp nhận tinh thần dân chủ và các giá trị văn hóa nhân loại, giúp cho Việt Nam hội nhập thế giới.

Ngoài giáo dục, VNCH còn để lại một di sản đồ sộ về văn học - nghệ thuật. Người viết bài này cảm thấy mình may mắn vì lớn lên và được thụ hưởng những tác phẩm trong nền văn học đậm chất nhân văn đó, được tiếp xúc với những tư tưởng mới từ phương Tây qua những sách dịch và sách triết học. Nếu phải mô tả một cách ngắn gọn nền văn nghệ đó, tôi sẽ tóm tắt trong bốn chữ: nhân bản, tươi tắn, năng động, và đột phá. Tính nhân bản và tươi tắn có thể thấy rõ qua những tác phẩm thơ và nhạc được giới thanh niên yêu thích. Tính năng động và đột phá được minh chứng qua những diễn đàn quan trọng như tạp chí Bách Khoa, từng làm say mê chúng tôi một thời. Nhà văn Võ Phiến từng nhận xét rằng "Trước và sau thời 1954 - 1975, không thấy ở nơi nào khác trên đất nước ta, văn học được phát triển trong tinh thần tự do và cởi mở như vậy."

Tuy nhiên, sau biến cố 1975, nhà cầm quyền mới với chủ trương 'chuyên chính vô sản' đã có nhiều biện pháp nhằm hủy diệt những di sản đó. Với sự phụ họa của một số cây bút ngoài Bắc và một số người 'nằm vùng' trong Nam, họ kết án rằng nền văn nghệ VNCH là "văn học thực dân mới" hay "văn học tư sản" có mục đích phục vụ cho thực dân. Họ quy chụp cho các tác giả miền Nam là "những tên biệt kích văn hóa", "phản động và suy đồi", "thù địch với nhân dân", "phục vụ đắc lực nhất cho Mỹ Ngụy". Không chỉ vu khống và quy chụp, nhà cầm quyền còn phát động nhiều chiến dịch lùng sục tịch thu và tiêu hủy sách báo cũ, và bắt giam nhiều tác giả nổi tiếng trong các trại tập trung để 'cải tạo tư tưởng'. Chiến dịch tiêu diệt di sản của nền văn nghệ VNCH được thực hiện một cách có tổ chức và kéo dài đến 20 năm.

Hậu quả của sự vùi dập đó là một thế hệ người Việt hoặc là không hiểu biết gì về nền văn nghệ VNCH, hoặc là hiểu biết một cách méo mó do chánh sách tuyên truyền gây ra.

Tuy nhiên, trong thời gian chừng 10 năm trở lại đây, quan điểm của giới cầm quyền về nền văn nghệ VNCH đã thay đổi đáng kể. Theo thời gian, họ đã nhận thức rằng nền văn nghệ thời VNCH là một di sản văn nghệ của dân tộc. Theo đó, nhiều tác phẩm văn học và sách khảo cứu văn hóa thời VNCH đã được tái xuất bản, và khá nhiều nhạc phẩm sáng tác từ trước 1975 đã được lưu hành. Nhiều tác giả từng bị vu cáo là 'biệt kích văn hóa' cũng được ghi nhận đúng đắn. Theo một ước tính gần đây, đã có chừng 160 tác giả thời VNCH đã được 'phục dựng'.

Song song với sự ghi nhận giá trị của nền văn nghệ VNCH, người ta cũng bắt đầu tìm hiểu và đánh giá đúng hơn về nền giáo dục VNCH. Ở miền Bắc Việt Nam trước 1975 và Việt Nam sau 1975 nền giáo dục không có triết lý giáo dục. Người ta loay hoay đi tìm một triết lý giáo dục cho Việt Nam, nhưng dù đã có nhiều cố gắng mà vẫn chưa đi đến một sự đồng thuận, có lẽ vì sự chi phối quá nặng nề của thể chế toàn trị.

Những nhận thức mới đó và sự loay hoay đi tìm một triết lý giáo dục hiện nay gián tiếp nói lên rằng nền văn nghệ và giáo dục VNCH đã đi trước thời đại.

Trong bối cảnh đó, Tuyển tập Chân dung Văn nghệ sĩ của Nhà văn Ngô Thế Vinh là một đóng góp có ý nghĩa. Tuyển tập bao gồm 'chân dung' của 16 tác giả và 2 nhà giáo: Mặc Đỗ, Như Phong, Võ Phiến, Linh Bảo, Mai Thảo, Dương Nghiễm Mậu, Nhật Tiến, Nguyễn Đình Toàn, Thanh Tâm Tuyền, Nguyễn-Xuân Hoàng, Hoàng Ngọc Biên, Đinh Cường, Nghiêu Đề, Nguyên Khai, Cao Xuân Huy, Phùng Nguyễn, Phạm Biểu Tâm và Phạm Hoàng Hộ. Trong Tuyển tập II, bạn đọc sẽ 'gặp' 18 tác giả: Nguyễn Tường Bách & Hứa Bảo Liên, Tạ Tỵ, Trần Ngọc Ninh, Lê Ngộ Châu, Nguyễn Văn Trung, Hoàng Tiến Bảo, Lê Ngọc Huệ, Nghiêm Sỹ Tuấn, Đoàn Văn Bá, Mai Chửng, Trần Mộng Tú, Trần Hoài Thư & Ngọc Yến, Phan Nhật Nam, Vũ Xuân Thông, Võ Tòng Xuân, John Steinbeck, và đặc biệt là Dohamide (Đỗ Hải Minh).

Viết chân dung của những tác gia là một việc rất khó khăn, nhưng Nhà văn Ngô Thế Vinh đã có một 'công thức' dung hòa giữa thông tin về cá nhân và thông tin về tác phẩm của họ. Không giống như các tuyển tập văn học khác thường chú trọng vào tác phẩm, Nhà văn Ngô Thế Vinh tập trung vào tác giả và hoàn cảnh sáng tác. Do đó, mỗi tác giả được mô tả bằng một tiểu sử ngắn, những tác phẩm chánh, và đặc biệt là những tâm tư cũng như hoàn cảnh ra đời của các tác phẩm. Qua những thông tin đó, có thể dễ dàng phác họa các tác gia như sau:

- Nguyễn Tường Bách: nhà cách mạng gian truân.
- Hứa Bảo Liên: nhà văn gốc Hoa mang tâm hồn Việt.
- Hoàng Tiến Bảo: một thầy thuốc lớn.
- Trần Ngọc Ninh: một đời mang ước vọng duy tân cho Việt Nam.
- Nguyễn Văn Trung: lập thuyết gia cánh tả nhiều lận đận.
- Tạ Tỵ: một họa sĩ tiên phong và một nghệ sĩ đa tài.
- Lê Ngọc Huệ: điêu khắc gia làm tỏa sáng sự mầu nhiệm Mân Côi.
- Mai Chửng: một tượng đài của cây lúa miền Tây.
- Trần Mộng Tú: Phụ nữ và chiến tranh.
- Trần Hoài Thư & Ngọc Yến: người nâng niu và bảo tồn di sản văn học nghệ thuật VNCH.
- Phan Nhật Nam: một cây bút nhà binh sắc bén và phân định chánh trị rạch ròi.
- Nghiêm Sỹ Tuấn: một tấm gương trí thức - y sĩ dấn thân thời chiến.
- Đoàn Văn Bá: một tấm gương sáng về lòng dũng cảm và y đức của một y sĩ.
- Vũ Xuân Thông: Một biệt kích dù, một thế hệ hy sinh.
- Võ Tòng Xuân: 'Bác sĩ lúa' và Gia đình Bác Tám.
- Lê Ngộ Châu: linh hồn của diễn đàn Bách Khoa khai phá những cái mới.
- John Steinbeck: nhà văn cánh hữu với những trang viết thật về cuộc chiến Việt Nam.
- Dohamide: một nhà khảo cứu văn hóa Chàm ôn hòa và đầy trăn trở.

Một trong những nhân vật mà tôi nghe nhiều trước đây, nhưng qua Tuyển tập này mới biết hơn: đó là ông Lê Ngộ Châu, chủ bút Tạp chí Bách Khoa. Có thể xem ông là một nhà báo. Có thể ông không lừng danh như các tác giả *Mai Thảo, Du Tử Lê, Doãn Quốc Sỹ, Tô Thùy Yên, Thanh Tâm Tuyền, v.v..., nhưng ông là người* giúp cho họ nổi tiếng *qua tạp chí Bách Khoa. Đối với tôi, tạp chí Bách Khoa là một diễn đàn trí thức quan trọng nhứt nhì ở miền Nam về văn hóa, văn nghệ, xã hội, kinh tế, và cả chánh trị. Qua 426 số báo từ 1957 đến 1975, Bách Khoa đã giới thiệu hơn 100 tác giả đến công chúng, những người sau này trở thành nổi tiếng. Những người tử tế ngoài Bắc trước 1975 nhận xét rằng Bách Khoa là một tạp chí nghiêm chỉnh, ngôn ngữ đàng hoàng, và là diễn đàn mà họ hiểu các vấn đề ở miền Nam. Qua Tuyển tập II, độc giả sẽ biết rằng ông Lê Ngộ Châu là 'linh hồn' của tạp chí Bách Khoa.*

Nếu ông Lê Ngộ Châu là người tạo ra di sản văn hóa, thì Nhà văn Trần Hoài Thư và phu nhân Nguyễn Ngọc Yến là người phục hồi di sản đó. Nhà văn Trần Hoài Thư từng là một nhà giáo, quân nhân, đi tù cải tạo, và khi sang Mỹ thì thành chuyên gia về điện toán. Nhưng trước và trên hết, Trần Hoài Thư là người của văn chương. Ông khởi sự viết văn từ năm 1964, và từng có bài trên tạp chí Bách Khoa. Dù bị chi phối bởi 'cơm, áo, gạo, tiền' trong đời sống ở Mỹ, nhưng hai vợ chồng Trần Hoài Thư và Nguyễn Ngọc Yến dành nhiều thời gian cất công sưu tầm, hệ thống hóa, điện toán hóa, và kết quả là một thư mục quý báu về các tác phẩm văn học ở miền Nam Việt Nam trước 1975. Ông thổ lộ rằng *"... nhờ văn chương mà tiếng chuông ngân vang, như những niềm vui lẫn tự hào kỳ diệu. Nhờ văn chương mà ta quên đi thân phận nhục nhằn, nhờ văn chương mà ta thấy ta cao lớn hơn bao giờ."* Có thể nói một cách tự tin rằng so với những bài viết về Trần Hoài Thư trước đây, bài viết về Trần Hoài Thư trong Tuyển tập là đầy đủ nhứt. Bài viết còn có những bức hình rất cảm động về đôi uyên ương này trong tuổi xế bóng. Sự tận tụy cho văn học của họ thật đáng ngưỡng phục.

Một học giả khác có nhiều đóng góp cho văn hóa học thuật trước 1975 là Giáo sư Nguyễn Văn Trung. Ông cũng là người có nhiều ảnh hưởng đến tư tưởng của sinh viên thời trước 1975 như tôi. Tuy thời đó (thập niên 1960 - 1970) ông còn tương đối trẻ, nhưng rất năng động trong các hoạt động văn hóa và học thuật. Ở tuổi 28, ông cùng với các đồng nghiệp ở Đại học Huế sáng lập ra các tạp chí nổi tiếng *Đại Học* (1958 - 1964). Sau đó, ông sáng lập các tạp chí như *Hành Trình* sau này là *Đất Nước* (1964 - 1966) và *Trình Bầy* (1970 - 1972). Có thể nói ông là một trí thức thiên tả, nên các tạp chí do ông phụ trách cũng mang màu sắc tả khuynh. Chẳng hạn như tạp chí *Hành Trình* tuyên bố chủ trương 'làm cách mạng xã hội không cộng sản'. Hành trình trí thức của ông khá lận đận trong một Việt Nam với nhiều chao đảo. Nhưng những lận đận của một trí thức như ông là một bài học *kinh nghiệm cho thế hệ trí thức tương lai.*

Một nhân vật quan trọng được đề cập trong Tuyển tập là Nhà văn người Mỹ John Steinbeck, người được trao giải Nobel văn học năm 1962. Có thể xem John Steinbeck là một trí thức cánh hữu, vì ông công khai *ủng hộ sự tham chiến của Mỹ ở Việt Nam. Ông tin rằng* **"Nhà văn phải tin tưởng rằng điều hắn đang làm là quan trọng nhất trên thế giới. Và hắn phải giữ ảo tưởng ấy cho dù khi biết được điều đó là không thực."** *Ông không tin vào những bản tin về cuộc chiến Việt Nam của giới báo chí cánh tả, nên ông xung phong đi Việt Nam vào cuối năm 1966 để tận mắt nhìn thấy cuộc chiến và ghi lại cảm nhận cho riêng mình. Những cảm nhận và nhận định đó sau này được sưu tập thành một cuốn sách 'Dispatches from the War' (xuất bản 2012). Như Nhà văn Ngô Thế Vinh nhận xét rằng những trang ông viết là* một bài học cho các thế hệ tương lai.

Tuyển tập dành nhiều trang cho họa sĩ Tạ Ty, và hai nhà điêu khắc Lê Ngọc Huệ và Mai Chửng. Những trang viết về Tạ Ty thật hấp dẫn, vì cuộc đời và sự nghiệp đa dạng. *Ông nổi tiếng là một họa sĩ, nhưng ông còn là người lính của hai chiến tuyến khác nhau, là tù nhân, là người tị nạn, và cũng là nhà văn. Cá nhân tôi biết đến Tạ Ty qua cuốn Phạm Duy Còn Đó Nỗi Buồn xuất bản trước năm 1975 và sau này là cuốn hồi ký Đáy Địa Ngục viết về những năm tháng ông đi tù cải tạo. Đó là những tác phẩm viết ra bởi 'người trong cuộc', nên chất chứa nhiều nỗi niềm về thân phận của người lính sau cuộc chiến và thân phận lưu vong.*

Tuyển tập có một tác giả mà tôi nghĩ rất mới đối với nhiều người: Dohamide hay Đỗ Hải Minh. Dohamide là người gốc Chàm (nay gọi là 'Chăm'), là một nhà khảo cứu về văn hóa và dân tộc Chàm. Từ năm 1962, ông là một trong những tác giả có nhiều bài viết khảo cứu về văn hóa Chàm cho tạp chí Bách Khoa. Tác giả Ngô Thế Vinh nhận xét rằng "Dohamide với suốt một cuộc đời đau đáu đi tìm về cội nguồn, chỉ mong sao phục hồi được nền văn hóa Champa như một căn cước của dân tộc Chăm nhưng rồi cuối đời Dohamide cũng phải đứng trước những 'Cộng đồng Chăm Đôi bờ'." Tại sao đứng trước đôi bờ? Tại vì cộng đồng Chăm bị giằng co giữa một bên là mối hận 'mất nước' đòi ly khai và một bên là hòa nhập vào đại gia đình dân tộc Việt Nam. Dohamide muốn dùng văn hóa và những thành quả khảo cứu của ông để thuyết phục giới trẻ không bị lôi cuốn vào những trào lưu cực đoan. Trong bối cảnh căng thẳng giữa các sắc tộc, những học giả độc lập và ôn hòa như Dohamide có thể giúp cho các sắc tộc hiểu nhau hơn, và nhà cầm quyền hoạch định những chánh sách đem lại công bằng và nhân văn cho các sắc tộc.

Những trang viết về các nhân vật Nguyễn Tường Bách & Hứa Bảo Liên, Trần Ngọc Ninh, Hoàng Tiến Bảo, Nghiêm Sỹ Tuấn, Đoàn Văn Bá, và Phan Nhật Nam cũng giàu hàm lượng thông tin. Đó là những bài viết có nhiều dữ liệu mới chưa từng được công bố trước đây, giúp cho người đọc hiểu hơn về những suy tư đằng sau các tác phẩm của họ.

Một đặc điểm độc đáo của Tuyển tập là những hiện vật, hình ảnh, và thủ bút của tác giả. *Những chứng từ mang tính lịch sử này rất đáng để thế hệ sau sử dụng làm chất liệu cho các nghiên cứu về văn học và văn hóa thời Việt Nam Cộng Hòa.* Trong thời gian gần đây, một người cầm quyền chánh trị cao nhứt ở trong nước phàn nàn rằng Việt Nam thiếu những tác phẩm hay và lớn, thì Tuyển tập này sẽ giúp cho người đó suy nghĩ lại.

Nhà văn Ngô Thế Vinh là một bác sĩ, nên văn phong của anh mang dáng dấp khoa học: trong sáng. Độc giả sẽ không tìm thấy những ngôn từ hoa mỹ hay những ví von thái quá trong Tuyển tập; thay vào đó là những trang mô tả sự việc đã xảy ra như thế nào, ở đâu, và lúc nào. Văn phong trong tuyển tập không có những mỹ từ, nhưng là những chữ chính xác, và do đó, độc giả chỉ có thể hiểu theo logic đường thẳng.

Nền văn nghệ và giáo dục VNCH là tập hợp nhiều tác giả và tác phẩm. Qua hai tuyển tập chân dung văn nghệ sĩ, Nhà văn Ngô Thế Vinh dìu dắt độc giả đi qua một hành trình văn học và văn hóa, và gặp những tác giả tiêu biểu đã có những đóng góp mang tính khai phá trong nền văn học nghệ thuật đó. Là một người trong cuộc và chứng nhân của cuộc chiến vừa qua, tác giả mô tả hành trình văn nghệ đã qua như là người thư ký của thời cuộc. Nhưng là một người lưu vong lúc nào cũng trăn trở về quê hương, tác giả nhìn lại hành trình văn nghệ đã qua bằng một lăng kính mới, một cách hiểu mới, và đó chính là một đóng góp của ý nghĩa của Tuyển tập.

Tuyển tập này, được Tiến sĩ Eric Henry diễn dịch sang tiếng Anh, là một đóng góp quý báu trong việc gìn giữ ký ức văn hóa. Bản dịch của ông không chỉ chuyển tải ngôn ngữ mà còn thổi hồn vào di sản văn học phong phú của miền Nam Việt Nam, mang đến cho độc giả khắp thế giới một góc nhìn mới mẻ. Là một quân nhân từng tham chiến ở Việt Nam và nghệ sĩ chơi đàn phím, và nay là học giả nghiên cứu văn học Trung Quốc và Việt Nam tại Đại học Bắc Carolina ở Chapel Hill, Tiến sĩ Henry đảm nhận công việc dịch thuật này bằng sự hòa quyện độc đáo giữa trải nghiệm cá nhân và sự am hiểu học thuật. Bản dịch của ông, vừa tinh tế vừa trung thực, giữ được nét sắc sảo và sự trầm lắng trong văn phong của Ngô Thế Vinh, đồng thời vượt qua những khoảng cách về ngôn ngữ, lịch sử và văn hóa. Với nghệ thuật dịch thuật đầy tinh tế, Eric Henry làm sống lại những tiếng nói sôi động của một thời đã từng bị lãng quên, mở ra một nhịp cầu để độc giả hôm nay nối kết với di sản văn hóa tưởng chừng đã phai mờ, nay được thắp sáng trở lại.

Nguyễn Văn Tuấn

Sydney, 11 tháng 9 năm 2025

ĐINH VĂN TUẤN

GIÁO SĨ ĐẮC LỘ VÀ SỰ KHAI SINH RA CHỮ QUỐC NGỮ

LTS:
Ngôn Ngữ cho đi bài biên soạn dưới đây của tác giả Đinh Văn Tuấn, như là một góp ý thêm của riêng tác giả, về những công trình xây dựng chữ Quốc ngữ. Chúng tôi có thể đi tiếp những nghiên cứu khác về vấn đề này được viết bằng tinh thần khảo cứu xây dựng nghiêm túc; tuyệt đối không tiếp tay cho những bài có ý đồ đả phá phát sinh từ ý đồ chính trị và tự tôn vô căn cứ. Cảm ơn tất cả các học giả.

Cho đến nay vấn đề nguồn gốc chữ Quốc ngữ ở Việt Nam vẫn còn được tranh luận chưa kết thúc. Đa số các học giả đều công nhận giáo sĩ người Bồ Đào Nha Francisco de Pina là người đầu tiên sáng tạo ra chữ Quốc ngữ hoặc chỉ đề cao công trình tập thể của các giáo sĩ Bồ Đào Nha, Ý và người Việt trong tiến trình văn tự La-tinh hóa tiếng Việt còn Alexandre de Rhodes (Đắc Lộ) chỉ là người thừa kế, có công hệ thống hóa chữ Quốc ngữ mà thôi. Đâu là sự thật? Bài viết này sẽ thử tìm hiểu và thẩm định lại vấn đề một cách công bằng, khoa học.

Trước đây giáo sĩ Đắc Lộ đã từng được tôn vinh như vị thủy tổ của chữ Quốc ngữ nhưng ngày nay thần tượng này hầu như đã bị hạ bệ. Nguyên nhân sâu xa liên quan đến chính trị, tình tự dân tộc. Thực dân Pháp đã để lại những ký ức mất nước, khổ đau… trong tâm khảm người Việt nên hễ điều gì liên quan đến Pháp dễ bị người Việt nghi kỵ.[1] Người Việt nói chung có tâm lý khó chấp nhận chữ Quốc ngữ mà mình đang sử dụng lại có nguồn gốc từ người ngoại quốc hơn nữa lại là người Pháp[2]! Chính vì não trạng đó, dù vô tình hay hữu ý nhiều sử gia, học giả đã góp phần hạ bệ Đắc Lộ.

Thực tế, không phải người Pháp nào cũng có tinh thần tự tôn, mưu đồ chính trị để thổi phồng công trạng của Đắc Lộ với chữ Quốc ngữ cho nước Pháp, theo Phạm Thị Kiều Ly, căn cứ các minh chứng từ Aubaret, Lands, Edouard Diguet, Lagarrue đã nhận xét: "*các nhà truyền giáo và các nhà văn phạm Pháp thời thuộc địa đã không lờ đi vai trò của những người tiên phong Bồ Đào Nha trong quá trình văn tự La-tinh-hóa, ngay cả khi và cũng thường xuyên nhất – để chỉ trích thành quả của quá trình đó –*"[3]. Phạm Quỳnh (1927) và Nguyễn Văn Tố (1941) đã từng chú trọng đến công lao của các giáo sĩ Bồ Đào Nha, Ý và người Việt đối với chữ Quốc ngữ.[4]

Linh mục Đỗ Quang Chính với *Lịch sử chữ Quốc ngữ 1620-1659* (1972)[5] vô hình trung, đã góp phần làm lu mờ hào quang của thần tượng Đắc Lộ. Đỗ Quang Chính đã phát hiện ra các bằng chứng chữ Quốc ngữ phôi thai của các giáo sĩ Francisco de Pina, Antonio de Fontes, Gaspar d'Amaral và A. Barbosa... xuất hiện trước khi Đắc Lộ

---

[1] Năm 1957 tấm bia kỷ niệm Đắc Lộ do Hội Trí Tri và Hội truyền bá chữ Quốc ngữ dựng năm 1941 để nhớ ơn Đắc Lộ đã bị ai đó phá bỏ. Hiện nay tấm bia này được Sở Văn hóa, Thể thao và Du lịch Hà Nội lưu giữ và chuyển giao cho Bảo tàng Hà Nội. Nhiều học giả còn ấu trĩ, sai lạc để vu tội Đắc Lộ là kẻ dọn đường cho thực dân Pháp xâm lược Việt Nam! Hay dán nhãn "Khuếch trương công lao khai hóa Đông Dương của thực dân Pháp" cho linh mục Léopold Michel Cadière khi tôn vinh Đắc Lộ là thủy tổ chữ Quốc ngữ.

[2] Đắc Lộ quê gốc Avignon thuộc nước Pháp.

[3] Phạm Thị Kiều Ly, *Lịch sử chữ Quốc ngữ (1615-1919)*, Nxb Văn học - Omega, 2024.

[4] Phạm Quỳnh, *Khảo về chữ quốc-ngữ*: "... *chữ quốc-ngữ là do các cố Tây sang giảng đạo bên nước nam đặt ra vào thế-kỷ thứ 17, các cố đó, người Bồ-đào có, người Ý-đại-lợi có, người Pháp-lan-tây có, chắc là cùng nhau nghĩ đặt, châm-chước sửa-sang trong lâu năm, chứ không phải là một người làm ra một mình vậy.* Nam Phong tạp chí, số 122, Octobre 1927. Nguyễn Văn Tố trong Lễ khánh thành Đài kỷ niệm Cha A lịch sơn Đắc lộ phát biểu : "... *ngẫm ra mới biết cái công truyền bá chữ Quốc ngữ lúc ban đầu không phải là nhỏ, có lẽ chẳng kém gì cái công của những bậc đã phát minh ra chữ Quốc ngữ, tức là những vị cố đạo Bồ Đào Nha và những giáo sĩ Việt Nam mà sử học chưa cho biết rõ.*", *Bài diễn thuyết của ông Nguyễn Văn Tố*, Trung Hòa nhật báo, số 2547, 7 tháng Sáu 1941.

[5] Đỗ Quang Chính, *Lịch sử chữ Quốc ngữ 1620-1659*, Nxb Tôn Giáo, 2008.

cho xuất bản tự điển *Việt-Bồ-La* và *Phép giảng tám ngày*, tác giả viết: *"Thật ra trong giai đoạn hình thành chữ Quốc ngữ, Đắc Lộ chỉ góp một phần trong công việc quan trọng này, mà rõ rệt nhất là soạn sách chữ Quốc ngữ và cho xuất bản đầu tiên"* và gợi ý: *"Pina là một trong những người đầu tiên đem mẫu tự abc vào tiếng Việt"*; *"Chữ Việt ngày nay là một thứ chữ đã được nhiều linh mục Dòng Tên ở Việt Nam (với sự cộng tác âm thầm của một số thầy giảng Việt Nam) vào thế kỷ 17 sáng tạo ra"*. Những ý kiến này sau đó đã được nhiều nhà ngữ học tán thành, chẳng hạn như Roland Jacques, Phạm Thị Kiều Ly.

Roland Jacques trong *Les missionnaires portugais et les débuts de l'Église catholique au Viêt-nam* (Những người Bồ Đào Nha Tiên phong trong lĩnh vực Việt ngữ học)[6] đã khẳng định các giáo sĩ Bồ Đào Nha có công lao tiên phong và nhấn mạnh Francisco de Pina người Bồ Đào Nha xứng đáng được vinh danh là thủy tổ của chữ Quốc ngữ hơn là Đắc Lộ. Từ đó đa số các nhà ngữ học trong và ngoài nước chịu ảnh hưởng sâu đậm từ quan điểm của Jacques.

Jacques đã công bố bản thảo *Manuductio Ad Linguam Tunckinensem* (Nhập môn về tiếng Đàng Ngoài) mà ông cho là của linh mục người Đức Honufer Bürgin (Onofre Borges) đã cùng với Alexandre Rhodes *dựa vào bản gốc cuốn văn phạm của linh mục Pina để hoàn thành* nhưng quyết đoán này của Jacques sau đó đã bị Hồng Nhuệ phản bác: *"Ông không thể dựa vào mấy lời trong thư viết tay của Pina mà đặt giả thuyết hay khẳng định rằng Borges đã sử dụng ngữ pháp bỏ dở và từ vựng chưa thành hình của Pina"*; *"Tập "Dẫn nhập vào tiếng Đàng Ngoài... viết tay không phải do Pina hay một người Bồ nào sáng tác, cũng không phải do người Pháp hay người Ý mà là một người Thụy Sĩ thuộc miền nói tiếng Đức: giáo sĩ Onofre Borges"*[7], Phạm Thị Kiều Ly lại khẳng định: *"Người soạn bản Nhập môn này đã dựa vào bản ngữ pháp của Alexandre Rhodes (1651)"*; *"Có nhiều khả năng Nhập môn được soạn vào những năm 1714-1721,*

---

[6] Roland Jacques, Những người Bồ Đào Nha Tiên phong trong lĩnh vực Việt ngữ học (cho đến 1650), Nxb Khoa học Xã hội, 2007.

[7] Hồng Nhuệ, *CÔNG TRÌNH NGHIÊN CỨU TIẾNG VIỆT CỦA MỘT NGƯỜI THỤY SĨ Ở KẺ CHỢ ĐÀNG NGOÀI 1614-1664, Góp ý với Roland Jacques về công trình nghiên cứu tiếng Việt của mấy người Bồ tiên phong cho tới 1650*, Paris. 1996. (Xin cảm ơn Phạm Thị Kiều Ly đã sẵn lòng giúp tác giả có được sách này).

ngược với những gì Gs Jacques và các nhà nghiên cứu khác đã khẳng định. Do đó, tác giả Nhập môn về tiếng Đàng Ngoài chính là Linh mục Philippus Sibin vào khoảng những năm 1714-1721"[8]. Như vậy *Jacques* quá đề cao giáo sĩ Pina nhưng thiếu chứng cứ xác thật.

Đắc Lộ đến Đàng Trong (tháng 12 -1624), sau 6 tháng học tiếng Việt từ Pina[9], qua thư (16-6-1625) viết bằng tiếng Bồ Đào Nha, Đắc Lộ có ký âm tiếng Việt: *Ainão* (Hải Nam), *Tunquim, Tunquin* (Đông Kinh), *rõ ràng chưa có dấu thanh, chưa tách âm tiết.* Giáo sĩ António de Fontes đến Đàng Trong (tháng 12-1624) cũng học tiếng Việt với Pina, năm sau qua bản tường trình viết bằng tiếng Bồ Đào Nha (1-1-1626) đã ký âm tiếng Việt: *Núocmam* (Nước Mặn), *Sinuâ/Sinoá* (Xứ Hóa), *Bến Đá* (Bến Đá), *Ondedóc* (Ông Đề Đốc), *Nhít la Khấu, Khấu la nhít* (Nhất là không, không là nhất)[10]..., *chữ "Quốc ngữ" có khá hơn chút vì đã có ít dấu thanh (còn tùy tiện) và bước đầu tách âm tiết.* Với trình độ *chữ La-tinh ký âm tiếng Việt* như trên từ hai học trò của Pina ta có thể đoán định công trình "chữ Quốc ngữ" của Pina *chỉ là bước đầu, đang thử nghiệm chứ không thể nào là nền tảng thiết lập những quy chuẩn chính yếu của chữ Quốc ngữ.* Chỉ sau khi đến Đàng Ngoài[11] thì Đắc Lộ và Fontes mới ký âm tiếng Việt theo mẫu tự La-tinh có tiến bộ hơn.

Thủ bản Ma Cao (1632) do Jacques công bố gồm có bản *Pater Noster* (Kinh Lạy Cha) được dịch ra bằng tiếng Nhật, tiếng Trung và tiếng Việt cùng một bản mô tả các đặc điểm chính của các ngôn ngữ trên và ông cho văn bản này là của tập thể[12], không phải của Đắc Lộ nhưng Phạm Thị Kiều Ly lại nhận định: "*Nếu như phân tích chữ viết trong văn bản cho phép khẳng định rằng các ký tự La-tinh do Alexandre Rhodes viết*". Đắc Lộ ở Đàng Ngoài (1627 – 1630) nên có

---

[8] *Kiều Ly và hành trình đi tìm cội nguồn chữ Quốc ngữ*, Duy Thông, nguồn: https://nguoidothi.net.vn/kieu-ly-va-hanh-trinh-di-tim-coi-nguon-chu-quoc-ngu-22253.html

[9] Lúc này Pina còn sống (Pina mất ngày 15-12-1625).

[10] Các trích dẫn chữ Quốc ngữ này và về sau đều theo Đỗ Quang Chính, Sđd. Nếu của tác giả khác sẽ ghi riêng.

[11] Lưu ý là Pina chỉ ở Đàng Trong (1617-1625) nhưng chưa đến Đàng Ngoài nên không thể bao quát, đi sâu vào thanh điệu, phương ngữ tiếng Việt được.

[12] Roland Jacques, *Các nhà truyền giáo Bồ Đào Nha và thời kỳ đầu của Giáo hội Công giáo Việt Nam, Quyển 1,* Định Hướng Tùng thư, 2004.

thời gian nghiên cứu phương ngữ, sự khác biệt về thanh điệu giữa Đàng Trong và Đàng Ngoài, hiểu rõ sự tách âm tiết của tiếng Việt nên Đắc Lộ rất có khả năng ký âm *Kinh Lạy Cha*[13]. Cho nên "chữ Quốc ngữ" của Đắc Lộ (1636-1644), đã có dấu thanh, tách âm tiết: "*Chúa bàng* (Chúa Bằng), *Cai xã* (Cai xã), *cu hồn* (cô hồn), *Chúa oũ* (chúa Ông), *Chúa thanh do* (Chúa Thanh Đô)..." và còn viết được một câu: "*giũ nghĩ cũ đ Chúa Jesus cho đến het hoy, cho den blon doy*"[14] (Giữ nghĩa cùng đức Chúa Jesus cho đến hết hơi, cho đến trọn đời)". Còn Fontes đến Đàng Ngoài (2-1631)[15] nên qua báo cáo "*Annual 1631*..." (31-12-1631), "chữ Quốc ngữ" đã tiến bộ vì có 5 dấu thanh, tách âm tiết cẩn thận: "*oũ phò mả tuyen* (ông Phò mã Tuyên), *oũ Tâi* (ông Tây), *kẻ chơ* (Kẻ Chợ), *hàng bè* (hàng Bè), *oũ đô đoc* (ông Đô đốc), *oũ cai xã* (ông cai xã), *kẻ suoy ân lẵng huỳen* (Kẻ Suôi, An lãng huyện...)[16]

Ngoài Đắc Lộ, Fontes ra, giáo sĩ Francesco Buzomi (Ý), năm 1626 đã ký âm tiếng Việt bằng chữ La-tinh tiến bộ hơn Đắc Lộ vì đã có dấu thanh, biết tách âm tiết: *xán tí* (thượng đế), *thien chũ xán tí* (Thiên chủ Thượng đế). Giáo sĩ Gaspar d'Amaral (Bồ Đào Nha) năm 1632 đã ký âm tiếng Việt xuất sắc hơn Đắc Lộ, Fontes: *nhà hiến* (nhà Hiến), *nhà huyẹn* (nhà Huyện), *Vĩnh tộ* (Vĩnh Tộ), *tế kì đạo* (tế Kì đạo), *đức vương* (Đức Vương), *chúa cả* (chúa Cả), *thanh đô vương* (Thanh Đô vương), *chúa triết* (chúa Triết), *Kẻ Chợ* (Kẻ Chợ), *yêu*

---

[13] Ở Ma Cao, Đắc Lộ có thể đã học hỏi giáo sĩ người Ý Girolamo Maiorica - tuy chỉ chú tâm đến chữ Nôm- cũng góp phần không nhỏ vào việc hoàn thiện bản ký âm *Kinh Lạy Cha*, theo Phạm Thị Kiều Ly, Sđd.

[14] Theo Đỗ Quang Chính, sách của giáo sĩ Cristoforo Borri vào năm 1621 đã từng ký âm 1 câu tiếng Việt: "*Muon bau dau christiam chiam*" (Muốn vào đạo Christiam chăng).

[15] Trước khi rời Ma Cao năm 1631, Fontes chắc đã thảo luận, học hỏi kinh nghiệm về ký âm tiếng Việt của Đắc Lộ sau khi từ Đàng Ngoài về Ma Cao năm 1630.

[16] Phạm Thị Kiều Ly dường như không đề cao Pina như Đỗ Quang Chính và Jacques bằng António de Fontes người Bồ Đào Nha: "*Thủ bản 1631 chứng tỏ rằng António de Fontes đã mở một chương mới trong lịch sử văn tự La-tinh-hóa tiếng Việt*"; "*Ta thấy trong báo cáo năm 1631 của ông có năm dấu thanh được sử dụng để biểu đạt thanh điệu trong phương ngữ Đàng Trong và tác giả còn cẩn thận tách riêng từng âm tiết*"; "*Fontes đã tiến tới ghi vần tiếng Việt với độ chính xác đáng kể và phần lớn các ký tự đó được duy trì trong chính tả chữ Quốc ngữ hiện đại*", Phạm Thị Kiều Ly, sđd.

nhău (yêu nhau), *tri yếu* (Tri Yếu), *ăn dương huyẹn* (An Dương huyện), *Chúa thanh đô* (Chúa Thanh Đô), *sấm phúc xã* (Sấm Phúc xã), *phúc ăn xã* (Phúc An xã)... Amaral là tác giả *Dicionário anamita-português-latim* (Việt-Bồ)[17]. Giáo sĩ António Barbosa (Bồ Đào Nha) đã có những chữ ký âm tiếng Việt (1636 -1640): *Thinh hoâ, Thinh hoa* (Thanh Hóa), *Van Nổ* (Vân Nộ), *Kẻ Bó* (Kẻ Vó), *Đàng tlaõ* (Đàng Trong), *Kẻ bich* (Kẻ Bích), *diem phố* (Diễm Phố) và một câu: "*làm sau mà bỏ gáy lành ấ ï mà đi*"[18] (làm sao mà bỏ gái lành ấy mà đi). Barbosa đã soạn tự điển *Dicionário português-anamita* (Bồ-Việt), Barbosa phải theo một quy tắc chuẩn để ký âm tiếng Việt (từ, cụm từ, câu ngắn) khi giải nghĩa các mục từ tiếng Bồ Đào Nha. Đây là một tiến bộ vượt bực! Amaral và Barbosa có những đóng góp rất quan trọng cho tiến trình kiến tạo chữ Quốc ngữ và chính Đắc Lộ đã tham khảo hai tự điển này để biên soạn tự điển *Việt-Bồ-La*.

Trước năm 1651, từ Pina, Đắc Lộ, Fontes, Buzomi, Amaral, Barbosa... và những người Việt đều mỗi người một kiểu, học hỏi lẫn nhau, theo kinh nghiệm của mình đã gián tiếp hay trực tiếp góp phần thiết yếu vào việc văn tự La-tinh-hóa tiếng Việt. Nhưng *các thành quả sơ khởi này có nguy cơ phá sản, chìm vào quên lãng*[19] nếu như không có Đắc Lộ với công lao phi thường khi nỗ lực biên soạn và quyết tâm thúc đẩy Thánh bộ Truyền bá Đức Tin chấp thuận cho in tự điển *Dictionarivm Annnamiticvm Lvsitanvm et Latinvm* (Việt-Bồ-La) và *Cathechismvs pro ijs, qui volunt ſuſcipere baptismvm in octo dies diuiſus* (Phép giảng tám ngày) vào năm 1651[20]. Các học giả đã bàn nhiều về giá trị của tự điển *Việt-Bồ-La* và *Ngữ pháp* của Đắc Lộ nhưng ít ai chú trọng đến cuốn *Phép giảng tám ngày*, gồm 319

---

[17]Amaral còn soạn chuyên luận về ngôn ngữ người Việt, từ vựng tiếng thiết yếu cho các nhà truyền giáo dùng chữ La-tinh ký âm tiếng Việt, theo Phạm Thị Kiều Ly, sđd.

[18] Phạm Thị Kiều Ly, sđd.

[19] Lịch sử cho thấy công cuộc La-tinh-hóa chữ Nhật, Trung quốc của các nhà truyền giáo Dòng Tên đã thất bại.

[20] Alexandre de Rhodes (1651), *Dictionarivm Annnamiticvm Lvsitanvm et Latinvm*, bản dịch tiếng Việt của Thanh Lãng, Hoàng Xuân Việt, Đỗ Quang Chính, Nxb Khoa học Xã hội, 1991. Qua *Cùng độc giả* (Việt-Bồ-La), Đắc Lộ đã cho biết mình đã học tiếng Việt gần 12 năm, vậy tính từ năm 1624 là năm Đắc Lộ đến Đàng Trong thì có lẽ năm 1636 giáo sĩ bắt đầu biên soạn tự điển.

trang, tiếng La-tinh cột bên trái, tiếng Việt cột bên phải. *Lần đầu tiên trong lịch sử chữ Quốc ngữ, tác phẩm dịch thuật văn xuôi tiếng Việt của Đắc Lộ đã được viết ra thành công bằng mẫu tự La-tinh*[21]. Công trình xuất bản của Đắc Lộ là sự đúc kết, hệ thống hóa về chữ Quốc ngữ và *chính thức khép lại công cuộc thử nghiệm văn tự La-tinh-hóa tiếng Việt tiên phong của những giáo sĩ phương Tây cùng người Việt. Nó đã đặt nền tảng, là một bước ngoặt mới cho công cuộc văn tự La-tinh-hóa tiếng Việt và phổ biến chữ Quốc ngữ trong tương lai.*

Ở *Cùng độc giả* (Ad lectorem), Đắc Lộ đã rất khiêm tốn, chính trực khi thừa nhận mình đã học tiếng Việt với Pina và chính những người bản xứ người Việt, sử dụng những công trình của nhiều cha khác cùng Hội dòng, các từ điển của Amaral và Barbosa. Đâu phải để đến thế kỷ XX, XXI mới có những đánh giá đề cao công lao tiên phong của Pina, những nhà truyền giáo Bồ Đào Nha, Ý và thầy giảng người Việt.

Sau khi các tác phẩm kỳ vĩ của Đắc Lộ ra đời năm 1651, hơn hai thế kỷ sau, *tự điển Việt-Bồ-La cùng Ngữ pháp đã trở thành một công cụ duy nhất để học ngôn ngữ cho các* giáo sĩ *nước ngoài học ngôn ngữ văn hóa Việt và chủng sinh,* giáo sĩ *người Việt (học chữ Bồ Đào Nha, La-tinh hay chữ Quốc ngữ). Chữ Quốc ngữ chính thức trở thành một công cụ thiết yếu để giao tiếp giữa các* giáo sĩ *ngoại quốc và các* giáo sĩ *bản xứ cũng như giữa tu sĩ người Việt. Trước năm 1651 chưa từng có một văn bản viết bằng "chữ Quốc ngữ" như một công cụ giao tiếp nhưng chỉ 8 năm sau, vào năm 1659, lần đầu tiên, chính người Việt là Ignacio Văn Tín, Bentô Thiện đã viết thư bằng chữ Quốc ngữ, nhất là tác phẩm văn xuôi thứ hai sau Phép giảng tám ngày của Đắc Lộ là "Lịch sử nước An Nam" của Bentô Thiện. Các thủ bản này đã chứng minh chữ Quốc ngữ như một công cụ giao tiếp chỉ thật sự khai sinh từ sau năm 1651.* Ngoài ra còn có 82 thủ bản chữ Quốc ngữ

[21] Trước đó đã có bản *Kinh Lạy Cha* ký âm bằng chữ La-tinh nhưng văn bản ngắn này cũng lại do Đắc Lộ ký âm (Phạm Thị Kiều Ly).

(1678-1825)[22] và rất nhiều tác phẩm chữ Quốc ngữ của Filippe Bỉnh vào cuối thế kỷ XVIII đầu thế kỷ XIX...[23]

Nếu không có những thành quả bền bỉ, sử dụng thành công chữ Quốc ngữ như trên, nhất là *chữ Quốc ngữ đã chứng tỏ sự tiện dụng, dễ học (chỉ tốn một thời gian ngắn) để đọc và viết (hơn chữ Hán và chữ Nôm), ta có thể khẳng định chữ Quốc ngữ sẽ không được sự chú tâm, công nhận từ người Pháp ở Việt Nam* và sẽ không có những công trình chữ Quốc ngữ của Trương Vĩnh Ký, Huỳnh Tịnh Của... Đặc biệt là *chữ Quốc ngữ đã được giới sĩ phu người Việt dũng cảm vượt qua kỳ thị ngoại bang để chấp thuận dùng chữ Quốc ngữ qua phong trào Duy Tân, Đông Kinh Nghĩa Thục...*[24] Năm 1919 triều đình Huế bãi bỏ khoa cử bằng chữ Hán, từ đó về sau, cuối cùng chữ Quốc ngữ chính thức trở thành chữ viết thông dụng của người Việt Nam.

Với tinh thần tôn trọng sự thật khoa học và công bằng, chính trực với tiền nhân, ta có thể khẳng định chính Alexandre de Rhodes (Đắc Lộ) quê ở Avignon[25] *là người đã khai sinh ra chữ Quốc ngữ!*

Đinh Văn Tuấn

[22] Đoàn Thiện Thuật, *Chữ quốc ngữ thế kỷ XVIII*, Nhà xuất bản Giáo dục, 2008.

[23] Nhất là từ điển *Dictionarium Anamitico-Latinum* (Tự điển An Nam – La-tinh) của Pigneaux de Béhaine biên soạn năm 1772-1773 đã góp phần quan trọng cải tiến chữ Quốc ngữ. *Đại Nam Quấc âm tự vị* của Paulus Huỳnh Tịnh Của (1895-1896) là bộ từ điển đầu tiên hoàn toàn viết bằng chữ Quốc ngữ.

[24] Năm 1938 Nguyễn Văn Tố sáng lập Hội Truyền bá Quốc ngữ tại Hà Nội, chính phủ Trần Trọng Kim năm 1945 là chính phủ đầu tiên đã chính thức dùng chữ Quốc ngữ để giảng dạy trong nhà trường từ bậc tiểu học đến trung học trên phạm vi toàn quốc, thay cho chữ Hán và chữ Pháp.

[25] Alexandre de Rhodes người gốc Avignon ban đầu thuộc nhà nước của đức Giáo hoàng, sau thuộc nước Pháp.

LẠP CHÚC NGUYỄN HUY

NGỰ THIỆN

Xưa kia trẻ con trong làng chơi trò kéo cưa mà hát cơm vua, cơm làng: *Kéo cưa lừa xẻ, Thợ khỏe **cơm vua**, Thợ thua **cơm làng**[26], Thợ nào dở dang, Về bú tí mẹ.* Vậy cơm vua có gì đặc biệt mà ao ước?

Theo quan niệm UNESCO, di sản văn hóa vô hình hay vô thể (intangible) không nhìn, sờ thấy được của cơm vua là:

- Khí âm dương (phát xuất từ Kinh Dịch) trong các món ăn,
- Cơm vua được tổ chức như một phương thuốc giữ thăng bằng khí âm dương giữa các nguyên liệu thực phẩm và giữa ngự thiện với tạng khí của vua, là một điểm sáng chiếu vào văn hóa ẩm thực Việt,
- Cơm vua là biểu tượng cho đỉnh nghệ thuật nấu nướng và quy tụ thức ngon vật lạ nhất trong nước qua các đồ tiến vua.

Tổ chức cơm vua

Nấu cơm cho vua được đảm trách bởi Nội Trù thuyền (năm 1802), đổi là Tư Thiện đội (1808) rồi sau cùng là Thượng Thiện đội dưới thời Minh Mạng[27]. Năm 1886, bác sĩ Hocquard[28]được phép thăm viếng hoàng cung có kể qua nhà bếp của vua gồm 100 người. *«Mỗi ngày mỗi người được phát 30 quan tiền kẽm để đi chợ để mua đồ nấu một món ăn... Ngoài đội nấu ăn có 500 người săn thú vật, 50 người bắn chim, 50 người đánh cá, 50 người bắt tổ yến, 50 người chuyên pha chế nước trà[29]...»*

---

26 Cơm làng đã được đề cập trong bài 11. Cơm làng là khung cảnh ứng dụng văn hóa ẩm thực tổ chức theo tục lệ, thứ bậc xã hội và làm mẫu mực cho dân làng

27 Bên cạnh đội Thượng Thiện có :

- viện Thượng Trà chuyên trách việc cung cấp đồ uống cho vua .
- Đội Phụng Thiện lo ẩm thực của Hoàng Thái Hậu, mẹ vua tại cung Từ Thọ (Diên Thọ),
- Ty Lý thiện chuyên lo việc yến tiệc, kỵ giỗ của hoàng gia.

28 Charles Edouard Hocquard, Une campagne au Tonkin, Arlea tr. 605-607

29 Năm 1886, Hocquard và Baille được vào thăm viếng Hoàng cung đưa ra những con số khác nhau vì được hướng dẫn bởi hai người khác nhau.

Dưới triều nhà Nguyễn, vua ăn cơm gọi là Ngài ngự thiện, bữa ăn của vua gọi là *« Ngự Thiện »* (御 ngự: thuộc về vua, 善 thiện: bữa ăn) gồm 35 món[30] gọi là *« Phẩm Vị »* (品 Phẩm, 味 vị: nếm mùi vị) được nấu nướng bởi một đội *« Thượng Thiện »* (上 thượng: ở trên; 善 thiện: bữa ăn) gồm 50 người, mỗi người phụ trách một món tùy theo sở trường của mình. Nấu nướng xong, nghe chuông rung thì sắp xếp thức ăn vào quả sơn son thếp vàng, giao lại cho thị vệ. Thị vệ chuyển cho thái giám đệ trình lên các bà nội cung tiến dâng ngự thiện.

Khi vua ngự thiện, bát đũa chén phải bày ngay ngắn, cả đến khúc cá rán, khoanh giò lụa cũng phải cắt cho vuông vắn. Trừ vua Duy Tân và vua Bảo Đại, vua ngự thiện một mình, nếu có quan ngồi hầu chuyện thì gọi « *chầu thiện* », nếu có quan ngồi ăn một mâm riêng do vua ban thì gọi là vua *« ban thiện »*

Nguyên liệu

Với nguyên liệu dùng để biến chế các món ăn cung đình từ sơn hào hải vị, yến sào, vây cá, gân nai, bào ngư, v.v... còn có thêm các đồ cung tiến[31]. Hiện nay, các đồ tiến vua vẫn còn tìm thấy ở địa phương, thí dụ như:

Động vật

Gà Đông Tảo (Đông Cảo) còn gọi gà tiến vua là đặc sản của làng Đông Tảo, huyện Khoái Châu, Hưng Yên, cổ chân có vảy lớn (vảy rồng) để làm món đặc biệt.

---

[30] Đầu tháng 5 năm 1886, Frédéric Baille cùng Khâm sứ Vial vào Hoàng cung chào mẹ vua Đồng Khánh và kể lại rằng mỗi bữa ăn có 50 món khác nhau do 50 đầu bếp nấu.

[31] Năm 2008, dựa trên các tư liệu lịch sử, Trung tâm Bảo tồn Di tích Cố đô Huế đã xây dựng kịch bản tổ chức tái hiện lễ Cung tiến thanh trà. Theo kịch bản, lễ cung tiến sẽ gồm các bước sau:
- Lễ cáo được cử hành tại đình Lương Quán,
- Lễ rước từ đình Lương Quán xuống bến Phủ ở sông Hương (7 thuyền chở hoa quả và người dân có sản phẩm cung tiến) và 1 thuyền chở ban tổ chức.
- Lễ tiếp nhận diễn ra ngay tại cửa Ngọ Môn gồm các lễ sau: Lễ thướng hương, Lễ thướng tửu, Lễ thướng quả, Lễ nhận quả, Minh biểu thành tâm (Lễ đáp lòng thành)

Sâm cầm (Fulica atra) là một loài chim thiên di thuộc họ Gà nước (Rallidae) của vùng hồ Tây, Hà Nội, được coi là đặc sản dâng lên cho vua nên có câu: *Cá rô Đầm Sét*[32]*, sâm cầm Hồ Tây.*

Cá anh vũ *(Semilabeo notabilis)*, đặc biệt môi sụn dày để ngậm vào đá, ăn rêu chỗ nước chảy mạnh. Nơi sinh sống của cá anh vũ là khu vực thượng lưu hệ thống sông Hồng, sông Kỳ Cùng và sông Lam (các tỉnh Yên Bái, Phú Thọ, Hòa Bình, Lạng Sơn). Theo tương truyền địa phương, tục tiến vua cá này có từ thời Hùng Vương.

Sâm cầm Gà Đông Tảo

Cá anh vũ

Thực vật:

Hồng Hạc Trì có nguồn gốc ở xã Bạch Hạc (nay là phường Bạch Hạc, thành phố Việt Trì, Phú Thọ).

Nhãn lồng phố Hiến (Hưng Yên) được biết tới từ khoảng thế kỷ 16.

Cốm làng Vòng là một đặc sản tiến vua của làng Vòng (thôn Hậu) cách trung tâm Hà Nội khoảng 5–6 km, nay là phường Dịch Vọng, quận Cầu Giấy, Hà Nội.

---

[32] Cá rô Đầm Sét, xã Xuân Thiên, huyện Thọ Xuân, tỉnh Thanh Hóa cũng là món tiến vua xưa kia

Chuối ngự Nam Định với câu nói "*Đọc thơ Tú Xương ăn chuối ngự*".
Mía Kim Tân, Thanh Hóa là tên gọi có từ xa xưa, là vật tiến vua hằng năm.
Xoài chùa Đá Trắng ở Phú Yên, cây xoài đã có tuổi đời trên hai thế kỷ.
Vải thiều Lục Ngạn thuộc tỉnh Bắc Giang.

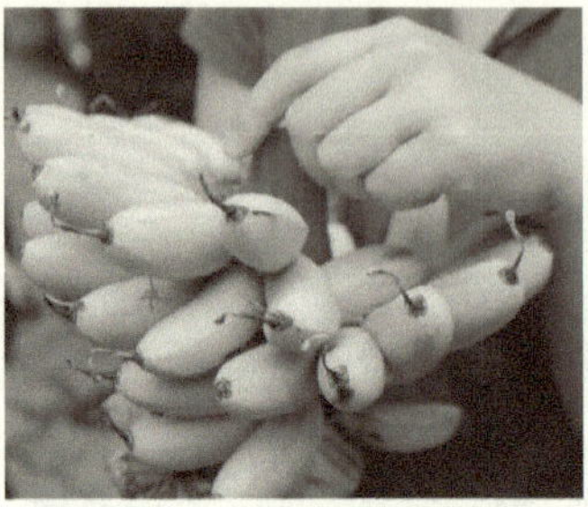

Chuối Ngự Nam Định   Nhãn lồng Hưng Yên

Hồng Hạc Trì Phú Thọ   Mía Kim Tân Thanh Hóa

Gạo

Gạo de An Cựu (Huế), gạo tám xoan Hải Hậu ở Nam Định. Cơm nấu bằng gạo Ngự Túc (Ngự 御: của vua; Túc 玉: gạo) do bộ Công cung tiến thường là gạo *« de »* trồng tại đồng An Cựu [33] thuộc kinh thành Huế.

Lượng gạo vua dùng mỗi bữa được cân đúng lượng. Bữa nào vua ăn không ngon miệng thì ngài gọi Thái Y vào. Thái Y pha thuốc và uống thử trước mặt vua trước khi đưa cho vua dùng. Gạo đức vua

33 *Tôm càng bóc vỏ bỏ đuôi, Gạo de An Cựu em nuôi mẹ già. Kim Luông tươi tốt vườn chè, Gạo de An Cựu, đĩa muối mè cũng theo nhau*

dùng phải thật trắng và chọn lựa từng hạt, nấu trong nồi đất, mỗi lần nấu xong thì đập bỏ.

Nước

Nước dùng cho ẩm thực cung đình lấy từ giếng Hàm Long chùa Báo Quốc, giếng Cam Lồ dưới núi Thúy Vân hoặc từ thượng nguồn sông Hương. Vua chỉ uống nước đã được chưng cất cẩn thận hoặc uống một loại rượu hạt sen ướp hương liệu.

Đồ ngự dụng

Đồ trà, bình chén rượu và bát đĩa vua dùng... gọi chung là *"Ngự Dụng御 用"* tức đồ dùng của vua thường có hình rồng 5 móng, dưới trôn ghi nội phủ. Các đồ ngự dụng đều được đặt làm hoặc mua từ Trung Quốc. Đến thời vua Khải Định thì cho mua sắm thêm nhiều đồ men và thủy tinh của Pháp và một số nước phương Tây khác để dùng. Xin kể 3 ngự dụng đặc biệt: om, đũa, tăm.

Om Phước Tích

Gạo được nấu trong nồi đất (om) do làng Phước Tích (Thừa Thiên - Huế) đặc chế, nấu xong, nồi bị đập bể để vua ăn cơm cháy. Dân làng Phước Tích vẫn ca rằng:

"Om Phước Tích ngon cơm hoàng đế,
Sen Hà Trì quý thế Phú Xuân".

Theo lời Ông Lê Trọng Diễn người làng Phước Tích nói, *"Om Phước Tích không bao giờ thấm nước, nấu cơm không có mùi hôi bởi một lớp men có được nhờ cách đốt lò".*

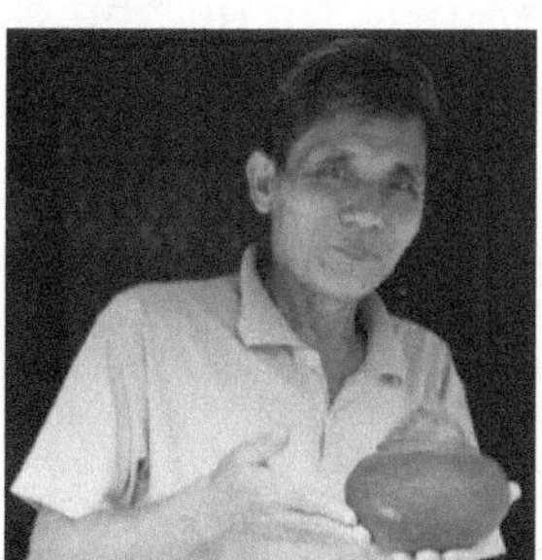

Chiếc om ngự cung tiến của làng gốm Phước Tích
(Thừa Thiên - Huế)

Đũa

Đũa làm bằng tre già khẩm lá vót xong thì dùng dăm tre chuốt cho bóng láng, bỏ vào nồi hấp rồi phơi khô trước khi nhập kho. Đũa vua dùng phải thay đổi hằng ngày, loại đũa ngà không tiện dụng vì hơi nặng đối với tay nhà vua.

Đề phòng ngộ độc, vua thường dùng đũa gỗ *"Kim giao*[34]", màu trắng ngà, nhẹ và dai có đặc tính ngả sang màu đen nếu gặp chất độc.

Tăm

Tăm vua dùng gọi là tăm bông[35] dài khoảng 15cm, một đầu nhỏ giống tăm thường, đầu lớn được người vót dùng sống rựa đập nhè nhẹ cho tua ra giống như bông hoa vạn thọ dùng để chà răng.

Hương vị văn hóa trong cơm vua

Định hình văn hóa ẩm thực của cơm vua cũng dựa trên quan niệm văn hóa của UNESCO gồm 2 phần sau:

- Văn hóa hữu hình là những của ngon vật lạ nhất nước với tục lệ tiến vua, và những món ăn thơm ngon do tài nấu nướng của đội thượng thiện,
- Văn hóa vô hình là tổ chức cơm vua dựa trên 2 yếu tố vô hình là **khí âm** và **khí dương** trong thực phẩm.

Xưa kia, cũng như tại các nước trong vùng văn hóa Viễn Đông, người Việt dựa trên khoa học quan sát (science d'observation) để hành xử, thí dụ như trong ẩm thực người ta quan sát thấy đồ ăn nào làm phát ra hiện tượng nóng trong cơ thể (thí dụ, quế, gừng, rượu...) thì gọi là đồ ăn dương, ngược lại là thức ăn âm[36].

---

[34] Kim giao (Podocarpus macrophyllus) còn gọi là thông tre, tùng la hán và đũa vót bằng tre vừa mới trổ đủ lá kèm với cái tăm bông và thay đổi hằng ngày. Cây kim giao có thân cây cỡ nhỏ mọc nhiều trên núi vùng Lạng Sơn, Cao Bằng. Gỗ màu trắng ngà, nhẹ và dai có đặc tính ngả sang màu đen nếu gặp chất độc vì vậy mà gọi là « *đũa đổi màu* hay *đũa tiến vua* ».

35 Vì kiêng chữ hoa nên gọi tăm bông

[36] Quan sát khí âm dương bắt nguồn từ Kinh Dịch. Cách đây khoảng 5000 năm, các cao nhân quan sát vũ trụ bao quanh mà nhận xét thấy có hiện tượng khí từ trên trời đi xuống như ánh sáng, gió... và khí từ đất bốc lên như hơi nước. Hai luồng khí lên xuống giao nhau không ngừng nghỉ mà sanh ra các hiện tượng vật chất hữu hình trên thế giới. Các cao nhân vẽ một gạch thẳng ▬▬▬ tượng trưng cho khí dương từ trời đáp xuống, một gạch đứt đoạn ▬ ▬ biểu tượng khí âm đi lên từ đất. Hai gạch âm

Dựa trên quan sát tính âm (mát, lạnh) và tính dương (ấm, nóng) của thực phẩm được truyền từ ngàn năm trước trong vùng văn hóa Viễn Đông mà đội Thượng Thiện và các quan Thái Y tổ chức cơm vua với mục đích bổ dưỡng và phòng bệnh. Vì vậy mà trong cung đình, ẩm thực không chỉ đơn thuần là việc chuẩn bị bữa ăn một cách cầu kỳ từ những nguyên liệu ngon, quý hiếm mà điều quan trọng trong bữa ăn là mỗi món được xem như một vị thuốc nhằm điều hòa khí âm dương.

Bài học văn hóa của cơm vua

Mỗi bữa ngự thiện là một « *phương thang* » duy trì sức khỏe, tránh hoặc chữa bệnh cho vua bằng cách dựa trên phương pháp giữ thăng bằng khí âm dương giữa các thực phẩm và giữa thực phẩm với tạng khí (hàn hay nhiệt) của vua. Công việc này được phụ trách bởi:

- Đội Thượng Thiện phải chịu nhiều "*điều cấm*" để bảo đảm an toàn trong việc ăn uống và đặt dưới sự giám sát của viện Thái Y[37],
- Viện Thái Y[38] trách nhiệm việc tổ chức các món ăn trong mỗi bữa thành một "*phương thang*" để vừa bổ dưỡng, vừa phòng bệnh.

Từ ngàn xưa, phương pháp giữ quân bình âm dương đều dựa trên hai nguyên tắc căn bản sau:

---

dương tác động lên nhau mà sanh ra các hiện tượng mà ta quan sát được trong vũ trụ. Và cũng từ hai gạch âm dương mà các cao nhân đã viết nên quyển Kinh Dịch không chữ viết diễn tả tiến trình của đời người trong đại vũ trụ. Nay, muốn tìm hiểu phần vô hình tức khí của thực phẩm, chúng ta phải dùng phương pháp tìm hiểu âm dương của người xưa là **QUAN SÁT** rồi **CẢM NHẬN**

[37] Chiều ngày 26.4.2018, tại vườn Thiệu Phương - Đại Nội, Huế, triển lãm "Thái Y Viện triều Nguyễn giới thiệu gần 50 phiên bản Châu bản, Mộc bản triều Nguyễn nhằm cung cấp những thông tin giá trị liên quan đến Thái Y Viện triều Nguyễn

[38] Những biện pháp dự phòng và những hình phạt xử lý: "*Phàm việc pha chế thuốc của vua, mà làm không đúng phương thức và gói lại đề chữ sai lầm, thầy thuốc (*làm việc ấy*) phải phạt 100 trượng, dùng dược liệu lựa chọn không tinh phải phạt 60 trượng. Nếu làm cơm cho vua lầm thức gì phải kiêng, thì người nhà bếp phải phạt 100 trượng. Những thức ăn uống làm không sạch sẽ, phải phạt 80 trượng; chọn lầm không được tinh tường, phải phạt 60 trượng; (*người sắc thuốc, làm cơm cho vua) *không nếm trước các thứ ấy, phải phạt 50 roi; các quan giám lâm, đề điệu đều được giảm nhẹ hơn người làm thuốc, người đầu bếp 2 bậc. Nếu quan giám lâm, đề điệu và người nấu bếp lầm lỡ đem các vị thuốc đến nơi làm cơm của vua, thì phải phạt 100 trượng, đem những vị thuốc ấy bắt phải uống*"

1) Theo lý thuyết âm dương, khí của các thực phẩm phải được giữ thăng bằng với nhau và với tạng khí (nhiệt, hàn) của người tiêu thụ,

2) Theo y học cổ truyền, các loại thức ăn được chia ra "*tứ khí*" (nóng, lạnh, ấm, mát) và "*ngũ vị*" (chua bổ gan, cay chạy vào phổi, mặn bổ thận, ngọt bổ tì, đắng bổ tim).

Phương thang có nghĩa là **quân bình khí âm dương**, muốn thực hiện điều này, ngoài việc hiểu biết về y dược, quan Thái Y còn phải hiểu rõ hai điều sau:

1) Khí âm dương trong thực phẩm, nhất là:

- Các thực phẩm đa khí dương gây nóng như vua thường dùng là rượu bổ, quế, gừng, tiêu, nhãn, vải, xoài, mít, dứa khóm.
- Các thực phẩm đa khí âm gây lạnh như bào ngư, sứa biển, hải sâm, rùa, tôm, cá.

2) Tạng khí của vua:

- Tạng nhiệt có da nóng đỏ, môi nứt, hay đổ máu cam, mồ hôi, bên trong thì có triệu chứng khí âm khô kiệt như táo bón, khát nước.
- Tạng hàn bởi già yếu, dâm dục quá, sau bệnh nặng.

Thí dụ cách quân bình khí âm dương của Thái Y

Cách điều trị bằng quân bình khí âm dương thì gần như **bất biến** từ xưa đến nay, có nghĩa là các quan Thái Y điều trị ngày xưa thế nào thì nay đông y sĩ cũng làm như vậy.

- **Quân bình khí âm Dương trong các món ăn**. Thí dụ chè long nhãn (hột sen rất Âm nhồi trong nhãn nhục rất Dương), bào ngư, thịt vịt (rất Âm) chấm với gừng (rất Dương),
- **Giữa cơ thể vua với khí hậu mỗi mùa.** Mùa hè nóng như thiêu như đốt mà dâng lên phẩm vị đầy khí dương nóng như ớt, tiêu, gừng, thịt dê, rượu… thì sẽ làm cho vua phát nhiệt, nhiệt có thể biến thành hỏa làm vua khó ngủ, bứt rứt. Có nghĩa mùa hè oi bức thì phải dâng vua phẩm vị mát như rau trái, chè sen…

- **Giữa tạng khí của vua với món ăn**. Từ quan sát tạng khí của vua (hàn hay nhiệt), tạng phủ nào suy nhược, Thái Y chọn trước các vật liệu thuộc âm hay dương cấu tạo món ăn (phẩm vị) thành một *«Phương thang»* hạp với tạng khí của vua, thuận với khí hậu hàn nhiệt... Thí dụ:

Nếu vua có tạng khí nhiệt với triệu chứng môi, lưỡi đỏ và sưng, rêu lưỡi vàng, táo bón khó ngủ, chảy máu cam, trĩ, mụn đỏ, nhọt chứa mủ, v.v... quan Thái Y chọn lựa vật liệu âm tính như rau xanh, trái mát và ngừng hay giảm thiểu vật liệu dương tính như gia vị tiêu ớt, rượu...

Nhận thấy vua có tạng khí hàn vì thận khí của vua suy nhược bởi tuổi tác hay tửu sắc quá độ, quan Thái Y sẽ bổ khí thận dương như uống sâm, rượu thuốc, uống nước nóng, uống vừa đủ cho cơ thể.

Và nay cơm vua cũng là một đề tài cho chúng ta suy nghĩ tính dược liệu của ẩm thực chữa và phòng ngừa bịnh nhất là **bịnh của khí** và sống khỏe mạnh nhờ biết ẩm thực đúng cách, thí dụ như trường hợp sau khi khám bác sĩ, thử nghiệm máu, tiểu, phân, kết quả đều tốt, ẩm thực dinh dưỡng theo đúng lời khuyên của bác sĩ mà bạn vẫn có triệu chứng này triệu chứng khác thì đừng chỉ nghĩ rằng *« tôi ăn uống đầy đủ, nghe lời bác sĩ tập thể dục điều hòa...»* là đủ mà bạn hãy nghĩ đến:

- Ẩm thực trái với tạng khí, thí dụ tạng nhiệt mà cứ ăn uống đồ nóng (rượu, bia, xoài, sầu riêng...) thì bệnh nhiệt sẽ nặng thêm (trĩ, mụn nhọt, áp huyết...).

- Thận suy són đái phải mặc tã mới dám đến với cộng đồng mà cứ tì tì uống nhiều nước lạnh thay vì uống **nước nóng** và uống vừa đủ[39]. Từ nhận xét này, muốn cảm nhận được khí của nước bằng cách bạn thử (chẳng khó khăn, mất mát gì) uống nước vừa phải theo nhu cầu và uống **nước nóng** xem sao.

Hy vọng bài học văn hóa ẩm thực của cơm vua cùng các lời khuyên xưa sẽ làm chúng ta suy nghĩ về ẩm thực hàng ngày:
*« Thực phẩm và dược liệu cùng chung một gốc rễ » (*Lời đông y Việt*);*

39 Trừ trường hợp có lời khuyến cáo của bác sĩ phải uống nhiều nước khi dùng một loại thuốc nào đó.

*« Trước tiên, hãy lấy thực phẩm làm dược liệu » (*Lời tổ sư y khoa tây phương Hippocrates*)*

« Thầy thuốc giỏi thì ngừa bịnh chưa phát, dở là chữa bịnh khi đã phát » (Lời tác giả cuốn kinh điển Hoàng Đế Nội Kinh của y khoa đông phương).

Lạp Chúc Nguyễn Huy

VŨ THẤT
ĐƯỜNG VỀ HÒN TRE

Chợt có tiếng hốt hoảng từ hạ sĩ quan đương phiên:

- Thưa Hạm trưởng. Có đối vật ngay trước mũi tàu.

Võ Bằng chụp ống dòm. Một chiếc tàu đánh cá lớn hiện ra trong ánh chớp. Anh ra lệnh:

- Còi nhiệm sở tác chiến. Tắt hết đèn hải hành. Các khẩu 40, 50 sẵn sàng!

Tiếng còi dồn dập. Những bóng đen lao vào vị trí. Đài chỉ huy lặng im. Chỉ còn tiếng lên đạn, tiếng máy rền và tiếng sóng ập mạn tàu. Mưa như được khẩu lệnh riêng, lại ập xuống xối xả. Hạt to như đá vụn quất vào mặt rát buốt. Nước mưa chảy lạnh sống lưng.

Tàu đánh cá hiện rõ ngay trước mũi. Võ Bằng hô to:

- Phòng máy. Hai máy lùi hết.

Tiếng động cơ kêu rền. Con tàu rung rẩy dữ dội. Võ Bằng cũng lạnh người. Nó tính gì mà đâm thẳng vào chiến hạm? Anh cho ngưng máy và ra lệnh rọi đèn. Trên boong, dưới cơn mưa, ba người nằm la liệt. Người thứ tư ngồi vái lạy, nói yếu ớt:

- Cứu! Cứu! Cứu chúng tôi. Tàu chết máy 10 ngày. Đói lắm. Cứu với.

Võ Bằng khựng lại. Có thật bị trôi giạt hay gài bẫy? Mà sóng gió thế này, làm sao cứu? Anh ra lệnh rọi đèn khắp tàu. Một chồng lưới giăng cá chất ở mũi. Bốn thân người rời rã dưới mưa. Tim anh se thắt. Bỏ mặc thì không đành. Nhưng giúp bằng cách nào?

Anh hít một hơi dài. Điều hẳn nhiên: bằng mọi giá phải cứu họ. Trời đang mưa, hẳn nhiên họ không cần nước. Chỉ cần thức ăn. Giải pháp tạm thời là tiếp tế họ thức ăn và dòng tàu họ vào bờ.

Anh hỏi Hạm phó:

- Anh Tiến, tàu mình còn bánh mì không?

- Thưa Hạm trưởng, tôi tin là còn.

- Vậy chuẩn bị bốn ổ, mỗi ổ rắc vài muỗng đường, bọc kín bằng bao nylon. Đồng thời bảo nhà bếp nấu nồi cháo thịt.

- Nhận rõ.

- Tàu mình có súng bắn dây?

- Thưa có.

- Sẵn sàng súng rồi soạn công điện: *"Một tàu đánh cá hư máy, trôi giạt mười ngày. Ba ngư dân bất tỉnh, một kiệt sức, cần cứu cấp. Xin chỉ thị."*

– Rõ.

Hạm phó rời đài chỉ huy. Võ Bằng nhìn đồng hồ, 23:05. Còn ít nhất sáu tiếng nữa trời mới sáng. Anh đứng khoanh tay nhìn chiếc ngư thuyền bập bềnh như tàu ma.

Anh vô tuyến trao Võ Bằng công điện Vùng 4: *"Quý chiến hạm cứu cấp và đưa tàu đánh cá về Hòn Tre bàn giao cho Duyên Đoàn. Xong, trực chỉ Bà Lụa. Báo cáo nhận hành."*

Tiếng còi nhiệm sở vận chuyển nổi lên. Các nhân viên túa lên boong. Giám lộ viên bật đèn pha, luồng sáng đâm thủng màn mưa, soi rõ chiếc ngư thuyền vẫn với bốn người bất động. Võ Bằng nói với hạ sĩ quan đương phiên:

- Anh Vạn thủ khẩu đại liên, phản pháo tức khắc khi bị bắn.

- Nhận rõ.

Võ Bằng cho lệnh vận chuyển chiến hạm tiến gần tàu đánh cá. Anh cầm loa:

- Tàu đánh cá. Chúng tôi tiếp tế thức ăn. Sẵn sàng tiếp nhận.

Một người lồm cồm ngồi dậy. Võ Bằng ra lệnh:

- Hạm phó cho bắn dây.

Sau tiếng nổ nhỏ, đầu dây và bọc bánh mì vụt qua ngư thuyền. Võ Bằng nói vào loa:

- Tàu đánh cá. Sau khi nhận thức ăn, hãy kéo dây nylon buộc chặt vào trụ. Chúng tôi sẽ dòng tàu các anh về Rạch Giá.

- Đội ơn các ông.

- Cố gắng ăn để lấy sức. Sáng mai tới Hòn Tre sẽ có thêm.

Khi được báo dây đã buộc chắc chắn và ngư thuyền lềnh bềnh sau lái chiến hạm, Võ Bằng cho tiến về hướng Đông. Anh thảo công điện: "*Trân trọng báo cáo. Bắt đầu kéo ngư thuyền về Hòn Tre.*" Anh trở lại ghế ngồi. Từng cơn gió tạt qua, mang theo sương khuya và mùi biển. Anh nhắm mắt, hít thở thật sâu. Cơn mỏi mệt dịu đi phần nào.

Võ Bằng dựa lưng vào ghế, nhắm mắt định thần. Anh cần một giấc ngủ ngắn nhưng giấc ngủ không đến. Ba ngư dân nằm sóng soải chập chờn trong tâm não.

Hai tiếng sau, trời đột ngột ngưng mưa. Sóng gió dịu dần. Không gian sáng đủ trông thấy nửa vầng trăng. Võ Bằng ban lệnh nhiệm sở vớt người. Anh cho lệnh tháo dây kéo và các lệnh cần thiết đưa chiến hạm cập vào ngư thuyền. Giám lộ viên rọi đèn pha. Cả bốn ngư dân vẫn nằm la liệt trên sàn. Võ Bằng không hiểu vì sao họ phải nằm dưới mưa mà không ở trong lòng tàu. Tàu chìm, ở đâu, đằng nào cũng chết. Anh đoán chừng họ ở ngoài để kêu cứu đến kiệt sức. Không biết bên trong có còn ai khác?

Toán vớt người thả các trái độn dọc theo hữu hạm để giảm sức va chạm. Bốn nhân viên mang băng ca nhảy qua ngư thuyền chuyển ba ngư dân về chiến hạm. Xong xuôi, chiến hạm tách ra và tiếp tục kéo ngư thuyền. Võ Bằng ghi tóm tắt sự việc vào Nhật ký Hải hành rồi giao quyền chỉ huy cho sĩ quan đương phiên.

Anh rời đài chỉ huy cùng cố vấn xuống thăm hỏi ngư dân. Họ còn quá yếu để trả lời các câu hỏi. Một người cố nắm tay Võ Bằng, thì thào không thành lời. Anh thông báo là họ đang được đưa về đất liền. Cháo thịt sẽ cung cấp nếu họ có thể ăn. Ánh mắt họ lấp lánh như tỏ niềm biết ơn.

Anh về buồng riêng, tắm rửa, thay bộ quân phục rồi… ngả lên giường. Từ khi đảm nhận chức vụ Hạm trưởng, Võ Bằng không dám thay đồ ngủ. Khi bị đánh thức, có nghĩa là anh không đủ thì giờ mặc lại quân phục. Bắn chậm thì chết mà! Quá mỏi mệt, anh thiếp đi…

oOo

Mãi đến đợt reo thứ ba, Võ Bằng mới nhận ra là từ điện thoại nội bộ.

- Tôi nghe đây.

- Trình Hạm trưởng, phòng radar báo cáo chiếc tàu đánh cá đang xa dần chiến hạm.

- Tôi lên ngay…

Anh lao vào phòng tắm, mở nước xoa lên mặt cho tỉnh hẳn. Trên cầu thang dẫn lên đài chỉ huy, óc anh vụt sáng một ý nghĩ: không chừng đây là đòn nghi binh. Ngư thuyền giả vờ trôi giạt xin cứu giúp, trong khi những tàu khác chở đầy vũ khí chạy vào bờ. Còn cố tình "tuột dây" để chiến hạm bận rộn, không thể đuổi theo…

Võ Bằng nghe trái tim đập thình thịch, vừa tức giận, vừa lo âu...

Vừa lên đến đài chỉ huy, Võ Bằng ra lệnh dứt khoát:

- Hai máy ngưng.

Tiếng leng keng truyền lệnh vừa vang lên, tiếng rầm rì quen thuộc của máy tắt ngang. Chiến hạm khựng lại, thả trôi theo trớn.

Võ Bằng bước đến miệng loa dẫn xuống phòng chiến báo:

- Radar, khoảng cách với tàu đánh cá bao xa?

- Thưa, nửa hải lý.

- Có đối vật gì gần không?

- Hoàn toàn không, thưa Hạm trưởng.

- Báo cáo ngay khi có đối vật xuất hiện.

- Đáp nhận.

Anh dặn sĩ quan trực phiên:

- Cứ thả trôi. Quan sát kỹ. Giám lộ, rọi đèn sau lái.

Võ Bằng cùng hai nhân viên xuống sân lái. Họ thu hồi dây kéo về tàu. Anh cúi xem: dây không bị đứt, chỉ có thể là bị tháo hay bị tuột. Nếu bị tháo, mình bị lừa!

Anh bước nhanh về phòng y tế. Ba người nằm im, mền len xám phủ kín, mắt nhắm nghiền, mặt trắng bệch như xác chết. Hai người tuổi trung niên, một thanh niên - trẻ nhất nhưng hôn mê nặng nhất. Cả ba đang được truyền nước biển.

Võ Bằng cau mày hỏi y tá:

- Có đúng là họ đói khát thực sự chớ không phải... đóng kịch?

- Thưa chắc chắn, họ đã đến lằn ranh sinh tử. Ngay lúc này, tôi vẫn e họ khó thoát!

Võ Bằng gật đầu, nhưng lòng còn lởn vởn hồ nghi. Liệu đây có phải là một kịch bản dàn dựng tinh vi đến mức không để lại sơ hở?

Anh lại nhìn ba ngư dân. Họ vẫn thiêm thiếp, lớp mền trên ngực lên xuống ngắn, không đều, thỉnh thoảng rên hừ hừ. Anh lắc đầu: không thể là đòn nghi binh. Từ mười ngày trước, làm sao họ biết được là sẽ gặp Rạch Gầm để bắt đầu nhịn đói? Không thể nào! Chỉ là một hội ngộ tình cờ!

- Khi họ khá hơn, xin Hạm trưởng cho phép truyền thêm dinh dưỡng.

- Chấp thuận. Bằng mọi cách, anh cứu sống họ.

- Xin hứa, thưa Hạm trưởng.

Võ Bằng thở phào nhẹ nhõm nhưng quyết chắc ăn: đích thân khám xét ngư thuyền. Anh phóng nhanh trở lên đài chỉ huy, cho chiến hạm cập vào ngư thuyền. Rồi cùng hai thủy thủ nhảy qua, mang theo tô cháo thịt. Chủ ngư thuyền chắp tay cám ơn, vừa run vừa húp lấy húp để.

Võ Bằng nhìn quanh. Lưới cá bung rộng rối ren, nhiều xác cá thối rữa. Sàn la liệt xương cá. Anh và thủy thủ hộ tống bước đến phòng lái. Chưa đến cửa mà mùi dầu mỡ, mùi ươn thối nồng nặc. Không ai có thể sống lâu trong đó. Anh đã hiểu lý do bốn ngư dân nằm ngoài mưa.

Võ Bằng đi về sân mũi. Thủy thủ đang trổ tài chuyên nghiệp, thắt nút "clove hitch" đầu dây nylon vào trụ, chắc chắn không tuột lần nữa.

Anh dặn chủ ngư thuyền:

- Ba người của anh đã tỉnh lại. Đừng lo. Chúng tôi kéo tàu anh vào Rạch Giá. Có đèn pin chứ?

- Dạ có.

- Vậy cần gì thì chớp đèn.

- Cám ơn mấy anh.

Võ Bằng trở về chiến hạm, cho lệnh tiến máy. Chiếc ngư thuyền ngoan ngoãn theo sau. Nửa vầng trăng soi một vệt sáng bạc trên mặt biển âm u. Chỉ một ít vì sao bơ vơ trên bầu trời thăm thẳm. Anh nhắm mắt, tự trấn an: không, chắc chắn không thể là trò đánh lừa.

oOo

Ba giờ sáng. Trừ tiếng máy tàu, đài chỉ huy thật tĩnh lặng. Mỗi người một vị trí, bất động như các pho tượng. Anh lên tiếng:

- Thiếu úy Đức, cho biết vị trí chiến hạm mới nhất.

- Thưa Hạm trưởng, tàu sắp ngang qua đảo Tamassu, cách ba hải lý.

Tamassu! Cái tên gợi anh nhớ chuyện tình người bạn cùng khóa. Chuyện tình đó có đăng trên nguyệt san Lướt Sóng hai năm trước: Hạm trưởng một tuần duyên hạm, trong lần ghé đảo, được chúa đảo mời rượu. Người mang mồi nhậu là tiểu thư của chúa đảo. Sau năm tuần rượu, chàng đứng dõng dạc thưa: *"Cháu muốn cưới con gái bác."* Chúa đảo cười: *"Đây là rượu nói hay đại úy nói?"* Chàng lại dõng dạc: *"Cháu nói bằng danh dự một Hải Quân"*. Ông hỏi ý con. Nàng e thẹn đáp: *"Ai khác thì con từ chối, nhưng với hải quân thì con ưng!"* Và đám cưới rực rỡ ba tháng sau đã làm sáng bừng cả đảo. Đàng trai đến bằng đường biển gồm chiến hạm, chiến đỉnh lẫn chiến thuyền. Người chủ hôn là Tư lệnh Vùng 4 Duyên hải!

Võ Bằng khẽ thở dài. Bạn thiệt có phước. Anh cũng dưới quyền ông Tư lệnh đó, cũng tiệc nhậu tới bến, cũng gặp gỡ người đẹp mà đời anh cứ nổi trôi. Phải chăng vì thiếu... rượu nói!

Anh siết chặt tay trên bệ sắt, nhìn khung trời mông lung. Lại hiện bóng hình Như Oanh với giọng nói nghịch ngợm, nụ cười cướp mất hồn. Từng đêm anh dỗ giấc ngủ, đếm đến số mười ngàn mà hình bóng nàng vẫn đeo đẳng.

Ngả lưng trên ghế tựa, mặc cho mùi khói tàu, mùi muối biển quyện sương đêm ngai ngái. Mỗi cơn gió mát lại như mang đến nhớ thương...

oOo

Sáu giờ, núi đảo Hòn Tre hiện ra cùng ánh bình minh. Đảo mang tên Hòn Tre vì có nhiều tre mọc nhưng hình dạng thì trông như con rùa. Những cánh hải âu chao lượn, hót vang như chào đón Rạch Gầm. Võ Bằng rời ghế chỉ huy, bước sang đứng tỳ tay lên bệ cánh hữu đón gió mát lành cuối thu. Cuộc hành trình qua đêm suôn sẻ, lòng anh cũng êm ả theo.

Bảy giờ, chiến hạm neo sát Hòn Tre. Chiếc ngư thuyền được kéo cập bên hông chiến hạm. Hạm phó cho nhân viên trực nhật xịt nước rửa sạch khắp sàn ngư thuyền. Ba nạn nhân đã tươi tỉnh, nhưng sức chưa hồi phục, được các nhân viên dìu trở về ngư thuyền. Võ Bằng chỉ thị cung cấp thêm cháo thịt.

Chỉ huy trưởng Duyên Đoàn 43 đích thân đến nhận bàn giao, tay bắt mặt mừng. Anh mời Võ Bằng cơm trưa Rạch Giá. Trung úy Tuấn nhắc lại lời mời đến nhà.

Võ Bằng chỉ thị Hạm phó trông coi tàu. Ban ẩm thực tháp tùng đi chợ, nhân viên không trực được phép đi bờ. Chiếc chiến thuyền Thiên Nga tuy nhỏ mà mã lực cao dư sức dòng ngư thuyền. Nhưng với số người đi bờ khá đông, Duyên đoàn trưởng cho tăng cường thêm hai ghe chủ lực.

oOo

Bến sông Cái Lớn nhộn nhịp. Chợ còn rộn rã dù đã trưa. Võ Bằng thuê xe lôi. Y tá và hai nhân viên đưa ba ngư dân vào bệnh viện. Anh chúc từng người chóng phục hồi. Những bàn tay chai sạn run run nắm tay Võ Bằng. Anh nghe lòng ấm áp.

Nhà ba má Tuấn tường vôi trắng, khang trang, nhìn ra cửa sông Cái Lớn. Giàn hoa giấy đỏ rực bên hiên. Ông cụ tóc bạc vồn vã chào đón. Tuấn giới thiệu. Ông hết nắm tay Duyên đoàn trưởng lại đến Võ Bằng:

- Quý hóa quá! Từ ngày thằng con tôi đi Hải Quân, nay mới được hân hạnh đón tiếp nhị vị chỉ huy!

Gian nhà rộng rãi, bày biện gọn gàng. Hương trà xanh thoảng nhẹ. Một bên vách, treo các bức ảnh gia đình. Trên vách đối diện là các bức tranh quê thật đẹp.

Mẹ và em gái Tuấn ra chào. Vừa thấy nàng, tim Võ Bằng bỗng xao xuyến lạc nhịp, không khác gì phút đầu gặp Như Oanh. Anh thông cảm cho con tim hai năm cô đơn, bây giờ gặp người đẹp là rung động đền bù. Ba Tuấn hối làm cơm thết đãi. Duyên đoàn trưởng cáo lỗi, nhưng ông nhất quyết không cho từ chối.

Ba Tuấn hút vài hơi thuốc vấn, khoan thai nói:

- Nhị vị chỉ huy thấy đó, ghe thương hồ đậu đầy bến sông. Mùa gió chướng, ghe bầu từ miền Trung ghé vô, chở đường, chở muối. Mùa gió nồm, ghe cá từ Hà Tiên, Nam Du đổ về cá tôm. Bến sông lúc nào cũng đông vui như hội. Nhờ vậy mà mắm cá lóc, mắm thái của nhà tôi sản xuất cũng đắt hàng...

Mắt mẹ Tuấn vui vẻ tiếp lời:

- Xin mời hai vị ở lại nếm thử. Con gái tôi làm đó.

Một niềm vui nhẹ nhàng chiếm hồn Võ Bằng. Ba mẹ anh cũng có sự vồn vã tương tự với khách tới nhà. Lời của ba mẹ anh bỗng đâu chợt đến: "Cưới vợ đi con, để ba má còn thấy mặt cháu chắt!" Anh nghĩ thầm: "Hay mình cưới cô này? Như Oanh đã xa rời duyên hải!"

Anh lại nhớ câu chuyện người bạn cùng khóa cưới vợ Tamassu. Không lẽ trời cũng run rủi mình đến đây gặp nàng? Chỉ sợ hôm nay rượu không vào lời không ra!

Ba Tuấn hỏi về công tác tuần tiễu vùng vịnh Thái Lan. Võ Bằng nói mới đến khu vực Nam Du, chưa chận xét tàu nào thì gặp ngư thuyền trôi giạt...

Em gái Tuấn rụt rè mà giọng ngọt ngào:

- Tụi em nghe bạn bè kể nhiều chuyện ma ở các đảo Nam Du, Bà Lụa. Hai anh có gặp ma không?

Câu hỏi bất ngờ làm cả bàn lặng đi. Võ Bằng mỉm cười nhìn Duyên đoàn trưởng:

- Đại diện vùng trả lời đi!

Duyên đoàn trưởng cười nói:

- Chúng tôi cũng có nghe. Nào là chuyện chiếc ghe câu không người mà có tiếng cô gái hát hò. Nào là có bóng người áo trắng hiện trong sương mù trên đỉnh Nam Du. Ngay trên chiến hạm, có một thủy thủ kể, một đêm anh đi tuần, thấy ở lái tàu có người đứng hút thuốc, anh lại gần người đó biến mất...

Em gái Tuấn la lên:

- Anh đừng kể nữa, sởn gai ốc rồi!

Tất cả bật cười. Võ Bằng không cười, lòng bâng khuâng: "Sao cô nàng sợ ma giống Như Oanh quá!"

Bữa cơm được dọn ra. Vài món đơn giản. Võ Bằng gắp mắm thái và với cơm. Anh khen:

- Xem chừng ngon hơn mắm thái Châu Đốc.

Mẹ Tuấn mỉm cười:

- Không dám! Được bằng đã là niềm vui lớn rồi! Đại úy quê Châu Đốc?

Anh gật. Bà cười:

- Thôi rồi! Múa rìu qua mắt thợ!

Tiếng cười rôm rả. Võ Bằng hỏi sao có địa danh Rạch Giá. Ba Tuấn cho biết ngày xưa vùng này có nhiều cây giá mọc ven bờ các con rạch. Anh định hỏi thêm về lịch sử nhưng thấy đã đến giờ hẹn trở về, nên đành cùng Duyên đoàn trưởng cảm tạ và giã từ. Ba Tuấn tiễn ra cửa, giọng ân cần:

- Cám ơn các cháu giữ biển, nhờ đó mà Rạch Giá được bình an.

Em gái Tuấn mang ra hai bọc trao cho Võ Bằng và Duyên đoàn trưởng. Cô e ấp, ngọt ngào:

- Mẹ em gửi, nói hai anh bảo trọng.

Võ Bằng buột miệng:

- Còn cô, nói sao?

Em gái Tuấn khẽ đáp:

- Nếu có dịp... xin ghé lại.

Võ Bằng bước ra đường. Gió sông mát nhưng tâm hồn đong đưa sóng gió...

Vũ Thất

(trích Đời Thủy Thủ 3)

TRẦN C. TRÍ
TRÁI VÀ PHẢI

Sáng hôm ấy là một ngày dễ nhớ–Ba Mươi tháng Tư, năm Hai Ngàn Không Trăm Bốn Mươi Lăm–phần ngày và tháng nghe quen quen như tôi đã từng nghe đâu đó, lặp đi lặp lại qua cửa miệng của những người thuộc thế hệ ông bà, cha mẹ của tôi, trong suốt thời gian tôi sống ở Mỹ.

Tôi mở choàng mắt, theo thói quen vươn tay qua ôm lấy Marcel vẫn còn đang say ngủ bên cạnh. Mùi thơm da thịt dễ chịu, quen thuộc của anh bất giác làm tôi nhoẻn một nụ cười hạnh phúc trong bóng tối. Tôi xoay hẳn người, vùi mặt mình vào cánh tay rắn chắc của Marcel, mong dỗ lại giấc ngủ vì hôm đó là Chủ Nhật. Không gian là căn chung cư hai phòng ngủ của chúng tôi trong một complex ở Primăverii, thuộc vùng ngoại ô phía bắc của thủ đô Bucureşti. Bên ngoài cửa sổ, trời hãy còn tối. Chắc mới khoảng 5 giờ, tôi đoán thầm, không muốn với tay lấy cái điện thoại trên cái noptiera *để xem giờ.*

Tôi nhắm mắt được một chốc, nhưng giấc ngủ vẫn không trở lại. Mở bừng mắt ra, tôi lấy tay mò mẫm dưới gối tìm cái telecomanda, *bấm nút mở truyền hình ra xem. Thà dậy hẳn còn hơn nửa ngủ nửa thức như thế này. Tôi điều chỉnh âm thanh cho thật nhỏ, chỉ vừa đủ nghe, để không quấy rầy Marcel.*

Trên màn ảnh là chương trình tin tức buổi sáng của đài Pro TV. *Cô xướng ngôn viên thường nhật của đài, vẫn dịu dàng và duyên dáng như bao giờ, đột nhiên đọc một bản tin bất ngờ và kinh khủng.*

Cô đọc, "Theo nghị quyết đã được Văn Phòng Tổng Thống, Viện Đại Biểu và Thượng Viện đồng thông qua sau một thời gian dài thương thảo, kể từ hôm nay, lúc 0 giờ ngày 30 tháng Tư, năm 2045, Romania sẽ chính thức phân thành ba miền: Miền Trái–bao gồm các vùng Oltenia, Banat, Crişana và Maramureş; Miền Phải–gồm các vùng Bucovina, Moldova, Muntenia và Dobrogea; và Miền Giữa–tất nhiên là vùng Transilvania."

Tôi tỉnh ngủ hẳn, nhưng vẫn chưa tin vào tai mình, vì hai lẽ: Một là chắc tôi đang còn lơ mơ nên nghe chữ được chữ không, hai là có lẽ vốn liếng tiếng Romanian của mình cũng chưa nhiều nhặn gì cho lắm chăng. Nhưng không, ngay sau lời thông báo của cô xướng ngôn viên, trên màn ảnh truyền hình bây giờ là bản đồ Romania, chia thành ba phần như đã cho biết–phần bên trái tô màu xanh dương, phần bên phải tô màu đỏ, còn phần giữa là màu vàng, y như quốc kỳ Romania. Marcel và tôi đang sống ở Bucureşti, như vậy sẽ là trong vùng đỏ, thuộc Miền Phải. Con cá Romania[1] *bây giờ đã bị chặt thành ba khúc! Marcel và tôi gặp nhau khi chúng tôi đang theo học ở UCLA. Anh học khoa học chính trị, còn tôi học ngành tâm lý, cùng năm thứ ba–hay là dân* junior, *như chúng tôi thường được mệnh danh như vậy trong giới sinh viên. Chúng tôi quen nhau trong một buổi tiệc nhẹ đầu năm học của Khoa Văn Khoa & Khoa Học*[2]*, niên khóa 2025-2026, vì tình cờ đứng gần bên nhau trước dãy bàn bày trái cây, bánh ngọt để chọn vài món cho mình. Sau một vài câu trao đổi xã giao, chúng tôi thấy gần gũi với nhau ngay vì nhận ra là mình cùng có gốc di dân tị nạn cộng sản. Ông bà nội của Marcel đến Mỹ vào năm 1980 ở lứa tuổi 30, sau một chuyến vượt thoát đầy gian nan bằng đường bộ từ Romania qua Hungary, Áo, rồi cuối cùng là Thụy Sĩ, trước khi được cấp quy chế tị nạn vào Hoa Kỳ. Ông bà ngoại của tôi cũng đến được miền đất tự do này với diện thuyền nhân vài năm sau đó. Ba mẹ tôi sinh ra ở Sài Gòn, theo gia đình riêng của mỗi người qua Mỹ, đi học, lớn lên rồi gặp nhau, trở thành vợ chồng và có ba người con. Tôi là con gái lớn, chị của hai người em trai.*

Ở Mỹ, Marcel kể với tôi, ông bà anh lần lượt có một người con trai tên Alexandru–là cha anh bây giờ–và một người con gái, Mihaela. Marcel nói cô Mihaela chỉ thích sống đời độc thân, còn cha anh thì

gặp gỡ, thương yêu rồi cưới một phụ nữ cũng là người Romanian, tên Ioana–mẹ anh. Marcel là con duy nhất của hai ông bà. Anh ra đời cuối năm đó, 2005, sau một đám cưới giản dị của cha mẹ.
Marcel và tôi, hai đứa trải qua các giai đoạn ước lệ thường tình ai cũng có: tình bạn, tình yêu, đám hỏi và đám cưới–tổng cộng là năm năm sau lần gặp gỡ đầu tiên. Năm đó cũng là năm ông bà nội của Marcel lần lượt qua đời. Học hành xong, cả hai cùng có bằng cao học trong ngành của mình. Tôi trở thành cố vấn học đường ở một trường cao đẳng cộng đồng trong vùng Los Angeles, còn Marcel giữ chức quản lý văn phòng của một vị nghị sĩ tiểu bang nổi danh. Cả hai chúng tôi chưa định có con ngay, thì vừa lúc cha mẹ của Marcel có ý muốn quay về Romania, bây giờ không còn là một nước cộng sản nữa. Năm đó là năm 2040. "Đã hơn nửa thế kỷ rồi còn gì," *ông bà nói. Cùng với phần còn lại của khối Đông Âu, chế độ cộng sản Romanian–với người lãnh đạo sau cùng là Ceauşescu–sụp đổ vào năm 1989.* "Ba mẹ muốn quay về Bucureşti để sống quãng đời còn lại, nơi ông bà nội vẫn còn nhà cửa mà chính phủ hứa sẽ trả lại sau khi bị tịch thu vì ông bà trốn ra nước ngoài," *ông Alexandru bảo. Năm đó ông bà sắp bước sang tuổi 60.* "Cũng còn trẻ chán để có một bắt đầu mới mẻ," *bà Ioana vui vẻ phụ họa.*

Dự định của cha mẹ mang lại một niềm cảm hứng cho Marcel. Anh hỏi ý tôi có muốn một cuộc phiêu lưu với anh không. Tôi đắn đo trong nhiều tuần rồi cuối cùng bằng lòng. Mình là con cháu một thế hệ di dân tị nạn, phiêu lưu đã có trong máu, tôi mạnh dạn nghĩ. Thế là Marcel bắt đầu hăm hở lên mạng để tìm việc ở thủ đô Bucureşti. Sau nhiều chọn lựa và các cuộc phỏng vấn khá gay go, anh tìm được một chân giảng viên toàn thời gian ở một đại học tương đối danh tiếng– Academia de Poliţie Alexandru Ioan Cuza din Bucureşti. "Em thì từ từ anh sẽ lo cho sau," *Marcel nói với tôi.* "Cùng lắm thì ban đầu em có thể dạy tiếng Anh cũng được. Rồi sau đó, chúng ta sẽ tìm cho em một công việc thích hợp với khả năng và kinh nghiệm của em."

Trong khi Marcel và cha mẹ anh tất bật và hào hứng lo toan tất cả những việc cần thiết cho cuộc hành trình sắp tới, một cuộc đổi đời, thì việc đầu tiên của riêng tôi là ra nhà sách tìm mua một cuốn sách dạy tiếng Romanian. Tất nhiên là trên mạng có khối các chương trình dạy ngôn ngữ của gần như bất cứ thứ tiếng nào trên thế giới, nhưng tôi vẫn thuộc về trường phái "old school", thích cầm trên tay một cuốn sách, ngửi mùi thơm của mực trên giấy mới, và ngắm nghía những trang sách tinh tươm với các dòng chữ hàm chứa một thế giới mới mẻ, lạ lùng và kỳ thú. Ngày hôm đó, tôi hân hoan mang về cuốn Romanian–A Complete Course for Beginners, *trong loạt sách* Teach Yourself *của nhà xuất bản* NTC Publishing Group. *Tôi bắt đầu bập bẹ học nói những câu tiếng Romanian đầu tiên mà hồi giờ chỉ nghe loáng thoáng trong những cuộc trò chuyện bên gia đình nhà chồng như* "Bună ziua", "Ce mai faceţi?", "Foarte bine, mulţumesc", v.v...

o O o

Tôi kiên nhẫn ngồi sau tay lái, trước và sau xe tôi là một dãy xe dài lê thê, đợi đến lượt xét giấy tờ trước khi vào Bucureşti, thuộc Miền Phải. Tôi bắt đầu cuộc hành trình dài hơn hai tiếng rưỡi đồng hồ lái xe từ Braşov, một thành phố về phía nam của vùng Transilvania, thuộc Miền Giữa. Hôm nay tôi quyết định đi thăm Marcel sau năm năm dài kể từ ngày chia tay.

Cuộc ly thân của các vùng ở Romania là hệ lụy của một nguồn cơn bắt đầu vào khoảng năm 2043, khi cuộc sống của Marcel và tôi vừa tạm ổn định ở quê hương mới. Trong nước, không dưng phát sinh sở thích lái xe bên trái như ở Anh, Úc, Nhật, Ấn Độ, Thái Lan… Nhiều người đã tự ý lái xe bên trái một cách bất hợp pháp, gây nhiều phiền hà và tai nạn khắp nơi. Đáng chú ý hơn nữa, việc lái xe bên nào lại gắn liền với một khuynh hướng xã hội và chính trị. Những người vẫn giữ cách lái xe bên phải thường là người bảo thủ–*conservator*–còn những người đòi hỏi được lái xe bên trái thuộc về phe cấp tiến–*progresist*. Mâu thuẫn giữa hai khuynh hướng, cả về việc lái xe lẫn chính trị–thậm chí đến cách nhận nhìn hình thể của nước Romania cũng trái ngược (phe bảo thủ cho rằng con cá Romania quay đầu về hướng đông nam như lâu nay, còn phe cấp tiến lại thấy đầu con cá là ở hướng tây bắc!) đã dẫn đến sự phân chia đất nước ngày Ba Mươi tháng Tư năm năm về trước. Ngoài Miền Trái và Miền Phải, chính phủ ấn định Miền Giữa là vùng dành cho những người ôn hòa–*moderat*–những người không thấy phải nhất thiết lái xe bên nào, mà cũng không theo hẳn khuynh hướng chính trị nào. Tôi là một người trong số đó. Ở Miền Giữa, để mọi người có thể lái xe *giữa đường*, không bên trái mà cũng chẳng bên phải, tất cả đường sá ở vùng Transilvania, vì thế, đều trở thành đường một chiều. Nếu đường lớn có nhiều làn thì tất nhiên lái xe ở giữa, bên phải hay bên trái cũng không thành vấn đề.

Romania bị chia làm ba miền, còn gia đình nhỏ của Marcel và tôi cũng bị xẻ làm hai. Hồi còn sống bên Mỹ, chính kiến của Marcel cũng không có gì khác, nghĩa là anh từ đầu đến cuối vẫn là một người bảo thủ. Tuy vậy, anh ít khi nói về chính kiến của mình, ngay cả chuyện chính trị nói chung, anh cũng gần như không bàn đến trong những lúc trà dư tửu hậu trong gia đình hay với bạn bè, mặc dù anh là một người có bằng cấp về khoa học chính trị và làm việc với một chính trị gia chuyên nghiệp về sau này. Mãi đến khi bầu không khí giữa phe tả và phe hữu trở nên căng thẳng, Marcel mới dần dần để lộ ra khuynh hướng chính trị mạnh mẽ của mình, mạnh mẽ đến nỗi nó trở nên cực đoan hồi nào không biết.

Hai người tìm đến nhau, tôi vẫn thường nghĩ, là do nhiều yếu tố: bề ngoài, cá tính, hoàn cảnh, tư tưởng, sở thích, ước vọng, triết lý sống, vân vân và vân vân. Marcel và tôi, chúng tôi tâm đầu ý hợp khá nhanh chóng vì thấy mình là con cháu của những người tị nạn. Chỉ vậy thôi. Chấm hết. Thời yêu nhau thật lãng mạn, *Love is blind*, có người nào thấy ra cái gì khác của người kia đâu. Cho đến khi cưới nhau, có lẽ ai cũng giật mình thấy mình đang sống bên cạnh một thế giới khác, không, một ngân hà khác, à mà cũng không, một vũ trụ khác mới đúng. Vũ trụ của người kia đầy rẫy những điều khác biệt, điều mới lạ, điều khuất lấp, điều tiềm tàng, điều ẩn giấu. Mỗi ngày, mỗi tháng, mỗi năm bên nhau là mỗi khám phá mới của vũ trụ này về vũ trụ kia. Ai bảo trên cõi đời này chỉ có một vũ trụ duy nhất, mênh mang, không thủy không chung, không bờ không bến.

Lúc đất nước Romania chuyển mình, rướm máu, ứa lệ trong cảnh phân ly, chúng tôi đang sống ở vùng ngoại ô thủ đô, nghĩa là nơi mọi người sẽ vẫn giữ thói quen lái xe bên phải. *A no brainer*. Tôi không phải thay đổi gì cả. Tuy thế, điều tôi không thích là cái *phải* đang đối nghịch với cái *trái*, nhất là về mặt ý thức hệ. Tôi nghĩ, *phải* chưa chắc đã là *đúng*, mà *trái* cũng chưa chắc đã là *sai*. Trong những ngày tháng trước khi Romania bị chia ra làm ba miền, một hôm tôi đem ý nghĩ này nói với Marcel. Anh nhíu mày bảo:

"Em nói như vậy là có ý gì? Em ngả về phía tả hồi nào vậy?"

"Em chẳng ngả chẳng nghiêng về bên nào cả," tôi cười đáp. "Em chỉ đặt vấn đề như vậy thôi. Em thấy việc phân biệt đúng sai, hay nói rõ hơn là định nghĩa của hai khái niệm đó, chính là nguyên do của những mâu thuẫn giữa những người có tư tưởng và hành động xã hội trái ngược nhau."

"Em nói năng như một nhà khoa học chính trị chứ không phải như một cố vấn tâm lý," Marcel cười nhạt, nói giọng pha chút mỉa mai lẫn giễu cợt.

Tôi tảng lờ như không nghe câu Marcel vừa nói, điềm nhiên tiếp:

"Em theo phái trung dung–*centrism.* Em không tả mà cũng không hữu, vì bên nào cũng có thể trở thành cực đoan cả."

"Cực đoan?" Đôi chân mày của Marcel lại nhích vào nhau một lần nữa. *Oh Doamne!* Đây là lần đầu tiên từ khi lấy nhau, hai chúng tôi có cuộc đối thoại như thế này. "Tại sao?"

"Dĩ nhiên là em không đọc sách chính trị, lịch sử nhiều như anh," tôi trả lời, giọng rất bình thản, "nhưng anh không thấy rằng hễ cực tả thì có thể trở thành cộng sản, mà cực hữu thì cũng dễ thành phát-xít hay sao?"

Marcel chưa có phản ứng gì thì tôi đã nói thêm:

"Chủ nghĩa của em là *moderaţionism.* Em lấy làm tâm đắc với câu nói của Oscar Wild, 'Cái gì cũng nên vừa phải, ngay cả trong thái độ vừa phải'.[3]"

"Em trích dẫn mà không trích tới nơi tới chốn," Marcel nhún vai, đầy ngạo mạn. "Em không thấu được thâm ý của ông ta đấy thôi. Cũng chính ông ta là người đã nói, hết sức nghịch lý với câu trên, 'Thái độ vừa phải là một điều chết người. Chẳng có thành công nào sánh bằng sự thái quá'[4]."

Nói xong, Marcel quay lưng bỏ đi. Tôi giận lắm, thấy mình bị coi thường ra mặt. Chúng tôi dành cho nhau *silent treatment* mấy hôm liền sau đó. Tôi nhớ da diết đôi môi nồng nàn của Marcel, nhưng không thể tưởng tượng làm thế nào mình có thể hôn lên đó được nữa. Bầu không khí trong nhà đã ngột ngạt, bước ra ngoài đường càng thấy khó thở hơn. Ai cũng nhìn ai bằng cặp mắt nghi kỵ, như muốn hỏi thẳng nhau, "Nếu có ngày chia ba đất nước, anh sẽ ở lại Miền Phải, hay sẽ dọn qua Miền Giữa hay Miền Trái?"

Sau ngày chia cắt, trong gia đình tôi có một người vui và một người buồn. Marcel mời bạn bè về nhà ăn mừng, bù khú nói cười rôm rả qua ly rượu, cốc bia. Tôi ngồi như pho tượng, nhìn qua cửa sổ xuống mặt đường bên dưới, thấy người qua kẻ lại như những bóng ma giữa ban ngày. Tôi bỗng nhớ ba mẹ của mình bên Mỹ thật nhiều. Theo lời ba mẹ kể lại, ông bà của tôi ngày xưa đã trốn chạy ra khỏi một đất nước mà trước đây cũng từng bị chia thành hai miền nam bắc, để rồi cuối cùng chế độ độc tài đã chiến thắng chế độ dân chủ, trái ngược lại với tiến trình thống nhất nhân bản giữa Đông Đức và Tây Đức vào cuối thập niên 90.

Ít lâu sau, tôi bảo Marcel:

"Anh, hay mình về vùng Transilvania kiếm việc đi!"

"Để làm gì?" Marcel tròn xoe mắt, hỏi lại. "Chúng ta là người ở lại đây, không phải đi đâu cả, không phải thay đổi thói quen lái xe, sao em lại muốn đi đâu?"

"Anh không hiểu," tôi nói, muốn khóc nhưng cố kềm những giọt nước mắt chỉ chực trào ra. "Nếu chỉ mạnh ai ở đâu ở đó, mạnh ai nấy sống thì không nói, đằng này anh không nghe, không thấy những lời lẽ và hành động đầy bạo lực và hết sức hiếu chiến của *Frontul Unificării Naționale*[5] hay sao? Thống nhất để làm gì? Thống nhất để áp đặt đường lối, chính sách của phe hữu trên khắp cả nước, phải không?"

"Anh là thành viên của Mặt Trận, em không nên nói như vậy với anh!" Marcel nói, giọng lạnh lùng tôi chưa bao giờ nghe trước đây."

Có một điều gì vừa kết thúc trong lòng tôi sau câu nói đó, dứt khoát, vĩnh viễn. Hôm sau, tôi bắt đầu tìm việc, bất cứ nơi đâu ở Miền Giữa. Miền Trái thì... tôi đã từng tuyên bố là không nghiêng về phía nào rồi. Khi đã chắc chắn có việc, tôi quyết định đi, chỉ để lại cho Marcel một cái note ngắn gọn, vì không đủ can đảm đối diện với anh, với cặp mắt xanh thăm thẳm màu đại dương của anh. Trong nỗi buồn như đang xoáy vào từng thớ thịt, tôi lại nghe một niềm hứng khởi được bắt đầu trở lại, với một cuộc phiêu lưu mới. Đâu dễ gì lúc nào cũng có cơ hội phiêu lưu như thế này.

Và hôm nay, tôi đang kiên nhẫn ngồi trước tay lái, đợi qua trạm kiểm soát xét giấy để vào Bucureşti tìm thăm Marcel. Năm năm rồi, thời gian đủ để lòng tôi tĩnh lặng lại. Nhưng về phần anh thì sao? Vì muốn tạo ngạc nhiên cho anh, tôi đến mà không báo trước. Tôi đã dặn lòng, nếu Marcel mở cửa đón tôi mà có một bóng hồng nào thấp thoáng ở bên trong, tôi cũng sẽ phải bình tĩnh như đã biết trước, hay thấy đó mà cũng như không thấy, sao cũng được. Tôi đến thăm anh vì nghĩa hơn là vì tình. Hay nếu tôi có còn yêu anh đi nữa thì chắc tôi chỉ yêu Marcel, anh chàng sinh viên đẹp trai cầm đĩa trái cây trong khuôn viên trường UCLA, không phải Marcel, kẻ cáu kỉnh tự xưng là "thành viên của Mặt Trận" trong căn chung cư ở Primăverii.

Qua khỏi trạm kiểm soát, tất cả các chiếc xe đến từ Miền Giữa và Miền Trái phải mua vé đậu lại trong một bãi đậu xe rộng lớn. Người ta không muốn bất cứ ai lái xe kiểu khác làm xáo trộn trật tự trên đường phố ở Miền Phải. Gởi xe xong, tôi lên một chuyến *autobuz* đi tuyến hướng về khu Aviaţiei, nơi Marcel hiện giờ đang sống. Tôi đã tìm địa chỉ của anh qua internet, cũng không khó lắm vì tên anh, Dr. Marcel Florescu, xuất hiện nhan nhản trên đó. Anh bây giờ đã là giáo sư thực thụ ở ngôi trường uy tín Universitatea din Bucureşti.

Xuống xe buýt trên đại lộ Căpitan Alexandru Şerbănescu, tôi đi bộ vào Aviaţiei–một trong những khu dân cư sang trọng nhất ở thủ đô Bucureşti. Những bãi cỏ xanh mướt, những tàng cây rủ bóng, các tòa nhà thanh lịch... Marcel của tôi bây giờ là chủ nhân một căn chung cư bề thế ở ngay tầng trệt, chẳng bù với căn phòng nhỏ ở mãi tận tầng thứ 10 của chúng tôi thuở hàn vi ngày trước. Mặt tiền của căn nhà có hai bồn hoa đủ màu hai bên cửa chính và hai vạt cỏ xanh rờn chạy dọc theo lối vào, tựa như lúc nào cũng vừa được tưới nước. Tôi đưa tay nhấn chuông, nghe tim mình đập lỗi đi một nhịp.

May cho tôi, Marcel đang ở nhà. Cửa mở ra, anh kêu lên, giọng gần như thảng thốt:

"O, Oana, ce surprează!"

Tôi là Thục Oanh. Khi quen nhau bên Mỹ, Marcel Rumani-hóa tên tôi thành "Oana", một trong những tên gọi thân mật dành cho phụ nữ Romanian. Anh rất đắc ý với cái tên đó vì nó có đến ba ý nghĩa. Một là nó phát âm khá gần với tên tôi trong tiếng Việt; thứ đến, "Oana" là dạng *diminutiv* của "Ioana", tên mẹ anh; và cuối cùng nó là từ ngữ phát sinh từ tiếng Hebrew, có nghĩa là "Thượng đế thật nhân từ."

Oana đứng sững nhìn Marcel, chưa biết phải bắt đầu như thế nào. Tôi lại muốn khóc, nhưng kềm được. Marcel của tôi ngày trước, bây giờ trông già giặn đi một chút. Lại còn để râu, mang kính nữa. "Bất ngờ thật đó," anh lặp lại, đứng qua một bên, ra dấu mời tôi bước vào. Bên trong nhà anh, mọi thứ trông thật gọn gàng, ngăn nắp. Chúng tôi ôm nhau, hôn lên má kiểu tây phương, tuyệt nhiên chẳng có chút tình ý gì cả. Tuy vậy, mùi thơm quen thuộc của anh ngày nào cũng làm tôi thoáng chạnh lòng.

Sau mấy chục giây im lặng khá ngượng ngùng, Marcel lại lên tiếng:

"Không, anh vẫn ở vậy! Có phải em thắc mắc điều đó không?" Anh bật cười to, như muốn phá đi bức tường vô hình nào đó giữa chúng tôi.

"Và em cũng vẫn ở vậy, nếu anh muốn hỏi câu đó!" Tôi cũng cười theo, thấy bớt lóng ngóng, vụng về.

Chúng tôi ngồi xuống, bắt đầu từ những câu nói ngắn, sau dần dần chuyển qua những câu dài hơn. Nhưng hình như đây là cuộc chuyện trò của hai người mới gặp nhau, không phải vừa gặp lại sau một thời gian.

Cuối cùng, tôi thốt lên qua tiếng thở dài:

"Ştii ce, vorbeşti ca o inteligenţă artificială! – Anh biết không, anh nói chuyện cứ như là AI vậy!"

Marcel mỉm cười:

"Em nói đúng. Anh là AI."

Tôi ngớ người ra, không hiểu:

"Anh nói vậy nghĩa là gì?"

"Anh là AI," Marcel lặp lại. "Trái tim anh là AI, *literalmente!*"

Một phút im lặng giữa hai chúng tôi. Marcel nói tiếp:

"Anh nói thật đó. Tất cả thành viên của Mặt Trận Thống Nhất Quốc Gia đều được thay tim AI. Mỗi người vẫn giữ lại trái tim của mình, được cho đập nhân tạo, để trong từng ngăn cửa kính, có đánh mã số rõ ràng, ở *Muzeul de Artefacte al Pre-Inteligenței Artificiale*[6]"

Lúc đang nói những điều đó, đôi mắt vốn xanh biếc màu đại dương của Marcel bỗng đỏ rực lên, trông không khác gì đôi mắt của công tước Dracula ở xứ Romania huyền bí trong những cuốn phim tôi đã từng co rúm người lại khi xem. Tôi đứng bật dậy, vùng tuông chạy ra khỏi căn nhà của Marcel. Bầu trời buổi chiều ở București còn sáng nắng, chiếu óng ả trên những vạt cỏ xanh. Sau lưng tôi không biết Marcel có đang nhìn theo không. Nếu có, trái tim AI của anh chắc thấy rõ được những đám mây đen kịt đang phủ mịt mùng trong tôi.

Trần C. Trí

---

[1] *Tương tự như người Việt chúng ta thường nói "Nước Việt Nam hình cong như chữ S", người Romania ví hình thể địa lý quốc gia của họ với một con cá–vừa có ý tự hào, vừa có tính trào phúng–với dãy núi hình cung Carpathian trải dài từ phía tây bắc xuống tận vùng đông nam của lãnh thổ Romania, tượng trưng cho đầu và thân cá, rồi ngừng lại ở sông Danube ở phía nam, là bụng cá, còn vùng ven Hắc Hải phía tây nam là miệng cá.*

[2] *College of Letters and Science*

[3] *Nguyên văn tiếng Anh "Everything in moderation, including moderation", được cho là lời Oscar Wilde (1854-1900) nhại lại một cách châm biếm câu châm ngôn "vừa phải trong tất cả mọi việc" có từ thời Hy Lạp cổ đại.*

[4] *Nguyên văn tiếng Anh "Moderation is a fatal thing. Nothing succeeds like excess" (trong vở kịch A Woman of No Importance, 1893)*

[5] *Mặt Trận Thống Nhất Quốc Gia*

[6] *Viện Bảo Tàng Hiện Vật Tiền-Trí-Tuệ-Nhân-Tạo*

NGUYỄN ĐÌNH PHƯỢNG UYỂN

Tơ Trời Óng Ánh

Thằng Phan, như thường lệ, buổi tối, đạp xe tới nhà con Phương chơi nhưng hôm nay bộ dạng nó kỳ kỳ, sau khi gạt chống chân, dựng xe cẩn thận ngoài sân, nó tiến tới cái ghế xếp thủng đáy, lót tạm bằng miếng gỗ dày, sà đít ngồi cạnh con Phương đang vắt vẻo trên võng, mặt thằng Phan lộ vẻ bí mật, căng thẳng, đầu nghiêng về phía Phương nhưng mắt lại hướng ra đường như sợ ai dòm ngó, nhỏ giọng:

- Biết sao hông?

Con Phương nhướng mày, dỏng ra đa hết cỡ. Nó cảm được một cái gì nghiêm trọng. Thằng Phan chưa bao giờ có thái độ như thế. Phương ngước cằm, chờ đợi. Phan hít một hơi dài.

- Sáng nay con Chi tới lớp kiếm tui. Nó khóc.

Phương trố mắt, đưa tay bụm miệng cho khỏi bật tiếng kêu, tim đập phình phịch. Ghê quá! Một đứa con gái đến khóc với thằng con trai.

- Con Chi kể tối hôm qua, thằng Quốc đưa nó về, tới ngã ba Cầu Dừa, đường vắng, thằng Quốc ép con Chi vô lề... hun.

Mặt thằng Phan có phần ngỡ ngàng lẫn bực tức.

Con Phương bàng hoàng vì hành động quá táo bạo của thằng Quốc, càng bàng hoàng hơn khi nhận ra tình cảm thằng Phan dành cho mình hình như có phần đổi khác. Tối nào Phan cũng ghé đây, cả năm trời chứ ít sao, đâu thể chỉ là tình bạn. Không, Phương không dám gọi đó là tình yêu vì người ta chưa hề nói đến chữ đó, mà chưa nói tức là chưa đủ chín, chưa đủ khẳng định và họ có thể... "lật kèo". Quê chết!

Thứ Bảy vừa rồi thằng Đính tổ chức sinh nhật, mời nhóm bạn thân cả chục đứa, trong đó có Chi, Phương, Phan, Trang tới chơi.

Quốc là hàng xóm của Đính, lần đầu tiên gặp nhóm này, coi bộ hợp gu, nói cười hể hả.

Tiệc sinh nhật có màn nhảy đầm cho thêm phần xôm tụ, rất hào hứng với lũ choai choai vì chúng được dịp phô trương những màn phăng tê di lả lướt, những cú "te" ngoạn mục, học lóm đâu đó. Nhờ nhảy đầm mà bọn nhóc dễ nói chuyện, trước lạ, sau quen.

Đính và Chi từng phải lòng nhau, được vài bữa, Đính nhận ra tim Chi có vô số ngăn, ngăn nào cũng mở toang chào đón những con nhạn la đà, kể cả mấy thằng trong nhóm như Phan, như Trang.

Đính chạy mất dép, bỏ lại sau lưng em Chi ủng oẳng, chới với, ngác ngơ... Chưa ai liều như Đính, dám đá một nữ hoàng đệ nhất dịu dàng, mong manh, dễ vỡ như Chi. Và, điều đó càng kích thích Chi giành Đính lại, giành nhưng không quên chẻ nhỏ tim mình thêm nhiều ngăn.

Quốc mời Chi ra sàn nhảy. Miệng Chi múm mím:

- Nhảy dở lắm nha.

- Nữ không lo. Cứ để nam dẫn đi – Quốc ưỡn vai, tay vòng ngang lưng Chi, lắc người dìu nàng vào điệu Tango êm ái.

Cô nhỏ nghiêng đầu, đặt ngón trỏ lên đôi môi thắm cánh hoa đào như một lời xin lỗi mỗi khi vấp hay giẫm vào chân Quốc, lúm đồng tiền trũng xuống, rõ tròn.

Quốc rành phụ nữ loại này. Họ làm dáng ấy mà. Quốc càng ra vẻ hào hoa, săn đón.

Cuối tiệc, Quốc ngỏ ý đưa Chi về. Nhà Chi xa, không Quốc thì một thằng trong nhóm phải hy sinh đời trai, đưa nàng dìa dinh thôi.

Chi bẽn lẽn gật đầu. Tất cả không qua được cặp mắt thằng Phan.

Tiệc hôm nay, Phan không được nhảy với Chi bản nào, định bụng dớt cú chót, một mình đưa Chi về, được nhìn nàng, chuyện trò với nàng, biết nàng là của mình vài giờ đồng hồ cho đỡ nhớ nhung... Thế mà... nàng lại đồng ý đi với cái thằng vừa đen, vừa xấu trong đêm khuya. Sao ngây thơ vậy? Cách thằng Quốc cười, ria mép vểnh vểnh, dám cá thằng đó đểu.

Nhưng Phan lấy tư cách gì để ngăn Chi? Mặc dù Chi đã nhận lời đi ăn cocktail với Phan vài lần, sau giờ học, chỉ hai đứa, nhưng như thế đâu có nghĩa Chi là của Phan, Chi phải xin phép Phan khi muốn đi với thằng khác.

Còn Quốc? Chả lẽ Phan cự "Ông không được...", chỉ tổ cho nó cười vào mũi "Một cái búng tay đủ khiến người đẹp của ông rơi tõm vào lòng tôi."

oOo

Đường về chung, trăng thanh gió mát, Chi liên tục vuốt tóc, mắt mơ màng ẩn dưới hàng mi cong. Hỏi gì nàng cũng ngu ngơ "Sao vậy?", "Kỳ há!", "Chi không biết", "Chi ngây thơ lắm", "Để Chi hỏi má"... Quốc được trận cười nắc nẻ. Cười vì biết nàng giả vờ. Cười để nàng tưởng lừa được Quốc, đóng kịch thêm. "Lẳng quá cỡ thợ mộc!" Quốc nghĩ.

Hai đứa đạp xe song song. Quốc bất ngờ nắm lấy tay Chi. Chi giật mình nhưng nhanh chóng lấy lại bình tĩnh, để mặc Quốc xoa nhè nhẹ mu bàn tay, nàng mím môi dằn xúc cảm, Quốc đẩy tay lái Chi vào lề đường, xuống xe kéo Chi vào lòng, xoắn chặt môi Chi.

Chi hốt hoảng. Mọi việc xảy ra nhanh quá. Lẽ ra người ta phải năn nỉ Chi, phải cầu xin Chi và Chi sẽ ra điều kiện, Chi bắt họ đợi một ngày, hai ngày... cho thêm kịch tính. Sau đó cả hai sẽ bốc lửa như nắng hè, bay vút như bồ câu, vỡ giòn như bánh tráng ...

Vậy mà... Quốc hôn mình cái đùng, giữa đường, chả nến, chả hoa, chả không khí êm đềm... Nụ hôn trở nên trần trụi khiến Chi ngỡ ngàng.

Nhưng rồi môi bỗng mềm đi, dịu ngọt. Môi tràn qua má, xuống cổ, tận chân cổ. Một luồng điện nóng phả khắp thân thể. Tay Chi buông thõng, ngực ưỡn cong. Quốc dừng lại, nhìn Chi đắm đuối, cười ranh mãnh, đỡ Chi đứng thẳng lên và bảo "Mình về nha".

Chi như vừa thoát khỏi cơn mê, đầu óc, mặt mày nóng bừng, tim nhảy điệu cha cha cha, máu chảy rần rật trong từng tế bào, xuống tận ngón chân. Trời đất! Từ chỗ này bước qua giới hạn... chỉ cách một cọng tóc. May mà... ngừng kịp...

Người Chi như bay trên mây, cứ gật lắc như con lật đật khi Quốc cười cười, nói nói.

Đến nhà, Chi run rẩy tra chìa vào ổ khóa, run rẩy mở cửa đẩy xe vô, chả nhớ có chào hỏi gì Quốc không, Quốc quay đi là Chi phóng vô phòng thay quần áo, rửa mặt mũi rồi lên giường trùm chăn, nhắm chặt mắt lại, thở hổn hển. Hình ảnh, hành động, cảm giác khi môi chạm môi tuôn tràn, hỗn độn, mờ tỏ, xa gần... làm lồng ngực căng cứng. Tại sao hắn chưa ngỏ lời yêu đã dám hôn? Hắn yêu mình ư? Hắn có cho mình dễ dãi, rẻ tiền? Bình thường, mình xoay mấy thằng con trai như dế, sao lần này, chả tốn một giọt mồ hôi hắn đã khuất phục được mình? Khuất phục hả? Còn lâu! Hắn ép uổng chứ. Ai biểu mình để hắn đưa về? Hắn có quyền lập luận, con gái đồng ý đi đêm với thằng con trai mới quen, "chịu đèn" chứ còn gì nữa. Tức ơi là tức!

Còn quá nhiều câu hỏi mà Chi không tự trả lời được. Chi muốn xả xú báp. "Không, không kể cho mấy đứa con gái nghe. Tụi nó thường ghen tỵ khi thấy mình có nhiều bạn trai. Miệng chúng an ủi nhưng lòng nó nghĩ: Đáng đời mày!".

Xếp sẵn ý định, giờ ra chơi, Chi đến lớp tìm Phan.

Phan mở cờ trong bụng, còn gì sung sướng hơn, còn gì hãnh diện hơn, trước mặt bá quan văn võ, Chi nhìn thẳng vô lớp, gọi tên mình - như "Gọi tên người tình"-

Dù lòng còn giận Chi chuyện tối qua, dù đầy hoài nghi tình cảm nàng dành cho mình, việc Chi thản nhiên kiếm Phan như vầy đủ xóa tan mọi khúc mắc, lòng Phan rực rỡ một ông Mặt Trời đỏ ối.

Phan lập tức rời bàn học, tiến ra cửa, liếc nhanh qua dãy bàn của thằng Ân, thằng Tự, những đứa từng ve vãn Chi, hình như trong mắt chúng có sự kính nể Phan.

Vừa giáp mặt, Chi đã bật khóc, giọt vắn giọt dài làm Phan mất vía, sợ bạn trong lớp nghĩ mình bậy bạ. Nước mắt con gái làm tay chân Phan bủn rủn, thừa thãi. Phan không dám nhìn thẳng mặt Chi dù hết sức lo lắng, bèn nhòm cành Phượng xanh đung đưa ngoài ban công, hỏi:

- Sao vậy?

Chi đưa tay gạt nước mắt, sụt sịt:

- Đêm qua... tự nhiên... anh Quốc...

Biết ngay! Lúc thằng này mau mắn dẫn xe theo Chi là Phan nghi rồi. Chả lẽ nó dám... Phan nín thở vì sợ, vì giận. Phan nhìn Chi chằm chằm, chờ đợi.

- Ảnh đè Chi xuống...

Phan hình dung ra cảnh tượng... Thằng đốn mạt! Người con gái nào chịu nổi sự ô nhục này? Phải cho nó một trận rồi tới đâu thì tới. Trời ơi, làm sao Phan nhìn mặt Chi đây nhưng bỏ Chi thì Phan không thể, hay nói đúng hơn, chưa thể.

Cục giận tròn u trong ngực, nén hơi thở, Phan cắn răng. Chi ngập ngừng:

- Ảnh... ảnh... hôn Chi. Hu. Hu. Hic. Hic.

Cục u trong ngực Phan xẹp cái rẹt. May, điều tồi tệ nhất đã không xảy ra. Phan vẫn có thể nhìn mặt Chi không chút sượng sùng. Chi nhẹ dạ lắm. Lường trước, lường sau người ta vẫn sơ sẩy huống hồ... Chuyện mới tới vậy, Phan không có lý do gì để phải quấy với thằng Quốc, cũng đâu thể khuyên Chi từ rày về sau, đêm hôm khuya khoắt, chỉ nên để Phan đưa về.

Đầu óc Phan rối bời, nghĩ xa nghĩ gần, nghĩ nông nghĩ sâu, chả bật thành lời, mặt thộn ra.

Nàng Chi sau khi giãi bày tâm sự, nước mắt rơi thánh thót nhưng chả nhận được sự thông cảm hay câu an ủi nào từ Phan ngoài cặp mắt buồn buồn, nàng gạt lệ, quay lưng, lòng trĩu nặng.

Chi băn khoăn lắm. Mình sai chỗ nào? Hay mình đúng?

Chi cần thổ lộ, cần giải thích, cần ai đó vỗ về.

Chi xuống tầng trệt, quẹo qua khu C, tìm thằng Trang.

Trang giật mình thấy Chi ngoắt mình ngoài cửa lớp. Tim Trang lỗi đúng hai nhịp. Mấy lần, Chi đồng ý cho Trang chở đến nhà chơi. Chi dịu dàng, nhỏ nhẻ, mẹ Trang ưng lắm. Giỗ ông nội, Chi nấu chè khoai môn bưng tới, ngon thật ngon, thơm thật thơm, ai cũng khen, Trang hãnh diện dễ sợ. Ông chú bóng gió "Cưới vợ phải cưới liền tay nha con. Lấy vợ đảm đang thì ấm thân mày." Mặt Chi đỏ lự.

Nhưng Chi không dành sự ưu ái đó cho riêng Trang. Tết nhà thằng Trứ, Chi tặng hũ mứt tắc ngọt ngọt, chua chua, quả tròn bóng lưỡng. Sinh nhật thằng Đính, Chi làm bánh kem bắt hoa hồng cánh xòe, đính những hạt sương xám lóng lánh, món nào cũng dách lầu nên các hiệp sĩ tranh nhau giải nhất ga lăng, vô địch săn đón, cốt chiếm trọn tim nàng.

Trang vụng về, ít nói, lại chả có bộ vó bảnh tỏn, không dẻo miệng vậy mà bữa nay được người đẹp chiếu cố, chàng mừng rên mé đìu hiu, chạy ra liền, quên cả kéo ống quần xăn tận đầu gối xuống.

Mặt Chi đỏ. Mắt Chi ướt. Nghiêm trọng rồi.

Trang muốn Chi tựa đầu vào vai mình cho quên hết đau thương. Vai Trang đủ rộng để che chở Chi. Trang sẵn sàng gánh hết muộn phiền miễn Chi vui, Chi hạnh phúc. Mong manh như Chi mà phải chịu đựng sóng gió, Trang chịu không nổi.

- Chuyện gì? Trang hỏi khẽ.

Chi thút thít, sụt sùi và câu chuyện được kể lại với những quãng ngừng lúc cao trào khiến Trang điên tiết, siết chặt nắm tay như sẵn sàng vung cú đấm sấm sét, rồi ngọn núi lửa trong tim chưa kịp phún nham thạch thì tắt điện khi Chi chốt: "Hun".

Điều kinh khủng nhất đã không xảy ra nhưng thằng Quốc đã làm Chi hoảng, hoảng đến mức rơi nước mắt với Trang, đó là điều không thể chấp nhận.

- Bây giờ Chi muốn tui phải làm sao? Môi Trang mím lại thành một đường thẳng băng.

- Chi không biết. Nàng lắc đầu, mắt nhìn xuống hai bàn tay bấu chặt vào nhau.

- Tui cho nó một trận nha. Trang nheo mắt, cau mày, tưởng tượng cảnh mình luộc chín thằng Quốc.

- Đừng. Đừng. Chi sợ lắm. Ai cũng là bạn mà. Có điều, Chi không biết phải làm gì.

Nói rồi, Chi quay lưng, lặng lẽ bước đi.

Trang đứng trơ như phỗng, mặt dài ngoẵng, lòng băn khoăn "Ủa, vậy em - chữ "Em" nghe như nàng là của mình, cho riêng mình. Kệ! Tưởng tượng thôi, ai cấm? – cần anh – cũng là tưởng tượng – giúp gì? Muốn hết buồn, phải giải quyết thằng Quốc, làm một lần cho nó tởn, phòng hờ giùm mấy đứa con gái trong nhóm luôn. Em không cho phép, anh lấy cớ gì ra tay?" Trang nghĩ tùm lum, nói không thành lời, đần mặt ra.

Lòng Chi có chút bực bội. "Trang kỳ thiệt. Hở chút là đánh lộn. Người ta... hun... bất ngờ quá... làm Chi sợ... Suy cho cùng... có thương, có thích Quốc mới... Ai lại dùng tay chân đáp trả tình cảm.".

Cũng tếu.

Trang đã nổi khùng khi biết chuyện. Trong mắt Trang, Chi thấy vằn lên những mạch máu đỏ chót, mũi phình to, phập phồng. Ghen chăng?

Nhờ dịp này, Chi đo lường được tình cảm của Phan và Trang dành cho mình. Quốc cũng kỳ. Giá như Quốc từ tốn, nhẹ nhàng một chút... Hình như sau khi thổ lộ mọi thứ với Phan và Trang, lòng Chi nhẹ đi, bình tĩnh lại và chợt nhớ đến bài hát:

"C'est un baiser"
"Ce n'est pas beaucoup"
"Ce n'est que rien"
"L'amour toujours"
"Ce n'est pas beaucoup"
"Ce n'est que rien"

"Một nụ hôn"
"Nhiều nhặn gì đâu"
"Chuyện vặt thôi mà"
"Yêu mãi yêu hoài"
"Nhiều nhặng gì đâu"
"Chuyện vặt thôi mà"

oOo

Chi đi rồi, Phan mới nhớ ra, nãy giờ mình không nói tiếng nào, không một lời an ủi, không cử chỉ ân cần. Ai biểu Chi khóc làm Phan cuống. Bậy quá! Lẽ ra, Phan phải dỗ dành, rằng Chi đừng sợ, có Phan đây, mọi chuyện sẽ qua. Sau này, Phan sẽ không để Quốc đưa Chi về khuya. Phan muốn... Phan hứa... Thiệt tình! Mình ngố gì đâu. Thế nào Chi cũng nghĩ mình thờ ơ, mình vô tâm. Phan ân hận, lòng rối như tơ vò. Tối nay, đúng rồi, tối nay Phan sẽ đến nhà Chi tạ tội, để Chi hết cô đơn, để chỉ còn hai đứa chúng mình trao đổi vu vơ...

Có tiếng bấm chuông. Chi mở cửa và ngỡ ngàng.

- Cho anh xin lỗi chuyện tối qua... Anh thật khiếm nhã... Giá như Chi đừng dịu dàng... đừng xinh đẹp... Anh đến mời Chi đi uống cà phê. Cho anh cơ hội đền tội. Anh hứa làm người nghiêm chỉnh. Tối qua không ngủ được phải không? Nhìn cặp mắt là biết rồi. Em mà từ chối, anh đứng đây tới mai luôn.

oOo

Tan trường, Phan bay về nhà tắm rửa, lua vội bát cơm rồi phóng xe đến nhà Chi. Tới đầu hẻm, Phan khựng lại, nó thấy bóng thằng Quốc lấp ló trước căn nhà quen thuộc, Phan vội giấu mình sau hàng dâm bụt, chong mắt nhìn. Thằng Quốc với bộ ria vểnh, nụ cười đểu đạp xe ngang qua, chở Chi phía sau, ngực Chi chạm vào lưng thằng Quốc khi nó cố tình thắng gấp, tránh vũng sình. Chi cười bẽn lẽn, trông không có gì là sợ sệt, lo lắng như sáng nay, ở cửa lớp Phan.

Phan chết lặng. Vậy là sao? Chi nhẹ dạ, bị lừa nữa hay là ... mình bị lừa? Chi có hiểu đã chấp nhận cho người ta hôn, bước tiếp theo người ta sẽ làm gì không? Chi ơi là Chi!

Đợi cho Quốc và Chi đi khuất, Phan quay xe dông thẳng tới nhà Phương, con nhỏ chắc đang chờ mình. Phương ngoan, nhõng nhẽo. Ở Phương không có sự nổi loạn, không gây hồi hộp như Chi. Với Phương, Phan có thể ngó nghiêng ngó ngả đâu đó rồi quay lại, bảo đảm Phương vẫn chờ Phan. Nếu Phương hờn dỗi, Phan năn nỉ một bữa là xong.

Xong không, khi hôm nay, Phương nhận ra ánh mắt bực bội và giọng nói của Phan có phần xót xa lúc kể về người con gái khác, Chi nén hơi thở dài, nhỏ nhẻ:

- Người ta đang cần giúp đỡ. Phan sang đó với Chi đi. Phương phải vô học bài. Mai kiểm tra.

Chỉ một sợi tơ trời óng ánh cũng đủ chịt cổ cả đàn ong bướm, khiến chúng chết chùm trong bể yêu rối rắm.

Nguyễn Đình Phượng Uyển

Leipzig, ngày 15-9-2025

NGỌC DUY

NGÔI NHÀ CỦA MẸ

Sài Gòn, ngày ... tháng ... năm ...

Vợ chồng con Hai và mấy đứa cháu thương của má,

Đầu thơ cho ba má gởi lời hỏi thăm sức khỏe hai vợ chồng bây và mấy đứa nhỏ. Hôm trước nhận được thơ và một đống hình của con gởi về, má mừng hết biết. Con Tường Vi càng lớn càng giống con Hai, còn con Mộng Điệp càng dòm càng thấy giống ông ngoại. Đứa nào đứa nấy càng lớn càng cao tồng ngồng, nhứt là thằng Út Nam còn đeo mắt kiếng cận giống y chang ông già tía của nó. Má cứ ôm mớ hình coi tới coi lui làm con Tư nó chọc má là má coi riết mấy tấm hình sắp lên nước như cẩm thạch. Con nói con Tường Vi sắp lấy chồng, sao không gởi hình của thằng cháu rể tương lai của má về cho má dòm mặt? Nhưng má cũng đoán già đoán non là thằng cũng phải cao ráo sạch sẽ khôi ngô tuấn tú, có như vậy mới xứng với cháu ngoại của má chớ! Mới hôm nào một tay má ẵm bồng, tắm rửa mà bây giờ tụi nó lớn khôn hết trơn. Má đem mấy tấm hình khoe với bà con lối xóm, họ tấm tắc khen dữ lắm, nói: "Ở Mỹ có khác, người nào người nấy ai cũng đẹp đẽ sang trọng như tài tử". Nghe họ trầm trồ mà má cảm thấy mát trong bụng. Con Tư rầy rà má là hình con cháu mình thì mình thích coi, má đem khoe như vậy chỉ tổ cho người ta ganh ghét chứ ích lợi gì. Tại con Tư nó trẻ người non dạ, suy bụng ta ra bụng người, chớ mình thấy người ta sung sướng, mình cũng phải nên mừng giùm mới phải.

Ờ nãy giờ nói chuyện tầm phào mà quên chuyện giấy tờ bảo lãnh của nhà mình. Lẽ ra thì ba má chỉ muốn con làm giấy bảo lãnh cho con Ba, con Tư, và con Út thôi. Giấy tờ đang lo thì con Ba lấy chồng, hồ sơ phải làm lại, con Tư phải chạy lên chạy xuống Nguyễn Du rồi Nguyễn Trãi không biết bao nhiêu bận, lo lót không biết bao nhiêu tiền mới xong. Đó là chỉ nói vụ giấy tờ không thôi đó, sau này còn phải phỏng vấn, rồi đi gặp phái đoàn nữa! Ba má già rồi, sống nay chết mai mà tính chuyện đi Tây đi Mỹ chi cho mệt. Nhưng bữa hổm má với con Út đi khám mắt, bác sĩ nói mắt của má và con Út bị di truyền có cườm cần phải mổ gấp chớ không sẽ bị mù làm má tá hỏa tam tinh. Nghe nói giấy bảo lãnh có cha mẹ già thì sẽ được đi sớm lắm, thành ra con Tư phải làm hồ sơ lại, thêm tên ba má vô, đặng sang đó cho con Út mổ mắt, chứ ở bên đây, rủi nó con mệnh hệ gì thì má ân hận lắm.

Chạy giấy tờ điều chỉnh này kia tốn kém hết năm cây thì ba mày trở chứng không muốn đi. Ổng nói cũng có lý lắm, nào là mình già cả rồi, qua đó tiếng Anh tiếng u không biết, nghe nói cả ngày cứ ru rú trong nhà vì con cháu bận đi làm đi học, không chở đi đâu được. Còn bên này mới bảnh mắt ra ngồi quán cà phê, kêu một ly xây chừng là gặp biết bao nhiêu người quen, nghe biết bao nhiêu câu chuyện, ngó thấy bao nhiêu điều... Má năn nỉ, khuyên giải hết lời ổng mới chịu đi, nhưng với một điều kiện là qua đó, mổ mắt cho con Út xong, thì ổng với má quay trở lại Việt Nam sinh sống cho hết tuổi già! Trời đất, tưởng chuyện gì, chớ chuyện đó thì má đồng ý cái rụp!

Chưa hết chuyện đâu, Hai ơi. Giấy tờ đã xong xuôi, theo số thứ tự được phỏng vấn thì cỡ ba tháng nữa là tới phiên nhà mình, đợi làm thủ tục sức khỏe chừng sáu tháng nữa, như vậy độ chừng Tết sang năm là má sang được bên đó rồi. Nhưng vì tính vụ trở về Việt Nam dưỡng già, nên ba má phải lo vụ căn nhà. Má kêu con Ba lên nhà, tính sang tên căn nhà cho nó để phường khóm khỏi dòm ngó, nó giữ căn nhà cho ba má độ hai ba năm ba má trở về có chỗ dưỡng già. Con biết nó nói sao không? Nó nói ba má với hai đứa nhỏ qua Mỹ sướng quá rồi, phải để lại căn nhà cho hai vợ chồng nó. Thằng chồng nó nghe nói hùn hạp mở quán cà phê đèn mờ gì đó, chia chác với tụi phường quận không đều, bị tụi nó ập vô bắt, đòi tới mấy chục cây mới chịu thả. Bữa hổm con Ba có chạy lên nhà kêu má giúp, má tom góp được đâu hơn năm cây, đưa cho nó, nó nói bấy nhiêu chưa đủ để trả tiền lời cho người ta nữa. Nó còn nói bóng gió xa xôi là má già rồi mà còn ham vàng ham vòng. Má ngồi nghe nó trách móc mà hai hàng nước mắt rơi xuống lộp độp. Má có giữ lại hai cái vòng cẩm thạch, sau này cho con Tư với con Út lấy chồng có chút của hồi môn. Vậy mà con Ba nó nỡ tiếng bấc tiếng chì với má. Nó nói má con má đứa thương đứa ghét, đứa nào má cũng mang nặng đẻ đau, làm sao má ghét bỏ cho được! Nó nói má chỉ có biết lo cho chị Hai với con Út thôi, vợ chồng nó bao nhiêu năm nay lăn lộn kiếm ăn ngoài đường, má có thèm ngó ngàng gì tới. Bây giờ chồng nó gặp nạn, ngồi tù mà má cũng hổng thèm giúp. Căn nhà của vợ chồng nó đang ở là nhà thuê, chứ nếu là nhà của tụi nó thì tụi nó đã đem cầm đem bán rồi, đâu có vác cái mặt mo về xin xỏ má cho mang nhục. Hai ơi, nó nói câu nào câu nấy, má nghe như kim đâm vô trong tim, như muối xát. Căn nhà này của ba con gầy dựng bao nhiêu năm nay, má cũng đâu có tiếc gì mà không cho nó, nhưng vì ba con muốn trở về Việt Nam để dưỡng già nên má mới nhờ nó đứng tên giữ giùm. Vậy mà nó nói nếu má sang tên cho nó thì nó sẽ đem bán liền một khi, coi như ba má để lại gia tài cho nó, còn con với con Tư con Út ở Mỹ, giàu có ăn sung mặc sướng rồi, đâu có thèm tranh giành với nó.

Hổm rày má buồn quá, hổng biết tính sao cho đặng. Bán nhà thì nhứt định là má không bán. Mà có muốn bán cũng đâu phải là chuyện dễ dàng. Tụi công an phường biết ba má sắp xuất cảnh đâu chịu để yên. Tụi nó sẽ làm khó dễ cho tới lúc cả nhà lên máy bay, nhà vẫn chưa bán được thì sẽ "cúng" cho tụi nó. Đôi lúc má nghĩ hay sang quách căn nhà cho con Ba để nó muốn làm gì thì làm, trước hết để có món tiền lo cho chồng nó, sau nữa để cho nó thấy là ba má cũng không ghét bỏ gì nó. Má cũng biết hồi này nó làm ăn thua lỗ, trong mình bực bội nhưng trút lên đầu ai nó hổng trút, nó cứ nhè má mà nó nói bóng nói gió, nói cạnh nói khóe. Tiền bạc thì ai hổng cần, nhưng đâu có phải vì đồng tiền mà không còn tình thâm ruột thịt đâu, phải không Hai? Ba con bàn với má, thôi kệ, cho con Ba phứt căn nhà, hai vợ chồng già qua bển gặp lại con cháu, với chữa khỏi bệnh mắt cho con Út là vui rồi, sau này có gửi nắm xương tàn nơi xứ người cũng là ý trời. Ổng nói thời buổi nhiễu nhương, thiên hạ còn sanh ly tử biệt, gia đình mình con cháu đầy đủ ăn học tới nơi tới chốn là có phước lắm rồi. Má nghe ổng nói mà càng thêm đau lòng. Má biết ba con chỉ muốn hưởng tuổi già trong căn nhà mà ổng đã dựng lên bằng chính mồ hôi và nước mắt của mình. Nhiều lúc ổng nhắc cho má nhớ những hình ảnh của mấy đứa con hồi con nhỏ, cái chỗ này con Hai hồi nhỏ lững thững tập đi té chảy máu đầu. Chỗ chưn cầu thang kia con Ba mỗi lần có ai đòi lên lầu là nó nằm dài ra nhứt định không cho lên. Cái con cứng đầu cứng cổ từ hồi còn nhỏ. Còn bộ ván gõ đó, bà ưa nằm ngủ trưa để con Tường Vi với con Mộng Điệp nhổ tóc ngứa đó... Ổng càng nói má càng thêm buồn.

Thím Sáu hàng xóm biết chuyện nhà mình, đề nghị má nên làm như vầy, để má nói con nghe coi có được không. Thím nói đừng sang tên cho cái con bất hiếu đó (thím gọi con Ba như vậy). Ngày lên máy bay, ba má với con Út cứ việc đi trước, để con Tư ở lại giữ nhà với lý do bệnh phổi. Giấy tờ bệnh phổi chạy vô Hồng Bàng trả cho bác sĩ vài chỉ là có ngay. Ba má qua đây lo chữa bệnh xong, chừng nào dìa thì con Tư sẽ đi. Như vậy là tiện nhứt. Để cho cái con bất hiếu ấy sáng mắt ra, mẹ con ruột thịt mà giành giựt với chia gia tài. Thím nói, con tui mà như con chị, tui đã đăng nhựt trình từ nó từ khuya rồi. Chẳng thà tui có của tui đổ ra đường cho người dưng họ ăn, chứ cho cái thứ bất hiếu tính toán với mẹ cha chi cho uổng. Nghe người dưng rủa xả con mình, má càng thấy đau lòng thêm. Cha mẹ sanh con trời sanh tánh, má đâu có ngờ con Ba nó tính toán với má như vậy! Má chỉ có nước phân bua với thím, thì một bầy con, đứa nào cũng nhìn thẳng, có đứa nhìn nghiêng là tại mình vô phước. Má thì chắc không dám làm theo lời thím Sáu chỉ bảo, để con Tư ở lại một mình bên này, má cũng đâu có yên tâm.

Chắc rồi ba má cũng sang tên nhà lại cho con Ba. Trong hai trách nhiệm lo cho chồng cho con thì chắc má phải đành lựa một. Má sẽ giao căn nhà này lại cho vợ chồng con Ba để vợ chồng nó muốn làm gì thì làm, má nghĩ chắc ba con cũng không nỡ trách má.

Thôi má dừng nghen con. Cho má hun mấy đứa cháu ngoại của má. Chừng nào phỏng vấn xong xuôi, khám sức khỏe đàng hoàng má sẽ kêu con Tư đánh điện cho con biết. Mắt của má với con Út cũng chưa đến nỗi nào, bác sĩ nói vài ba năm nữa mới trở nặng. Con ở bên đó cứ lo làm ăn bình thường nha. Mai mốt má qua sẽ kho cho con một tộ cá kèo, món mà con thích nhứt đó, con nhớ không? Còn thằng Hai thì ưng ăn mắm và rau. Chà, nhắc mới nhớ, để má kêu ba con gói theo một ít hột giống rau thơm đặng đem qua bển trồng, chớ đồ ăn của mình mà không có rau thơm coi như mất ngon hết phân nửa. Rau dấp cá nè, rau húng quế nè, rau răm nè, ngò ôm, húng lủi ... để má nhắc con Tư nó ghi vô tờ giấy chớ lu bu rồi quên.

Thôi vậy nghen con, nãy giờ má đọc cho con Tư nó viết mà mặt nó nhăn một đống như đống cứt. Con với cái! Hễ nhờ tới là nhăn nhăn nhó nhó. Vậy chớ xách đít đi tán dóc ngoài đường cả ngày thì không sao!

Má của con

Tái bút: Chị Hai ơi, thơ này má đọc sao em viết vậy, đọc có lộn xộn thì đừng có giũa em nha. Cho em gởi lời thăm anh Hai với mấy đứa nhỏ. Thôi để em chạy ù ra bưu điện gởi. Hẹn gặp chị Hai nói chuyện nhiều hơn. Em Tư.

Sài Gòn, ngày ... tháng ... năm ...

Thư gởi chị Hai,

Lâu lắm rồi tui mới nhận được thơ của chị Hai gởi riêng cho tui. Từ đầu tới cuối, chỉ có mấy dòng đầu là chỉ hỏi thăm vợ chồng tui với thằng cu Tí, còn kỳ dư chỉ rủa xả tui quá mạng. Tui không biết bà già viết thơ sang nói xấu gì tui, nhưng chuyện gì thì chị Hai cũng phải nghe cả hai bên chớ chưa gì mà chị đã chửi tui là thứ "trời đánh thánh vật", thứ "đâm cha chém chú", thứ "bán trời hổng mời thiên lôi" ...

Chị Hai cũng biết trong mấy chị em trong nhà, có tui là hổng hợp tánh ý với ông bà già. Hổng biết bà già đẻ tui vào giờ gì, có khắc với ông bà gì không, mà từ nhỏ tui đã có cảm giác mình hình như chỉ là con nuôi của ba má. Trong lúc chị Hai và con Út được cưng chiều nâng niu như trứng mỏng, con Tư thì khờ khờ khạo khạo, chỉ có mình tui ở giữa lạc loài. Nhắc mấy chuyện xưa để chị Hai nhớ là tui bị thiệt thòi nhiều lắm. Hồi chị lấy anh Hai, đám cưới tổ chức linh đình, nhà hàng đãi không biết mấy chục bàn. Ông bà già hãnh diện lắm vì có con rể là giáo sư đại học, ổng bả cười toe toét. Còn hồi tui lấy anh Phú, ổng bả chê anh Phú nghèo, thất học, đâu có chịu gả. Tui mới làm dữ đòi xách gói theo ảnh, ổng bả sợ mất mặt vì có con gái bỏ nhà theo trai, ổng bả mới đồng ý cho tui lấy anh Phú. Hồi đó chị đi Mỹ rồi nên chị đâu có biết, đám cưới của tui mà một mình tui lo hết, ổng bả đâu có thèm ngó ngàng gì tới. Tui là cô dâu mà phải lo từng cái bánh, từng gói trà. Anh Phú mồ côi, bà con đâu có ai, bà già đòi mấy chục phần bánh với trầu cau thì tui cũng phải làm cho vui lòng bả. Đám cưới xong, tui biết bà già đâu có ưa gì anh Phú, để ảnh ở trong nhà sớm muộn gì cũng có chuyện nên tui nói với bả cho tui dọn ra riêng. Bả la tui là nhà có chỗ ở, dọn ra đi kiếm nhà thuê nhà mướn là làm mất mặt bả. Tui nói chẳng thà mất mặt trước được lòng sau, ba la tui tui nghe, mà bả vẫn la tui hà rầm đó thôi, bả la một lát mỏi miệng bả phải im. Vậy là vợ chồng tui dọn ra riêng để ở.

Mấy năm đầu tui cực khổ hết sức. Hình như trừ nghề bán bia ôm với làm gái, nghề nào tui cũng đã từng làm qua. Bán vé chợ đen rạp hát, bán thuốc tây, đeo theo xe đò bán bánh mì ... Lúc tui sanh thằng cu Tí, bả thấy tui ốm nhách ốm nhom đen thui, bả mới kêu tui về, giúp vốn cho tui làm ăn, đưa thằng cu Tí cho bả giữ. Lúc đó cực quá, mém một chút nữa là tui xiêu lòng dọn về ở chung với bả rồi. Ai dè bả còn thòng thêm một câu, hồi đó má nói là con đừng lấy nó mà con hổng chịu nghe, để bây giờ con sáng con mắt ra chưa, cá không ăn muối cá ươn. Chị biết tánh tui rồi mà, nghe tới đó máu nóng tui dồn lên mặt, tui xách thằng cu Tí chạy te te ra đường, không quên nói với bả, con khổ thì con chịu, chớ dìa đây nghe má nói hành nói tỏi, có ăn vàng con cũng hổng ham. Chị Hai biết không, có những hôm đèo thằng cu Tí trên lưng, chạy theo mấy xe bán bánh mì ở Hàng Xanh mà nước mắt tui tuôn xối xả. Tui biết tánh tui ngang ngạnh, nhưng tại sao má cứ nhằm cái chỗ yếu của tui mà châm chích? Anh Phú ngồi vá xe đạp ở ngã tư đường, trời nắng chang chang đội cái nón lụp xụp chờ khách cũng cực khổ lắm. Lỗi tại tôi không biết lựa chồng có ăn học để sướng tấm thân, nhưng tại tui thương ảnh thì tui chịu, tui có than vãn gì với ai đâu!

Trở lại chuyện căn nhà của má. Mấy năm sau này, nhờ họ cho bung ra làm ăn, anh Phú có người bạn mở cửa hàng sửa xe cup đi đoàn tụ, sang tiệm lại cho ảnh, tụi tui mới đỡ cực. Sau này ảnh nghe người ta, hùn hạp mở quán bia ôm có karaoke. Tui ngăn mà ảnh hổng chịu nghe, nói nhà nước cho phép chớ bộ, với lại thấy kiếm ăn khấm khá nên tui cũng thôi kệ. Dè đâu trâu cột ghét trâu ăn, mấy quán kế bên tố là quán của anh Phú có đường dây sex tour, chuyên môn đưa mấy cô chiêu đãi xuống tàu cho thủy thủ ngoại quốc. Tui phải chạy vạy lo lót hết mấy chục cây mới gỡ cho anh Phú khỏi bị tù. Bán cái tiệm sửa xe cũng không đủ, tui kẹt quá mới chạy về nhà nhờ má giúp. Bả nói bả đâu có nhiều vậy, rồi nhờ tui đứng tên căn nhà. Tui mới nói bả sang tên cho tui, tui đem bán trả nợ, chừng nào ổng bả dìa, tui sẽ kiếm mua cho ổng bả căn nhà khác. Chuyện đơn giản chỉ có vậy thôi mà bả la lối um sùm, nói tui là thứ con bất hiếu, có căn nhà dưỡng già của ổng bả mà cũng đem đi cầm bán.

Nhiều lúc tui có nói nặng nhẹ với bà già là tại vì tánh tui nóng, nghĩ gì nói nấy. Nhưng mà chị đừng có kêu tui xin lỗi bả, tui làm không được đâu. Mà nghĩ cho cùng, sao tui tủi thân quá chị Hai à. Tại sao má không thương tui chút nào hết vậy? Nếu giả sử chị Hai hay con Út mà lâm vào hoàn cảnh như tui, chị Hai đâu cần mở lời, bả cũng sẵn sàng đem bán hết nhà cửa để lo cho chị Hai.

Tui viết thơ này cho chị hổng phải để thanh minh thanh nga, hay để nói xấu má. Má sắp qua bên chị rồi, tui chỉ muốn chị hiểu tui hổng phải là thứ dân hổng biết cha biết mẹ, biết thâm tình máu mủ ruột thịt. Thôi nói ít chị Hai hiểu nhiều. Cho tui gửi lời hỏi thăm anh Hai với mấy đứa nhỏ nghe chị Hai.

Em của chị
Ba

Sài Gòn ngày ... tháng ... năm ...

Hai à,

Đầu thơ má báo cho con một tin mừng: cả nhà mình đi khám sức khỏe xong xuôi hết rồi, giờ chỉ còn đợi chuyến bay. Má tính nếu trời thương chắc cả nhà mình sẽ ăn Tết chung với nhau đó. Mới đó mà con đã xa nhà đã hơn mười năm.

Còn về vụ căn nhà má đã tính xong xuôi rồi. Má không có sang tên cho con Ba, nhưng đã bán rồi, được bao nhiêu má đưa cho vợ chồng nó để trả nợ. Qua bển nếu hợp thời tiết khí hậu thì ba má sẽ ở lại với tụi con để an hưởng tuổi già. Còn nếu ba con thấy buồn quá, có nhớ quê thì ba má sẽ về lại Việt Nam, ở nhà con Dung con của dì Sáu. Vợ chồng nó mấy năm nay được má giúp vốn cho làm ăn, nên cũng nhớ ơn nghĩa, tụi nó ăn ở cũng có tình có nghĩa lắm. Nó nói, dì dượng có dìa lại Việt Nam thì ở nhà con, nhà tụi con khá rộng, lại không có con nít, dì dượng đâu có cần gì thuê mướn cho mệt. Con Ba nghe má nói như vậy thì la má, là sao không ở với nó mà đi ở với người dưng. Nhưng má với con ba không có hợp tánh, lại khắc khẩu nên ở gần dễ sanh chuyện, nên thôi ở xa mỏi chưn ở gần mỏi miệng, để lâu lâu nó lại thăm má mà mẹ con cùng vui vẻ.

Hôm má kêu hai vợ chồng nó lên nhà đặng đưa tiền cho tụi nó trả nợ, má có nói đầu đuôi xuôi ngọn, điều hay lẽ phải cho nó nghe. Con thì đứa nào má cũng thương, sở dĩ lúc đầu má không chịu bán nhà vì muốn giữ lại cho ba con có chỗ dưỡng già. Nhưng thấy con cái làm ăn thua lỗ như vậy má cũng không nỡ. Thôi thì cha mẹ phải hy sinh cho con cái, má đâu có tiếc gì vợ chồng nó, miễn tụi nó thương yêu nhau, sống đầy đủ no ấm và hạnh phúc là má mãn nguyện rồi. Hồi nó lấy thằng Phú, thiệt tình trong bụng má không ưng. Cái thằng trên răng dưới dế, nghề ngỗng không có, bằng cấp cũng không, cha mẹ anh em gì cũng không tuốt luốt. Má chỉ sợ con Ba nó khổ. Nhưng coi vậy chớ thằng Phú cũng không đến nỗi nào. Tại hoàn cảnh nó vậy, chớ hôm đó nó nói nhiều câu nghe cũng chí tình lắm.

Căn nhà má bán cho thằng Dậu, phó công an ở phường mình đó, con nhớ không? Cái thằng hồi mới mất nước còn chở xe đạp chở một đống rau muống đi ngang nhà mình về phường nấu cơm đó, bây giờ ăn nên làm ra quá sức. Của chìm của nó không biết bao nhiêu, mà của nổi của nó có tới ba căn nhà, căn nhà của mình nữa là bốn. Nó nói nó mua để rước ba má nó ở ngoài Bắc vô ở. Con Tư trề môi, rước ba má cái khỉ khô, nó rước con mụ Tú Bà ở quán Phong Lan về thì có. Má nghe nó nói mà trợn mắt: chuyện thằng Dậu cặp với ai làm sao mà mày biết? Con Tư cười hề hề, má ra ngoài xóm hỏi coi, đứa con nít cũng biết nữa là con! Chỉ có má cứ ru rú ở nhà nên cứ tưởng người ta đạo đức lắm. Sài Gòn bây giờ có bọn tư sản đỏ, ăn chơi còn hơn cả Việt Kiều. Tụi nó ăn xài phủ phê nhưng dân tình còn nhiều khó khăn lắm con ơi. Cực nhọc như vậy mà cũng đâu có đủ ăn. Đã biết ở đâu cũng phải đổ mồ hôi kiếm ăn, nhưng ở xứ mình bây giờ, ngoài việc đổ mồ hôi còn phải biết mánh mung chôm chỉa luồn lách thì mới sống nổi.

Nãy giờ cứ nói chuyện tầm phào làm con Tư ngồi viết mà hai con mắt nó trừng trừng ngó má. Nhưng kệ nó, dễ gì mà kêu nó ngồi viết thơ giùm cho má. Nó ngồi viết thơ ở đây thì khỏi đi ra ngoài xóm, thu thập ba cái chuyện tầm bậy tầm bạ, chuyện thằng công an này cặp với con tú bà nọ, nghe bắt mệt. Năm nay nó đã 26 rồi đó mà một thằng bồ làm thuốc nó cũng hổng có, hễ hỏi tới nó thì nó nói rủi con lỡ "yêu" rồi thì làm sao đi Mỹ? Hổng lẽ bỏ "ảnh" lại. Để huỡn huỡn vài năm, qua bển rồi tính. Nghe cũng phải. May mà nhà mình sắp đi Mỹ, chớ ở đây vài năm nữa, nó thành gái già ế chồng thì càng mệt.

Dạo này ba con yếu hơn trước, cơm nước cũng ít đi. Chỉ có cà phê thuốc lá là ngày ba cữ. Má nói ổng bỏ thuốc, đêm nằm nghe ổng ôm ngực ho sù sụ mà ổng có chịu đâu. Con Út nói nhà cửa bên Mỹ đóng cửa kiếng kín mít, ba hút thuốc lá trong nhà úm hơi như vậy, ai mà chịu cho nổi. Ổng ú a ú ớ. Niềm vui của ổng chỉ có chừng đó, giờ "bứng" ổng đi trồng chỗ khác, còn đòi chặt hết cành hết ngọn thì ổng thà chết sướng hơn. Má thấy cũng tội nghiệp nên mặc kệ ổng muốn làm gì thì làm.

À quên nữa, con nói với bên chồng con Tường Vi là đợi má qua rồi hẵng làm đám cưới nghen. Mới ngày nào má mới gả con, bây giờ gả cháu, nghĩ tới thiệt là vui trong bụng.

Thơ trước con nói có đặt một cái tủ thờ bằng cẩm lai và bộ ván gõ để ở phòng khách đặng ba má có qua ở có cảm giác như đang ở nhà mình ở Sài Gòn. Mua sắm chi cho tốn kém vậy con? Ba má đã ra đi thì đâu có lưu luyến gì ba cái đồ đạc trong nhà nữa. Mồ mả ông bà tổ tiên mà mình còn rứt ruột bỏ đi được thì nói gì ... Thấy con có lòng má cũng vui, nhưng cần là mình ăn ở phước đức, dạy dỗ con cái đàng hoàng, tu tâm dưỡng tánh thì ở đâu cũng được hết.

Thôi nghen Hai, má ngừng đây. Cho má hun mấy đứa nhỏ, nhứt là thằng Út Nam. Tụi nó có nhắc ông bà ngoại không vậy mà không thấy đứa nào viết cho ba má lấy một chữ.

Má của con.

Tái bút: Ngồi viết thơ cho chị Hai muốn gãy tay luôn. Bà già hễ không nói thì thôi, hễ mở miệng ra là bả nói thôi liên tu bất tận. Mai mốt má qua bển tha hồ cho chị Hai nghe má kể chuyện, em bảo đảm cả tháng cũng chưa hết chuyện. Thôi em ngưng đây nghe chị Hai Chúc anh chị Hai mạnh giỏi. Cho em thăm mấy đứa nhỏ.

Em Tư

Sài Gòn ngày ... tháng ... năm ...

Thơ gởi chị Hai,

Ba má với con Tư con Út mới lên máy bay hồi sáng này. Tui đưa ổng bả ra phi trường, dìa tới nhà nằm muốn bịnh luôn. Bây giờ thấy đỡ chóng mặt tui mới lấy giấy ra viết thơ cho chị đây.

Hồi sáng trên phi trường, bà già khóc ơi là khóc. Bả mếu máo nói tui ráng đợi vài năm nữa, chừng nào tới phiên tui đi phỏng vấn, rồi sẽ qua đó đoàn tụ cả nhà. Bả cứ ôm rịt thằng cu Tí, nói ở bên đây thì nhớ con Tường Vi, Mộng Điệp, bây giờ chưa qua tới bển mà đã thấy nhớ thằng cu Tí. Bả cứ khóc bù lu bù loa làm thiên họ ngó làm tui mắc cỡ hết sức. Tui cũng muốn khóc như bả, mà điều khóc không được nên tui thấy khó chịu, tức tức trong ngực. Bữa nay tui mới thấy ba má đã già nhiều, ba tuy còn khương kiện nhưng tóc đã bạc trắng. Hồi giờ nói thiệt với chị Hai có bao giờ tui để ý tới sức khỏe của ổng bả đâu. Thấy ổng bả mạnh cùi cụi, đi tới đi lui đâu có đau bệnh ngày nào đâu nên tui cũng đâu để ý đến làm chi. Vậy mà hôm nay biết ổng bả sắp đi xa, tui thấy ba má mình già yếu dễ sợ. Phải chi mình làm được như trong mấy tuồng cải lương hay xi nê, ôm ổng bả mếu máo khóc, nói vài câu nồng mặn, chắc lòng tui sẽ thanh thản nhiều. Vậy mà tui chỉ lí nhí có mấy câu thủ tục, ba má qua bển đi đường bằng an, cho tụi con gởi lời hỏi thăm chị Hai với mấy cháu. Ba má qua bển nói chị Hai đánh điện cho con biết. Tui còn dặn con Tư để mấy cái áo lạnh ra ngoài, rủi lên máy bay có lạnh lấy ra cho ba má bận đỡ. Anh Phú giúi vào tay con Út hai trăm đô, biểu nó có chờ đợi ở phi trường chuyển chuyến bay, nhớ đi mua nước nôi cho ba má uống.

Lúc đứng ở trên lầu sân bay ngó ra thấy ba má lụm cụm bước lên cầu thang máy bay, ở trong này tui cứ nắm lấy vai anh Phú để khỏi ù té chạy ra ngoài. Hơn bao giờ hết, tui biết mình cũng yếu đuối như ai, chỉ giỏi làm bộ cứng rắn, giỏi la lối cãi lộn với bà già chớ thiệt tình tui mềm còn hơn cọng bún nữa. Nhớ tới có mấy lần ăn nói xóc hông với bà già, tui muốn tự vả vô cái bản mặt của mình mấy cái. Đã vậy thằng cu Tí đứng kế bên cứ lải nhải, bà ngoại đi Mỹ chừng nào về vậy má, bà ngoại có nhớ mua xe tăng với máy bay cho con không. Mém chút nữa là tui đã bộp vô đít nó vài cái rồi, vậy mà hổng hiểu sao tui lại ôm nó vào lòng, vỗ về qua làn nước mắt, mai mốt bà ngoại sẽ gởi về cho con, mà sao bà ngoại đi con hổng nhớ bà ngoại, mà cứ nhắc đồ chơi, là sao? Nó hổng biết trả lời tui làm sao, nhe nguyên hàm răng sún nhìn tui cười.

Chị Hai ơi, lúc chị nhận được thơ này thì chắc ba má và con Tư con Út đã ở bển rồi. Có dịp nào chị nhớ nói với ba má là tui cũng thương yêu ổng bả lắm, tại cái tánh tui cứng đầu cứng cổ nên tui có nói gì cho ổng bả buồn thì ổng bả bỏ qua cho tui, tui hổng có ý gì đâu. Ngộ ghê vậy đó chị Hai, viết được cho chị mấy dòng này, lòng tui thấy thanh thản gì đâu, vậy chớ chị kêu tui mở miệng nói thẳng với ba má, đời nào tui mở miệng ra được.

À mà chị Hai ơi, tui có gởi cho con Tường Vi một xấp gấm may áo dài cưới. Gấm in hình đồng tiền, giống y chang cái áo chị bận lúc lấy anh Hai ngày xưa. Tui còn đánh cho nó một cái kiềng. Chị nói với nó là dì dượng Ba còn nghèo, nên chỉ tặng cho nó có bấy nhiêu thôi. Hôm nào đám cưới nhớ quay phim gởi về cho vợ chồng tui coi ké với nghe.

Thôi khuya rồi, tui ngừng nghe chị Hai. Tui còn phải chạy ra tiệm coi sao giờ này hai cha con anh Phú chưa dìa. Cho tui hỏi thăm anh Hai với mấy cháu.

Em của chị
Ba

Ngọc Duy

ĐẶNG KIM CÔN

TẤM ẢNH

Là quán, nhưng chỉ lèo tèo mấy chai nước lọc, nước ngọt và chừng không tới mười chai bia. Thật ra khách đến đây họ không định ăn uống gì, mục đích tới chỉ là để leo trèo mấy chị em ta, đặc biệt nhất ở đây, mấy em đều là đặc sản nông thôn, sinh ra và lớn lên ngay trong làng này, mấy em không phải ở tập trung, nhà ai nấy ở, anh nào cần, gọi mấy em đến giao dịch mua bán rồi về nhà.

Chắc chắn là thằng anh quan to không chủ trương hai con em và một đứa cháu con bà chị ruột làm cái nghề này. Chẳng những không thể bảo bọc mà còn rất cay cú nói với công an từ tỉnh xuống xã, vốn nguyên... là thuộc cấp trước đây của gã, là tụi bay cứ bắt nhốt thẳng tay giùm tao. Nghe thì nghe, đố thằng công an nào dám đụng tới, hơn nữa, lâu lâu mấy anh ghé tới "kiểm tra" còn được mấy em đãi cho một vài chầu vui vẻ. Có vẻ như được mấy em, cháu của ngài chánh án săn sóc là một niềm hãnh diện lớn lao, hơn nữa nghe nói mấy em, nhất là em lớn nhất, Hương, rất ư là xinh đẹp. Chắc với mấy anh, ăn thịt được mấy em này thơm ngon, bổ dưỡng hơn mấy em trẻ trung khác.

Cái lạ là không có chính quyền hay an ninh, công an nào đụng tới, dù các em hoạt động ít gì cũng hơn mười năm ngay tại cái quán nho nhỏ này.

Nhắc tới ngài chánh án Minh, cả tỉnh này ai cũng biết và ai cũng sợ. Chả là gã có một thành tích giết người đáng nể từ khi còn trên núi đến khi 1975 xuống "tiếp quản" thành phố. Giết, giết, giết người mà lên lon, giết người mà ngủ ngon như lời một bài hát của Phạm Thế Mỹ. Người ta sợ cũng phải, từ một gã chăn vịt không học hành leo được lên tới chánh án tỉnh thì phải biết, leo dễ dàng hơn mấy đồng chí công an leo lên bụng mấy cô em, cháu của gã. Vừa làm quan, vừa theo học các lớp bình dân tại chức gì đó, chắc là không cần hình học đại số, lý hóa ngoại ngữ công dân gì cả, một năm ba bốn lớp vài ba năm là cầm cái bằng đại học, leo lên, leo lên... Ai cũng biết phe phái của gã rất mạnh, chưa kể là gã có rất nhiều tiền, ngày "giải phóng" gã giải về nhà không biết bao nhiêu bao tải tiền, bao nhiêu là xe cộ "vi phạm", tiền đó thì chức gì không mua được, nhất là cái đám đầu tỉnh đâu có ai ma mãnh, lanh tay lanh chưn như gã. Người ta sợ, nhưng người ta cũng không khỏi oán than nguyền rủa, ác quả ác báo... Người ta xầm xì về cái "quả báo" của gia đình gã. Điều người ta thắc mắc là sao ông trời không quả báo xuống ngay bản thân gã, mà giáng bao nhiêu là tai ương cho mọi người thân của gã. Nhà gã đông anh em, tính tới bây giờ thì chỉ còn mỗi mình gã còn ngồi chễm chệ trên đỉnh cao quyền lực, còn lại bảy anh chị em, mỗi người mỗi vẻ tan nát khác nhau. Không kể tới một ông anh, một bà chị, một thằng em của gã cũng trên núi xuống, đã về vườn, tối ngày la lết, sà sệt nơi mấy sòng bài, mấy quán nhậu kiếm bữa, còn lại, người ta thấy một thằng em ngồi vá dép nhựa cho khách thôn quê nghèo ở ngoài chợ, một thằng em bịnh gì mà ôm cái bọc ni-lông chứa nước dưới bụng, bỏ nhà đi mất tiêu, một thằng nữa khùng khùng, với hai con em gái và một đứa cháu nữa làm gái ở ngay trong xóm. Không biết có đứa nào lo cho bà mẹ, chỉ thấy bà ngày ngày lang thang trong xóm, trong chợ, mệt thì ngồi dựa đâu đó nghỉ đỡ lưng, tối thì bà có một chiếc chiếu rách, trải đại đâu đó ngủ, cũng không thấy đứa con nào bận tâm, hay đúng hơn, có đứa nào muốn lo cho mẹ cũng đành... bó tay, ngoại trừ gã con trai làm quan lớn thì nó còn bận nhiều chuyện lớn hơn cái bà mẹ gần đất xa trời này.

Sau khi cha gã chết, không biết làm sao đó mà cái nhà bỗng được gã đứng tên, có người trong nhà nói gã thiếu gì tiền, mà thời điểm này, căn nhà lụp xụp đó coi như chỉ còn như là miếng đất. Rồi gã với vợ gã li dị, vợ gã được tiếp tục là chủ sở hữu chủ căn nhà, sửa sang chút đỉnh biến thành cái quán cà-phê nho nhỏ nuôi con, còn gã thì dung dăng với em thư ký trẻ đẹp nơi lầu son gác tía.

Mẹ ông Nam có lần từ Mỹ về, thấy bà mẹ gã lếch thếch ngang nhà, đã mời vô nhà ăn bữa cơm và cho bà ít tiền. Nhận mấy đồng bạc của mẹ ông Nam, bà khóc "cám ơn chị, chị thông cảm cho, xóm làng ai cũng biết chuyện anh nhà bị nó xử, nghĩa là chị cũng biết, nhưng... chị hiểu cho, sinh con ai dễ sinh lòng... Tui mà còn thế này...

Mẹ ông Nam không hỏi gì, bà tỉ tê nói chuyện này chuyện nọ như chị em chòm xóm lâu ngày gặp lại, mà thật ra, khi còn chưa đi Mỹ, với một gia đình đối tượng "bị ta diệt" như gia đình Nam, hai gia đình cũng không ai tiếp xúc với ai, dù hai nhà chỉ cách nhau mấy bước.

- Chị coi ở với đứa nào cho yên tuổi già.

Bà thở dài:

- Ở với đứa nào được chị! Mấy đứa gái thì vậy rồi, đứa gái lớn thì chồng nó còn lớn hơn mình, tui có ở thử rồi, mà người ta ác miệng, nói ổng quơ cả mẹ cả con, nên tui bỏ về lây lất đây. Mấy đứa trai thì nhà cửa đâu mà ở, một thằng cờ bạc say sưa, con vợ nó hà khắc, một thằng bỏ đi mất tiêu, nó có bị sao nhà cũng không biết, mà biết cũng chẳng ai lo được gì, thằng nữa thì chái cái lều sau hè nhà cũ đó, còn may... con vợ thằng Minh chưa đuổi...

Bà khóc, thấy bà thảm thương quá, má Nam cho bà cái mền để tối đắp, cũng như thêm bộ quần áo mới, bà chỉ nhận cái mền:

- Đồ chị sang quá, tui bận ai coi được, tui nhận cái mền cho chị vui.

Mẹ ông Nam cũng thở dài:

- Sao nó không giống được mẹ hén?

- Người ta nói cây ngọt sinh trái đắng cũng thường mà chị.

Ông Nam đến quán này lần thứ hai, Lần trước đến, nghe nói Hương bệnh nặng phải đi Sài Gòn chữa. Thiếu Hương, vậy là ý định của ông bất thành, không ai trong "quán" kịp nhận ra ông, chưa nói gì nhiều, ông đã lè lẹ từ giã mấy cô rồi đi, dù là mấy cô đon đả níu kéo. Lần này dù chưa biết ông Nam là ai, nhưng thấy cách ăn mặc, lại là khách lạ, mấy cô nghĩ trúng mánh rồi. Có cả Hương, nhưng Hương có vẻ không vui như mấy cô.

Cả thảy sáu cô đều sà xuống vuốt ve ông Nam, ông được giới thiệu, ngoài hai chị em Hương, Liên và đứa cháu tên Lệ, ba cô còn lại, một cô coi bộ còn lớn tuổi hơn Hương, chừng cũng đã xấp xỉ sáu mươi, trước đây ở gần nhà ông. Ông Nam trố mắt nhìn ả:

- Sao em lại ở đây?

Ả ôm cánh tay ông Nam lắc lắc, gọi ông là anh Hai như mấy cô kia:

- Sao anh biết em?

Rồi mấy cô nhao nhao lên:

- Anh là ai vậy, trông quen lắm, anh là ai? Mà biết chi cho khó xử, anh có... đi tụi em không? Tụi em sáng giờ chưa ăn gì. Anh cho tiền tụi em ăn sáng đi.

Ông Nam đóng mặt buồn, đăm đăm nhìn Hoa, người hàng xóm cũ của ông:

- Sao em lại thế này, nhìn em, anh buồn quá, muốn khóc.

Hoa vẫn ôm cánh tay Nam nói như máy:

- Sao anh lại muốn khóc? Anh là gì với em? Khóc, phải là em khóc chứ.

Rồi Hoa nhìn ông Nam từ đầu tới chân:

- Em thấy anh giống ai đó, rất giống... Để em nghĩ... À, em hiểu rồi, anh giống thằng Đông, đúng rồi, anh Hai của thằng Đông, anh Hai, anh về hồi nào?

Nghe Hoa nhận ra ông Nam, mấy cô nhao nhao nhận quen, cô ngồi bên tay trái ôm chầm cánh tay ông:

- Anh Hai, quên em rồi hở? Lan nè... Lan trại giam đây.

Ông Nam quay về phía Lan, ồ một tiếng:

- Anh nhớ rồi, Lan con ông Ba trưởng trại, mà sao em lưu lạc ra đây?

Lan cũng Việt cộng nòi, mà cũng dòng dõi làm gái, má ả có chồng lên núi theo Việt cộng, bà ở lại, theo phân công của đảng, bà hoạt động tìm hiểu lấy tin tức địch sao đó, bà lại "nằm vùng" vào mấy cái động điếm, kết quả sau những lần la cà các đồn lính, các căn cứ Mỹ bà lòi ra Lan, một bé gái lai Mỹ, người ta đồn, ông Ba trên núi về, nhận lại "vợ con", nhờ bà Ba có công cách mạng nên được tiếp tục bố trí công tác trong trại giam, nơi ông Ba làm trưởng trại. Ông này cũng là một trong mấy nhân vật nổi tiếng trong vụ tàn sát 120 cảnh sát, sĩ quan "ngụy" ngay trong những ngày đầu họ bị tập trung chuẩn bị lên núi "học tập cải tạo". Lúc ông Nam chưa đi Mỹ, vẫn thường gặp Lan la cà "bắt khách" ở mấy quán cà phê trong thành phố, cũng nghe người ta to nhỏ là ông Ba không coi ả là con, mà là... một món đồ chơi, đến nỗi Lan bỏ gia đình, đi làm nghề luôn. Lan được dân chơi coi là của quý hiếm, vừa là con cán bộ gộc, vừa là gái lai Mỹ trắng. Mấy chục năm qua, từ khi có chương trình con lai được đi Mỹ, người ta mua Lan rồi sang tay qua nhiều cha mẹ, bị bể, công an bắt, có người đi tù, riêng Lan bị tịch thu hộ chiếu vì ăn tiền của mấy cha mẹ nuôi khá nhiều không có tiền trả, trở lại nghề, giạt về cái ổ nhện tồi tàn này.

- Dạ, Hương rủ em về đây cho vui.

Lan muốn dìu ông Nam đứng dậy:

- Vô đây, vô em nói cái này...

Ông Nam lắc đầu, nói rõ ý định của mình:

- Hôm nay anh không sẵn sàng, để hôm nào anh đủ tiền cho mấy đứa, mình cùng đi khách sạn, anh muốn quay phim chụp hình cho vui, các em có ngại không?

Ý chính của ông là ba cô nhà Minh, không ai dám đụng đến nó thì ông đụng, quay phim chụp hình hai đứa em và một đứa cháu của nó bỏ lên mạng cho cái mặt thật của nó không còn chỉ là rỉ tai nhau trong tỉnh, cho cả thế giới biết thành quả của những con người độc ác ấy ra sao.

Cô nào cũng cười vui vẻ, hiểu ý rất nhanh:

- Ngại gì anh Hai, thoải mái, tụi em làm nghề này mấy chục năm, khách của tụi em toàn ở địa phương này, đa số là dân trong xóm trong làng, ai còn lạ gì.

Rồi vẻ như xa xôi, Hoa buồn buồn:

- Anh Hai, không cần nhiều tiền đâu, Tụi em nhà quê, khó sống với bọn trẻ quá, đói lắm anh Hai, tụi em đói lắm, làm một đứa ăn cả bầy, người ta cho bi nhiêu mừng bi nhiêu, nhiều khi năm mười cân gạo, vài chục ổ bánh mì cũng xong mà....

Ông không quên ý chính:

- Ý là... làm sao chụp hình?

- Anh Hai dắt tụi em lại nhà nghỉ gần đây, cả đám tụi em anh Hai tha hồ quay phim, chụp ảnh...

Lan phụ họa:

- Cả đám kéo nhau đi khách sạn càng vui, tụi em thay nhau... với anh, còn một đứa thì chụp hình quay phim cho anh, mà anh có đủ sức không?

Hoa nài nỉ:

- Bữa khác là khác, hôm nay anh mở hàng cho tụi em lấy hên đi, hay anh chê tụi em già, con Phượng kia trẻ nhất, con ông Đỗ xóm mình đó, mới ba mươi, em... chụp hình cho anh.

- Công an... rồi làm sao?

- Vô tư anh Hai, công an gặp con Hương, con Lan thì cũng huề.

Ghé tai ông Nam, Hoa nói nhỏ:

- Anh vô đây, em có chuyện này nói với anh.

Ông Nam nghĩ chắc có gì liên quan đến nhà Hương mà Hoa không muốn nói chỗ đông người. Ông miễn cưỡng đứng dậy theo cái kéo tay của ả.

Hoa dẫn ông Nam vào một căn phòng rất tạm bợ, đẩy ông ngồi xuống chiếc giường trông bẩn thỉu, tồi tàn, hôi hám:

- Tụi em làm một đứa ăn cả bầy đó, anh Hai.

- Thì anh cho ít tiền tụi em ăn sáng.

Hoa nũng nịu:

- Không, em muốn anh, em muốn ăn thịt Tam Tạng.

Ả ôm ông Nam, định vật ông xuống thì Hương đẩy cửa bước vô:

- Em nữa, anh Hai.

Ông nghĩ, không biết rồi mình có sẽ còn lần sau hay không, hay là chụp đại hình Hương khỏa thân cũng đủ, nên nói với Hương:

- Anh chỉ muốn chụp hình em thôi, em đẹp quá.

Hương kéo quần xuống với một vẻ mặt thản nhiên:

- Anh chụp đi, không cần phải đi khách sạn.

Ông rút nhanh cái phone ra, chụp cả người Hương. Vậy là ít nhiều ông cũng thỏa mãn được cái ý đồ, cái tính toán mà ông đã rắp tâm bao lâu nay. Ông đòi hỏi:

- Anh muốn em cởi hết cho anh. Liên, Lệ nữa càng tốt.

Bỗng dưng Hương ôm mặt, ngồi sụp xuống đất gục mặt lên chiếc giường thấp, khóc rưng rức. Nhìn cả người ả rung lên bần bật, ông Nam vội xô Hoa ra sà lại phía Hương, vuốt nhẹ tóc ả.

Chặp sau, Hương thôi khóc, nói như rên rỉ:

- Em vẫn nghĩ là em không còn nước mắt nữa. Làm nghề này mấy chục năm, em đã gặp cả trăm thằng khách đòi hỏi như anh, còn gì để giữ, còn gì để giấu, nhưng anh khác, anh là anh của em, khi em mới lớn, biết hoàn cảnh gia đình anh, thấy cảnh người ta bắt anh đi tù lần hai, ngang nhà anh thấy hai đứa con thơ không cha không mẹ, em đã thương anh bao nhiêu, cái máu phản kháng của tuổi trẻ, chống lại cái ác của ông anh nhà em, em biết làm gì hơn ngoài thương anh, và... bỏ nhà đi! Anh Hai, em biết nhà anh với anh Hai em có mối thù, em nghĩ anh ghét tụi em lắm, mà sao... Để em kể anh nghe, có khi anh cũng biết rồi... Tụi em không còn gì, tất cả vô tay anh Hai em hết. Anh Hai em nay về hưu rồi, mở quán cà-phê, bịnh lên bịnh xuống, tiền bạc lần lượt chạy vô túi bà vợ nhỏ, lớp bả tuồn về nhà cha mẹ bả, lớp cho trai, chưa kể là anh Hai em khét tiếng là một tay mê cờ bạc. Hôm má em mất, ổng dành cho bằng được với tụi em, đem xác bà về lo chuyện tống táng, để hòm bà nằm nhà ổng suốt ba ngày hòng tom góp tiền phúng điếu của mấy đồng chí còn giao du với ổng... Anh Hai, anh có biết giờ em không còn sống bao lâu nữa không?

Ông Nam kéo Hương ngồi lên giường, lấy ra một triệu đưa cho Hoa:

- Em đi chợ nấu gì trưa mấy đứa ăn, anh ăn với.

Một triệu, con số không nhỏ với mấy cô trong thời buổi này, mấy cô không còn trẻ trung, năm mười cân gạo như Hoa nói cũng xong, một triệu bằng gần cả tạ gạo. Hoa vui mừng, chào ông Nam, đi chợ.

Hương quẹt nước mắt, vẫn còn thút thít khóc. Ông Nam kéo Hương ra khỏi phòng, ngồi nơi phòng khách, trừ Hoa đã đi chợ, còn lại mấy người, thấy Hương khóc, không khí cũng bỗng dưng lặng lẽ không ai nói gì nữa... Tự nhiên ông thấy buồn quá, Hương rót nước mời ông nói như xin lỗi, nãy giờ em quên.

Ông rút điện thoại ra, xóa cái hình mới chụp Hương, cầm tay Hương:

- Anh... xin lỗi.

Và kịp thấy giựt mình, kịp hiểu hận thù gì thằng anh của Hương sao không có gan làm gì nó mà phải mượn mấy con người mạt hạng này. Ngoài thoáng ngậm ngùi, lòng ông cũng thoáng chút xấu hổ vì cái mưu thần chước quỷ lâu nay được ông nuôi lớn đến bây giờ.

Không nhìn thẳng mặt Hương, ông đứng dậy:

- Anh đi, giữ sức khỏe.

Rồi vội vã bước ra cửa.

Năm sau, ông Nam về đi ngang quán, thấy người ta dọn dẹp sửa sang, nghe nói nhà đã bị bán cho chủ mới, Hương đã mất, còn mấy chị em ta thì rã đám, tung cánh chim, tản lạc phương trời nào không ai biết.

Em trai Nam cũng nói, thằng cựu chánh án, chẳng những bị tai biến mà còn phải trốn nợ bọn xã hội đen, bỏ xứ đi xa đâu rồi. Bà vợ sau của gã đang tuổi sung sức, không biết có đi theo gã hay không.

Đặng Kim Côn

Tuy Hòa, Phú Yên...

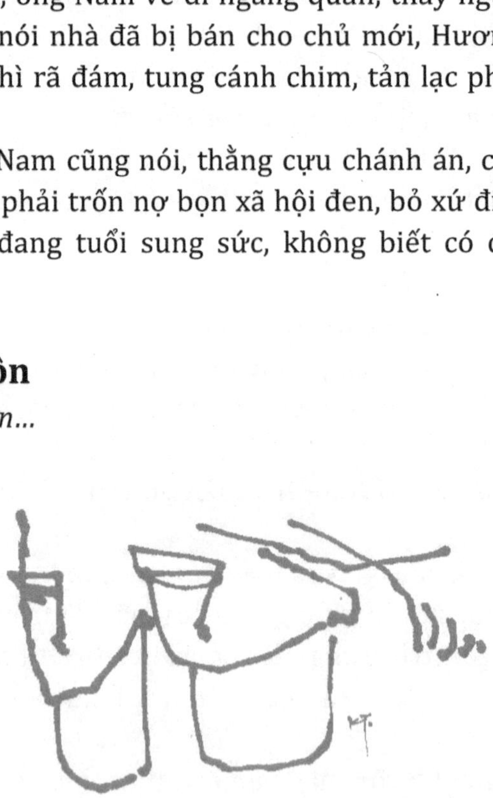

VINH HỒ

HỒN OÁN

"Nhất tướng công thành vạn cốt khô"*
Hàng hàng mộ chí đã hoen mờ
Dàu dàu ngọn cỏ sầu tư lự
Ngút tạnh hoàng hôn lạnh bãi bờ

Mang mang thiên địa hồn thi sử
Mặc mặc trường giang cọc nhọn trơ
Triệu triệu vong linh còn vất vưởng
Nương dâu hạ bạn đã đi về...

Ngàn vạn hồn oan không trở lại
Cô phòng ngọn nến cháy vu vơ
Lời ai than khóc trong mưa gió
Dạ bạc sầu đông đứng héo khô

"Khuê trung thiếu phụ bất tri sầu"*
Chẳng mong cầu bá tử công hầu
Sao lại tàn phai màu liễu rũ?
Và vùi chôn cả mối tình sâu?

Hỡi ơi! Cuộc chiến ai phong thánh?
Ai đã nô đùa trên xác ai?
Hỏi ai vương tướng còn run rẩy?
Khi đi qua cuộc bể dâu này ■

9/2000

*Thơ cổ

LETAMANH

TIỄN BIỆT GIÁO SƯ PHẠM VĂN SONG

Vận nước khiến xui luân lạc
Dân Việt phải lưu vong phương trời trôi giạt
Chim Lại Giang hải ngoại kêu gọi tụ về
Ba mươi năm trời xây tổ nhớ hương quê
Thầy trò kết nối họp mặt hàng năm tình nghĩa

Than ôi!
Thời gian xói mòn - tuổi đời hư hao mọi phía
Có sinh có lão thì bịnh tử ngấp nghé trước thềm
Thầy Trò chúng ta cứ dần mất chẳng được thêm
Ngày ngày tháng tháng hao mòn nhân số!

Hỡi ôi!
Bao nhiêu Thầy Cô về miền Chúa an - Phật độ,
Không ít Học Trò Thân Hữu xuống sân ga
Kiếp con người như cái bóng vụt thoảng qua,
Gia Đình Lại Giang mỏi mòn buồn ray rứt!
Thầy Phạm Văn Song chim đầu đàn mẫu mực
Tám mươi bảy xuân, nay từ giã chúng môn sinh!
Thầy Phạm Văn Song ôi!
Nhớ Bồng Sơn Tăng Bạt Hổ ân tình
Bao nhiêu năm thầy công lao dạy dỗ
Nào văn, nào sử, nào vạn vật lý hóa tôn sư!

Đàn hay, thơ phú đa tài đẹp nết đẹp người!
Nơi hải ngoại Đặc San Lại Giang luôn góp mặt
Trang sách ngập đầy văn thơ Thầy sâu sắc
Văn chương tài học truyền bá khắp nơi!
Cuối thu 2022 Thầy ra đi chẳng từ giã một lời
Bạn bè, Thân Hữu, Môn Đệ Gia Đình Lại Giang vô cùng thương tiếc!

Thôi Thôi!
Trước hương linh Thầy chúng em niệm biệt!
Lạy Ân Sư ngủ trọn giấc bồng lai
Mong Hồn Thiêng về quỳ dưới Phật Đài
Thầy Phạm Văn Song ôi!
Chúng môn sinh bái biệt!

Học trò letamanh kính bái ■

NGUYỄN VĂN GIA

MƠ MỘNG

Rồi mọi thứ sẽ không còn như xưa nữa...
Khi tín hiệu xanh phủ kín mặt đất này (1)
Những dối trá khiến đời ta chán mứa
Cùng đám âm binh ngụy quân tử rã đám, từ đây?
Biết được sự thật ở đời là mong muốn hiển nhiên
Thứ quyền đó đâu phải từ trời cao rơi xuống
Một nửa sự thật - khác xa nửa cái bánh mì mình ăn mỗi sáng (2)
Sao đành cấm-nhau-biết và ép-nhau-tin...
Tiếng gà gáy vui rộn rã bên kia sông
Tiếng võng mẹ ru buổi trưa hè êm mát
Hạt cơm dẻo, củ khoai lùi thơm ngát...
Cũng không dám nhận mình là sự thật -
Có oái oăm lắm không?
Ai ngờ thời đại văn minh bậc nhất
Dẫu bán cầu đông hay bán cầu tây
Đâu đâu cũng tự phong mình là xứ sở thiên đàng
Nơi cái bọn điện-toán-đám-mây -
mà có lần người ta định kéo chúng về
như 'Kéo Thuyền Trên Sông Volga' -
Cũng bắt sự thật nhiều phen phải câm miệng hến (3)
Ở đời có nhiều thứ không muốn và không dám nghĩ đến
Từ trời tây hiện đại cho đến phương đông huyền bí
Đâu đâu người ta cũng muốn tọng bánh vẽ vào miệng nhân dân!
Những chiếc bánh vẽ ăn mãi vẫn chẳng no lòng
Thôi thì thử tập tành làm một kẻ viễn mơ
Ông chủ của cái Starlink kia ơi, (4)
xin ông chớ làm cho người đời thất vọng
Tôi liều mạng tin ông - ông là ông tiên ông bụt
có trong tay chiếc bánh thật mà thiên hạ mong chờ... ■

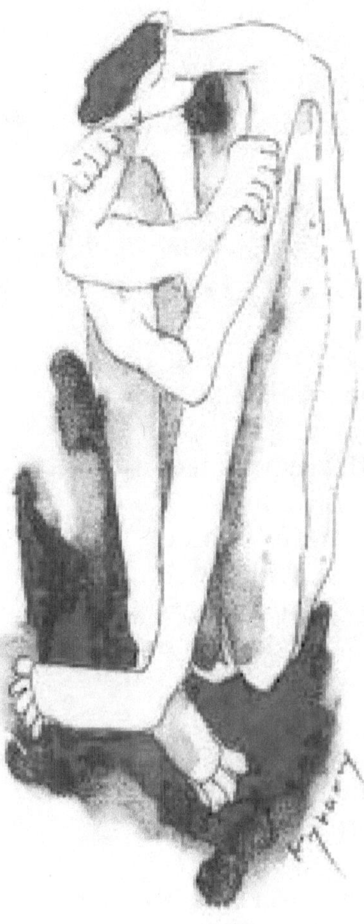

(1) SpaceX, công ty công nghệ vũ trụ của tỷ phú Elon Musk, vừa phóng lên quỹ đạo 60 vệ tinh, nhằm thực hiện tham vọng phủ sóng Internet trên toàn cầu từ vệ tinh.
(2) Ngạn ngữ phương tây có câu: "Một nửa cái bánh mì vẫn là bánh mì, nhưng một nửa sự thật thì không phải là sự thật".
(3) M.ạ.n.g x.ã. h.ộ.i đã từng b.ị.t/m.i.ệ.ng những ai hổ.n.g/ th.íc.h v. a. c/x. .i. n. e
(4) Theo Reuters, trạm mặt đất Starlink đầu tiên tại Việt Nam có thể đi vào hoạt động sớm nhất vào tháng 5 hoặc tháng 6 tại thành phố Đà Nẵng

ĐẶNG HIỀN

LÀM THƠ NHƯ CÒN ĐỘC THÂN

"Gặp em giữa bao cuộc vui
Nhìn em cười nói trong mơ hồ..." (*)

Buổi tối lái xe về cùng sương
Tháng chín đẹp lên màu mắt đen
Những đèn hiệu lung linh xanh đỏ
Anh quên rồi thứ mấy hôm qua

Anh vẫn sợ những lời chia tay
Tiệc tan lúc nào anh không rõ
Trời khuya hay đêm mới bắt đầu
Anh ngồi lại hồ bơi không nước

Buổi tối lái xe về cùng sương
Ngôi sao gọi tên một nỗi buồn
Anh gọi em cầu may như thế
Đường khuya trời mờ mờ sương

Tháng chín đêm thơm mùa nho tươi
Những trái xanh non đôi môi mềm
Nơi đông người anh không dám nói
Nơi đông người em như không quen

Vẫn là em dịu dàng đôi mắt đen
Chỉ gầy đi vì em muốn đẹp
Đâu ai biết ngày mai thế nào
Sao đêm nay đêm say như thế

Buổi tối lái xe về cùng sương... ■

(*) *trích từ bài thơ Cho Em Được Yêu Thương của Mai Khôi*

TRƯƠNG XUÂN MẪN

DẤU VẾT THỜI GIAN

Năm tháng chồng chất dày đặc trên vai
Đôi mắt thâm sâu lắng đọng hình hài
Đời biến dạng như mây trời biến dạng
Tóc bạc thưa, gió hại hóa hoang tàn

Đi về phía biển, biển xóa mộng tình
Đi về phía núi, núi đứng lặng thinh
Bao thương yêu giấu trong thời yêu dấu
Mất cùng đất trời chung chịu nỗi đau...

Đi về phía sông, sông vòng dấu hỏi
Về phía sóng, sóng bạc lòng nhiễm bệnh
Giọt lệ nước trào, chân lê bước mỏi
Đi về phía đâu, đâu cũng lênh đênh

Bốn mùa sắc hương tan ra từng mảng
Dòng sông mơ chắc rồi sẽ cần khô
Dẫu có trông mong thoát sầu tránh khổ
Cũng úa tàn theo dấu vết thời gian ■

NGÀN THƯƠNG

THU, ANH VÀ EM

Thu với anh giờ không còn chi nữa
Bởi em mang đi "chiều tím vỉa hè"
Gió heo may giờ đây đã khác
Loang trên dòng Hương ấy chút tình si

Niềm lãng mạn cũng tan vào dâu biển
Ai dại gì ngồi ngắm lá vàng rơi
Những vòng tay, nụ hôn thời cũ
Đâu đẹp bằng em lõa thể trong chăn

Ta cùng hát bài ca "Thu quyến rũ"
Phút mong chờ, trên nệm gấm thiết tha
"Trời đất kia" có xanh không cũng mặc
Bờ vai thon anh tựa ngọc ngà

Ta tạo thiên đường là có thật
Để Thu xưa hòa nhập với Thu nay.
Thành dòng chảy dâng tràn năm tháng
Trên mắt em quên hết đọa đày... ■

TRẦN QUÝ TRUNG

PLEIKU, NƠI CÓ NHIỀU KỶ NIỆM

Từ Ban Hét miền nam biên nước Việt
Ta trở về thăm thành phố thân yêu
Là Pleiku, tên gọi thật mỹ miều
Nơi có em thơ môi hồng nửa nụ
Và những chàng trai trẻ trả nợ núi sông
Đồi thông reo cây to bóng mát
Nước Biển Hồ xanh ngắt cảnh bồng lai
Quán Phượng Hoàng chốn người hùng hội ngộ
Quên chiến trường rực rỡ của cao nguyên

Ta muốn quên đi mọi nỗi ưu phiền
Gió lạnh mưa mùa hôi tanh xương máu
Hỡi em yêu, xin đừng yêu anh nữa
Đời chiến binh sinh mệnh có dài đâu
Anh không muốn em trở thành quả phụ
Ở tuổi hồng, lòng chưa biết thương đau ■

NGUYỄN ĐỨC NAM

VÀNH KHĂN TRẮNG

Gửi gia-đình Đinh Tiến Dũng & Diễm Liên.

Một buổi sáng chớm Thu
Nhà quàn trong sương mờ
Tôi đến thăm bạn cũ
Cháu từ trần hôm qua

Cháu ra đi vội vàng
Không một lời trối trăng
Cháu ra đi lặng lẽ
Như một làn thu phong

Hồn tôi buồn tê tái
Khi thấy vành khăn tang
Trên những mái tóc bạc
Để tang người tóc xanh!

Ôi đời sao ngắn ngủi
Ôi đời sao mong manh
Mình về nơi Vĩnh Cửu
Bỏ người thân sao đành?!

Thương sao vành khăn trắng
Đôi mắt buồn long lanh
Tôi nuốt dòng lệ đắng
Cầu cho Diễm bình an ■

(CA chớm Thu)

NGUYỄN VĂN ĐIỀU

BÀI THÁNG MƯỜI

Vẫy tay chào nhé, tháng Mười
Ngày đi vội quá bồi hồi bước chân
Ta còn bao nỗi phân vân
Mùa Thu lại đến ân cần ngoài kia

Còn ta bóng nhỏ đi về
Qua rồi một thuở đam mê ngút trời
Từ em vầy cuộc rong chơi
Từ ta bỏ lại môi cười trẻ thơ

Dìu nhau qua mấy bến bờ
Một thời ấm lạnh phất phơ xứ người
Bể dâu nào mấy đầy vơi
Nhìn cây thay lá nhớ thời tuổi xanh. ■

LÊ HỮU MINH TOÁN

RĂNG CHỪ

Răng chừ
ngày tháng qua mau
Chút se sắt lạnh cơn đau trái mùa
Đèn khuya nghiêng ngả gió lùa
Mình tui với bóng đôi bờ quạnh hiu

Răng chừ
núi cũng buồn thiu
Cây khô nước mắt chim kêu lạc bầy
Hoàng hôn đậu giữa chân mây
Nhớ ơi! Khói bếp hương cay quê mình

Răng chừ
bạc kiếp phù sinh
Nổi trôi phiến ngọc khối tình Trương Chi
Mịt mù sông nước chia ly
Bên tê khuất bóng bên ni xa hình

Răng chừ
chân bước gập ghềnh
Tròn tay ôm giữ suối tình lênh đênh
Tui ngồi gọi nắng bình minh
Mặt trời chừ đã ẩn mình nơi mô... ■

HỒ CHÍ BỬU

PHẢI CHI...

Tiếc em không gặp ta hồi trẻ
Lúc đó điển trai hơn bây giờ
Bây giờ đầu bạc râu cũng bạc
Chẳng biết làm gì - chỉ biết thơ

Phải chi em gặp ta hồi đó
Khí phách còn hơn Lệnh Hồ Xung
Hứng chí bắn liền hai ba phát
Dân chơi thường gọi sĩ quan khùng!

Phải chi gặp lúc ta còn trẻ
Hiên ngang nhiều hơn cả Kiều Phong
Nhậu quậy tưng bừng phường Bến Nghé
Khoái nhất anh hùng cứu mỹ nhân

Giờ bạn giang hồ kêu: lão tướng
Ra đầu cầu ngồi thổi ống tiêu
Mới hết xị đầu nghe đã sướng
Xị kế chưa vơi đã muốn xìu

Bây giờ ta tệ hơn hồi đó
Tưởng tượng như là sợi bún thiu
Thôi em - bình hết thì đem sạc
Phòng có lúc xài...khi muốn yêu... ■

XUYÊN TRÀ

NẰM ÚP MẶT KHÓC MỘT MÌNH CHO ĐÃ

Nằm úp mặt - khóc một mình cho đã
Vết thương đau - trầm tích những canh dài
Trong nước mắt có muôn điều khó hiểu
Tưới xanh đời dòng chảy mộng liêu trai

Em không thể im lìm như cổ tháp
Trải bóng chiều thiên cổ đợi hoàng hôn
Đời đã dạy bao nhiêu điều nghi hoặc
Tượng đá buồn muôn thuở cũng vô ngôn

Đừng hứa đẹp - những lời suông vội vã
Để mai về như tăm cá bóng chim
Cuộc trăm năm dò dẫm mãi đi tìm
Cơn huyễn mộng nổi chìm trong biển cả

Nằm úp mặt - khóc một mình cho đã
Tiếc thương gì thời con gái kiêu sa
Đêm lấp lánh ngàn sao trời tĩnh lặng
Mây cõng trăng đi khắp giải ngân hà

Nằm úp mặt - khóc một mình cho đã
Đâu cần ai han hỏi phận đời riêng
Trong ngăn nhớ thơm bay mùi hương cũ
Người đi rồi - sao bóng vẫn còn nguyên...? ■

DUNG THỊ VÂN

SỬ

Sử buồn rơi nước mắt
Vì sử không biết nói
Sử chỉ lòng se thắt
Người viết là thằng tôi

Sử đi vào lịch sử
Môi cứ hằn mắt môi
Sử như là thầy tu
Lặng im mà chẳng nói

Bao giờ sử mới viết
Được những điều oan nghiệt
Được những điều tha thiết
Mà muôn người muốn biết

Buồn cho những bàn tay
Tay nào cũng cầm viết
Trong cả thế gian này
Mực chảy thì bị diệt

Lòng đau không nói được
Sự thật người muốn biết
Sử buồn lòng ta khóc
Bao giờ sẽ viết thiệt?! ■

DAN HOÀNG

NỤ HÔN TRÌU MẾN

Ba thật bất ngờ khi hay tin con,
Về Việt Nam để nghỉ những ngày hè.
Bởi con sinh ra đâu phải ở quê nhà,
Và lớn lên trưởng thành là người Mỹ.

Những ngày thơ con hay đội nón lá,
Diện áo dài trong lễ hội vui chơi.
Bạn bè trầm trồ Little Angel cười,
Vòi Ba kể câu chuyện đời lưu lạc.

Saigon - Huế - Hanoi con vẫn nhắc,
Bờ biển dài có con cò lêu nghêu?
Nhà ông Nội có hàng tre rì rào,
Nhà ông Ngoại ánh đèn màu nhấp nháy.

Đọc tin nhắn khiến cho Ba giật nẩy,
Hình chợ Bến Thành buổi sáng tinh mơ.
Và con đứng trước Continental,
Thành phố cũ trong hồn Ba ấp ủ.

Con đến Việt Nam lật trang sử cũ,
Tìm cho cha những mảnh vỡ cuộc đời.
Ba mươi năm con đã lớn thành người,
Tìm về nơi mà đời Ba vuột mất.

Viếng Nội, Ngoại... sao con rơi nước mắt,
Phải khói hương phảng phất nỗi chia xa?
Về quê Cha nhưng con chẳng có nhà,
Không thân thuộc bởi con là du khách.

Chuyện Ba kể ngày thơ là sự thật,
Mà hôm nay con đang lật từng trang?
Con cứ đi từ Bắc vào đến Nam,
Vượt đồng bằng lên cao nguyên rừng núi.

Đi hộ Ba những nơi Ba chưa tới,
Nói hộ Ba những tiếng nói thật thà.
Gật đầu chào với tất cả người ta,
Vì họ là những người cùng dòng máu.

Con. Con ơi! Biết nói sao cho thấu,
Nỗi nhớ nhà xéo giày trái tim Ba.
Về nơi ấy hái cho Ba cánh hoa
Hôn trìu mến như Ba hôn con ngày bé. ■

Phố biển, 27/09/25

VŨ KHẮC TẾ

Khúc Không Lời

Lên non hỏi gió về đâu,
Gió không nói,
chỉ phất màu tro bay
Tôi nhìn trăng: trăng còn đầy
Trăng nghiêng bóng vỡ trên tay trầm buồn

Tôi nhìn tôi: tôi còn không?
Mắt sâu đã úa,
môi hồng đã phai
Chỉ nghe tiếng bước thở dài
Dẫm lên cỏ lá,
mọc ngoài nghĩa trang.

Nhìn lên cao: mây còn bay
mây còn đi mãi,
chẳng hay phương nào
Một đời đá có còn đau!
Đá trầm mặc khép nghìn sau trong lòng

Hoàng hôn đến: nắng về đâu?
nắng rơi vàng úa,
nhuộm màu cỏ hoa
Tôi hỏi sông: sông trôi xa
Âm thầm lặng lẽ trôi ra biển đời

Tôi thôi hỏi: hỏi mà chi?
gió bay chẳng nói,
trăng thì mờ soi.
Chỉ nghe bước vọng xa xôi,
Một đời nghiêng xuống,
lặng trôi qua dần. ■

TM

NGUYỄN MINH NỮU

TỪNG CÓ MỘT THỜI

"Tuổi già không bạn cũng mồ côi"
Thơ Lữ Quỳnh

Căn nhà nằm gần cuối một con hẻm ở đường Nguyễn Tri Phương này tôi đã đến nhiều lần, nhiều tới độ không nhớ đã bao nhiêu lần. Từ những năm đầu thập niên 1970, khi đó, Bùi Công Bằng là Ca Trưởng của Đoàn Du Ca Giao Chỉ, đó là một nhóm thanh niên gồm nhiều giáo sư và học sinh của trung học Đắc Lộ có chung sở thích ca hát. Tôi đến đó để gặp khuôn mặt trắng trẻo, đôn hậu và hàm râu xanh mượt mà luôn kèm nụ cười hào sảng. Hơn năm mươi năm qua đi, căn nhà cũ ngày xưa đã sửa chữa tân trang một chút cho phù hợp với thời đại, nhưng vẫn giữ nguyên một trệt một lầu như trước.

Cái bàn gỗ dài lên nước bóng bên cạnh cây Piano nằm sát vách, và điều kỳ diệu là khuôn mặt xưa dù tóc bạc phơ, hàm râu dài rậm trắng tinh vẫn rộn rã tiếng cười hào sảng. Tiếng cười của chàng thanh niên tuổi hai mươi ngày xưa và của ông già gần bảy mươi với đàn cháu nội ngoại sao vẫn như chẳng có gì thay đổi. Lần này tôi trở lại căn nhà đó với Đoàn Văn Khánh. Trong chuyến đến thăm lần trước, Bùi Công Bằng nói yêu thích thơ của Phạm Cao Hoàng, và khi biết tôi quen và ở gần với Phạm Cao Hoàng ở Virginia, Bằng nói, nếu được, ông xin Phạm Cao Hoàng cho tôi một tập thơ. Khi tôi nói, Phạm Cao Hoàng nồng nhiệt lấy tập thơ mới nhất ghi lời tặng và nhờ tôi chuyển về. Lần này, đến chơi với Bùi Công Bằng và chuyển tận tay Bằng tập thơ đó. Bùi Công Bằng trân trọng cầm tập thơ và tâm sự: mình và Phạm Cao Hoàng chưa từng gặp mặt, mình thích thơ Phạm Cao Hoàng vì cái phong cách điềm đạm, cái tình yêu đằm thắm và một cái gì đó bí ẩn giấu kín giữa hai dòng chữ trong thơ Phạm Cao Hoàng.

Hay thật, Bằng và Hoàng là hai người bạn của tôi từ hai phương trời khác nhau, chỉ qua thơ mà Bằng cảm nhận ra sự gần gũi của con người Phạm Cao Hoàng. Mà thực sự là vậy, ngay từ tập thơ đầu "Đời Như Một Khúc Nhạc Buồn" xuất bản năm 1972 cho đến tác phẩm gần đây nhất "Đất Còn Thơm Mãi Mùi Hương" (2016) thơ Phạm Cao Hoàng vẫn giữ nguyên thần sắc của nhẹ nhàng, sâu lắng và đôn hậu như chính con người anh. Trong thơ, Phạm Cao Hoàng ghi nhận được thiên nhiên kỳ thú bằng cái nhìn mới lạ và tìm ra mối liên quan bất ngờ đầy sáng tạo giữa thiên nhiên và tâm hồn nhạy cảm riêng mình. Năm 1974, PCH viết: *Núi ngó anh và anh ngó núi / Núi đụng trời anh đụng nỗi đìu hiu.* Rồi năm 1985: *Mười năm và mười mùa đông / Người thi sĩ ấy không còn làm thơ / Còn chăng là tiếng ngựa thồ / Thở khi lên dốc bụi mờ mịt bay.* Năm 2016 PCH viết: *dẫu thế nào con cũng trở lại miền trung nơi mẹ đã ôm con bằng vòng tay bao la của biển.* Những hình ảnh đưa ra thật đơn giản, vậy mà qua trái tim xúc cảm và đầy nhân hậu đó, đã ghi xuống những lời xúc cảm làm người đọc xao xuyến. Tôi và Bùi Công Bằng gặp nhau và chia sẻ niềm yêu thích đó.

Chiều thứ bảy, tháng Chín Sài Gòn hay có những cơn mưa, phòng khách nhà Bằng đã bày sẵn một bàn dài với 12 cái ghế, tương ứng với 12 bộ chén bát. Chơi với Bằng đã lâu, người bạn Ca Trưởng gốc nhà giáo này là người tinh tế, hào sảng nhưng thật nghiêm túc. Cách bày biện cho tôi biết trước hôm nay quay tròn trong vòng thân tình này sẽ là 12 người mà Bằng đã chuẩn bị. Sẽ không có khách lạ bất ngờ, và chắc cũng sẽ không có sự vắng mặt nào bất ngờ của ai nếu đã nhận được lời mời. Cơn mưa Sài Gòn ào xuống bất chợt, mà những bạn hữu ngày xưa vẫn lần lượt bước vào, Nguyễn Công Tài, Đinh Việt Hùng, Nguyễn Ngọc Linh, Minh Hương, Đỗ Như Bình, Trần Nhật Vy, Trần Đạt, Hương Giang, cùng với tôi, Đoàn Văn Khánh, Bùi Công Bằng và cậu con rể của chủ nhà nhận nhiệm vụ chuẩn bị một bàn dài cho buổi tụ hội chờ sẵn. Nhạc sĩ Nguyễn Ngọc Linh vừa qua một cơn bạo bệnh, cái gọi là bình phục nghĩa là từ nằm thiêm thiếp thành ra tạm đi đứng được, người gầy hom hem, chỉ có đôi mắt là vẫn sáng tinh anh, nụ cười nhỏ nhẹ, thế mà vẫn ôm được cây đàn để hát *"... những mê đắm rã rời... trong tuyệt vời ký ức..."* Đôi uyên ương Minh Hương - Đinh Việt Hùng say đắm niềm vui khi biết tiếng hát Khôi Nguyên Sinh Viên hồi năm 1975, bây giờ vừa tham dự cuộc thi "Tiếng Hát Mãi Xanh" và vừa đạt số điểm 99/100 để bước vào nhóm 9 thí sinh của vòng bán kết. Tiếng hát của Đinh Việt Hùng là tiếng hát của cảm xúc, cái trữ tình trong đó là cái trữ tình của hoài vọng và nuối tiếc khôn nguôi, cho nên ca khúc anh chọn để dự thi là ca khúc Nỗi Lòng đúng là nỗi lòng chất chứa bấy nhiêu năm. Lần này, ngồi bên nhau, Đinh Việt Hùng ôm đàn, tiếng hát như một dải lụa mềm, mênh mang và trìu mến khi hát Hương Xưa của Cung Tiến, đôi mắt nhìn mông lung và mê đắm gọi mời *"Người ơi một chiều nắng tơ vàng hiền hòa hồn có mơ xa..."* Nhà báo Trần Nhật Vy làm tôi ngạc nhiên nhiều nhất, Vy đưa tặng tác phẩm "Sài Gòn chốn chốn rong chơi" và cho biết đây là tác phẩm thứ 9 của chàng. Từ "Khúc Dạo Đầu" tập thơ đầu tay năm 1987, chàng thanh niên thanh mảnh với những bước chân lãng tử ngày nào đã lần lượt làm việc miệt mài cho các tác phẩm tiểu thuyết, biên khảo, ký sự... tạo một tên tuổi được nhiều người biết đến. Nguyễn Công Tài, Đỗ Như Bình cũng vậy, những khuôn mặt trắng hồng thanh niên xưa đã từng trải phế hưng cuộc sống để ngày nay ngồi lại bên nhau với mắt sáng môi tươi tiếng hát hòa nhau trong từng ca khúc sinh hoạt ngày xưa. Họa sĩ Trần Đạt lần đầu đến chơi, chàng Họa Sĩ được đưa vào kỷ lục Việt Nam với tài năng vừa hát vừa vẽ ký họa chân dung nhanh nhất. Hôm đó, vừa hát tình ca, vừa nhắm hờ đôi mắt, tay thoăn thoắt phác thảo Trần Đạt ghi lại nét kiêu bạc của Bùi Công Bằng, vẻ hiền dịu của Hương Giang, chút u uẩn của Minh Hương, nỗi lòng trăm mối của Đinh Việt Hùng, tia tinh nghịch của Trần Nhật Vy và cả sự đắm đuối ôm đàn của Nguyễn Công Tài. Căn nhà nhỏ ở gần cuối con hẻm đường Nguyễn Tri Phương này ghi lại trong tôi biết bao kỷ niệm, và hôm nay, lại ghi thêm dấu nhớ cho thời thanh niên rất quý, mà như một người bạn làm thơ đã ghi lại: *"Nơi đây từng có một thời / Bừng bừng nhạc dậy, lời lời thơ reo."*

Hai câu thơ của Nguyễn Tri Thứ không phải ghi về căn nhà đó, mà ghi về một điểm khác. Ngày hôm nay ở nhà Bùi Công Bằng, bỗng nhớ về những tụ hội ở nhà Họa Sĩ Trương Vũ, ở nhà Phạm Cao Hoàng ở Virginia. Nhưng cũng như tất cả chúng ta, ai cũng có những địa danh, thời điểm, vị trí và bằng hữu ghi đậm nét trong trí nhớ mãi mãi mang theo để rồi có lần ghé qua trìu mến nhớ lại rằng... từng có một thời... Có phải thế không?

Nguyễn Ngọc Linh đi trước, rồi Bùi Công Bằng đi sau, vậy đó đám bạn ngày xưa đã mất dần và ngay cả chính mình cũng đã nhạt mỗi ngày.

Nguyễn Minh Nữu

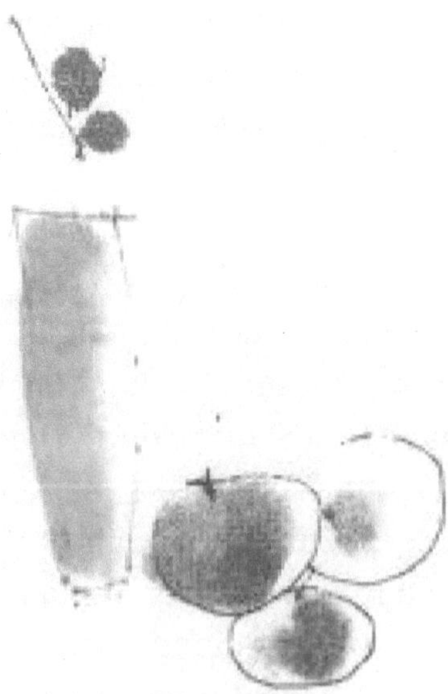

TIỂU LỤC THẦN PHONG

MẠNH HAY YẾU?

Nó mệt mỏi quá, rã rời cả thân tâm. Ngày nào cũng quần quật cày kiếm cơm nuôi cái thân. Cái tâm thì chán nản vì cuộc đời mờ nhạt buồn tẻ. Ngày lại qua ngày, ăn rồi đi cày, sáng rồi lại tối, tiền vô túi chỉ có một nguồn mà đi ra bao nhiêu cửa, bởi vậy mà túi lúc nào cũng như căn nhà trống, duy cái tâm thì đầy ắp những phiền muộn và điều bất như ý.

Đã không ít lần nó nghĩ: "Hay là mình xóa ván cờ làm lại, mình bỏ cái thân này để tái sinh một cái thân khác, may ra sẽ tốt đẹp hơn". Nó nghiền ngẫm về cái chết, chết không phải là hết như nhiều người lầm tưởng. Chết chỉ là kết thúc một quá trình này để mở ra một quá trình khác. Chết chỉ là đóng cánh cửa này để mở ra cánh cửa khác. Chết có gì đáng sợ lắm đâu, con người ai cũng phải chết kia mà! Không sớm thì muộn, không trẻ thì già, không lúc này thì là lúc khác, chết muộn chắc gì đã hay hơn chết sớm? Với những người có tài năng, những bậc cao nhân xuất chúng thì chết trẻ cũng uổng thật. Còn những hạng bất tài vô tướng, hạng bị thịt thì có chết sớm một tí cũng chẳng sao, đôi khi vậy mà lại hay.

Nó nhớ có vị thiền sư nói: "Cái thân mình như cái xe, nó già cỗi hư hao hỏng hóc thì bỏ đi để lấy xe mới, có chi đâu mà tiếc rẻ cái xe cũ hư". Ông thầy nói đúng, có gì đâu mà phải tiếc, mình đã từng vô số lần bỏ cái xe cũ để nhận lấy cái xe mới kia mà!

Cái chết có đáng sợ lắm không? Không, hoàn toàn không! Sợ chết mới là đáng sợ. Đa số người ở thế gian này chết với cái chết tự nhiên vì bệnh tật, vì già nua hoặc tai nạn bất thường. Trong muôn vạn người mới có một cái chết vì lý tưởng cao cả nào đó, đó là những cái chết chủ động đem lại ý nghĩa và lợi ích cho người, cho đời, cho xã hội hay thiên nhiên.

Có lẽ trong những kiếp quá khứ, nó đã từng bị chết chìm, chết ngạt, chết trên không trung cho nên trong tạng thức đôi khi khởi dậy khiến sóng lòng lay động. Nhiều khi ngủ hoặc vừa mới đặt lưng nằm xuống là ký ức cũ trùng trùng nổi dậy. Nó thấy cái thân từ từ chìm vào cát sa mạc, lún sâu vào bùn đầm lầy hoặc rơi từ cao ốc xuống. Những lúc như thế này thì phải ngồi bật dậy chứ không thể nằm hay ngủ được. Nó nghĩ chắc chắn là những dư ảnh hậu chấn từ A Lại Da thức khởi lên. Nó đã đi kiểm tra tim mạch và bác sĩ khẳng định hoàn toàn khỏe mạnh, không thể đổ lỗi cho tim mạch hay bệnh tật của thân.

Ngày hôm nay và cả tuần này nó mệt mỏi quá, tinh thần rất tệ. Nó mơ: "Giá mà ngủ một giấc rồi vĩnh viễn luôn thì hay biết mấy! Bấy giờ bao nhiêu phiền muộn sẽ bỏ lại, bấy giờ cái thân này sẽ không còn mệt mỏi khổ đau nữa." Tuy nhiên nó biết rõ điều ấy không thể vì cuộc đời này muốn không được mà không muốn cũng không xong. Cái ấy là do nghiệp lực và phước phần của mỗi cá nhân, người đời gọi là số phận, tuy không chính xác nhưng cũng tạm cho là vậy. Có nhiều người bệnh ngặt nghèo, mắc chứng nan y, thân xác đau đớn, tâm hồn thống khổ nên muốn chết thế mà có chết được đâu. Trong khi ấy lại có nhiều người khỏe mạnh, giàu sang, thế lực... muốn sống dai để thụ hưởng sắc dục của đời, ấy vậy mà yểu mệnh, chết sớm, chết bất ngờ... Nó nhớ đã đọc đâu đó câu: "Tự tử là hèn nhát nhưng nếu hèn nhát thì người ta đâu dám tự tử. Tự tử là dũng cảm nhưng nếu dũng cảm thì chẳng ai lại tự tử." Thế rốt cuộc tự tử là hèn nhát hay dũng cảm?

Thực tình mà nói thì một người đã tuyệt vọng đến mức tự tử thì lý luận hèn nhát hay dũng cảm có nghĩa lý gì? Khi đối diện với khó khăn, với bất hạnh của cuộc đời mà sống thì hiển nhiên là mạnh rồi! Nhưng khi đối diện với cái chết mà không sợ thì cũng chẳng phải là yếu. Bản chất của con người và động vật muôn loài là tham sống sợ chết kia mà!

Nó nhớ trong thiền lâm có giai thoại kể chuyện mấy vị đồ đệ đi tham vấn sư phụ về cái chết. Một người thưa: "Bạch sư phụ, chúng con nghe người ta nói chết kinh khủng lắm, đau đớn như phong đao cắt thịt, lột da, tách mai rùa... nhưng cũng có người lại bảo chết chẳng có chi đáng sợ, thở hắt một hơi ra như hoa rơi lá rụng vậy thôi!". Ông thầy cười cười, hóm hỉnh nói: "Thầy chưa chết nên không biết cái chết như thế nào, khi nào chết thầy sẽ cho con biết!" Thế đấy, chết là dễ sợ hay sợ chết mới là đáng sợ? Cái cảm thọ của thân và tâm đều là hư huyễn, không thật, mọi cảm thọ đều đưa đến khổ. Cảm thọ khổ thì khổ đã đành, cảm thọ lạc cũng đưa đến đau khổ vì sự bám víu, dính mắc, chấp thủ; vì mưu cầu tái tạo, duy trì, tranh đoạt cái lạc của cảm thọ mà khổ. Thọ là khổ, thân và tâm đều khổ. Hễ thọ là khổ cho dù đó là loại thọ gì, chỉ có xả thọ mới hết khổ, mà xả thọ cũng tức là hết dính mắc, hết chấp thủ... điều này sẽ dẫn đến niết bàn, tất nhiên là cả một quá trình dài lâu chứ không phải một sớm một chiều. Tứ niệm xứ đã diễn giảng rõ ràng về thân – thọ - tâm – pháp rồi.

Nó đang thọ khổ, thọ sướng cũng là khổ. Sanh làm người ở đời sống trong cõi Sa Bà này ai mà không khổ? Có những người vì dư phước nên tháng ngày sống trong hoan lạc, cuộc sống phủ phê vật chất và sắc dục nên quên cái khổ, tạm chưa nếm cái khổ, tạm mê không thấy khổ. Khổ có vô vàn kiểu, nhân tâm bao nhiêu bất như ý thì bấy nhiêu khổ. Bởi vậy mà kinh sách mới gọi cõi này là cõi Sa Bà nghĩa là kham nhẫn, chịu đựng. Thậm chí chữ Sa Bà còn có ý nghĩa là sướng, vì cho là sướng nên sanh vào cõi này để thọ (vì thế mà khổ).

Nó đã thọ khổ, đang thọ khổ, thân tâm như lửa cháy ngày đêm (xí thạnh). Cái thân ngày ngày bị bào mòn theo tháng năm. Cái tâm đầy bất như ý, cộng thêm tác động của môi trường xã hội bên ngoài làm cho nó thấy mệt mỏi và phiền não nên mới sanh ý nghĩ ngủ một giấc miên viễn. Xã hội loài người tuy có tiến bộ, văn minh nhưng đặc tính hoang dã tự nhiên vẫn không phai. Nếu trong tự nhiên cá lớn nuốt cá bé, to hiếp nhỏ, mạnh hiếp yếu... thì trong xã hội loài người cũng thế: mạnh hiếp yếu, giàu hiếp nghèo, đông hiếp ít, du côn hiếp hiền lành, quyền lực hiếp cô thế... Loài thú vì thọ nghiệp súc sanh, nó chỉ có khổ thân xác còn con người thì không chỉ khổ xác mà còn khổ cả tâm. Thực tế cho thấy số người tự sát vì cái khổ của tâm càng ngày càng lớn và lan rộng trong mọi giai tầng xã hội. Những vấn đề về tâm thần càng ngày càng trầm trọng và căng thẳng hơn. Cuộc sống hiện đại hôm nay làm cho tâm thần con người ngày càng khổ, khó có giây phút thảnh thơi. Mọi người quay cuồng theo vòng quay bất tận của cuộc sống công nghiệp, của xã hội kim tiền đề cao chủ nghĩa vật chất thực dụng.

Có một quốc gia trên thế giới này được bình chọn là quốc gia hạnh phúc nhất, quốc gia xanh mặc dù nền kinh tế nước ấy rất lạc hậu và kém phát triển, thậm chí không có nền công nghệ hiện đại, đường phố không có cả đèn giao thông... Đó là vương quốc Phật giáo Bhutan. Đất nước nghèo nhưng người dân lại rất hạnh phúc, rất hài lòng và hầu như không nghe đến vấn đề căng thẳng tinh thần. Chính phủ nước ấy cũng rất thân thiện và chăm lo cho dân chúng, một chính phủ trong sạch, không tham nhũng. Bhutan cống hiến cho thế giới này một cách tính GDP mới, đó là HDP tính theo tiêu chí hạnh phúc của người dân chứ không phải chạy theo tổng sản lượng thu nhập của quốc gia.

Những lúc thất niệm như thế này, trong tâm đầy ắp những cảm xúc và ý nghĩ tiêu cực, mặc dù biết là cái quả của hiện tại do có cái nhân của quá khứ, cái quả hiện tại không thể thay đổi, cái có thể thay đổi là quả ở tương lai. Nó muốn trốn tránh cái quả hiện tại nên mới xảy ra ước muốn có một giấc ngủ miên viễn. Thật sự đây chẳng phải là lần đầu mà là đã từng nhiều lần muốn như thế. Chỉ là ý nghĩ thế thôi, cái ý nghĩ tiêu cực, cái cảm thọ khổ trong lúc cái ý nghĩ lởn vởn trong đầu thì lại có một luồng ý nghĩ khác len lỏi đối chọi với nó:" Ngươi ngủ miên viễn thì đã đành, còn cha mẹ, anh em, vợ con của ngươi sẽ ra sao? Cái cảm giác của họ như thế nào đây? Họ sẽ thọ những gì?" Thế là nó giật mình thoát ra khỏi cơn mê như người bước ra khỏi khu rừng mờ mịt. Nó sanh ra vốn yếu, ngu ngơ, khờ khạo, đa cảm lại được nuôi dưỡng bảo bọc kỹ quá nên khi đối mặt với cuộc sống nó hoàn toàn để cho hoàn cảnh bên ngoài lôi kéo mà không có sức chống đỡ. Cuộc sống quả là quá khó khăn với nó vì thiếu tự chủ, không tự chủ nổi, cứ để mặc cho nước đời cuốn trôi phập phều như chiếc lá. Cái may mắn là nó biết đến Phật pháp, chịu học Phật vì vốn cha ông đã là Phật tử thuần thành. Phật pháp trở thành niềm tin và chỗ dựa cho đời nó, nếu không có Phật pháp không biết đời nó sẽ như thế nào đây?

Phật pháp dạy cho nó biết nhân nào quả nấy, tất nhiên là có cái duyên ở giữa nữa, đôi khi cái duyên lại làm cho cái quả biến dị tốt hơn hoặc xấu hơn, nhanh hơn hoặc chậm hơn. Phật pháp dạy nó buông bỏ quá khứ, đừng hối tiếc những gì đã qua, đừng vọng tưởng tương lai làm chi, hãy sống với phút giây hiện tại, bây giờ và ở đây (hiện pháp lạc trú). Phật pháp dạy nó mỗi người tự làm chủ đời mình. Kinh Pháp Cú viết: "Chúng sanh là kẻ thừa tự nghiệp, là chủ nhân của nghiệp". Tất cả tại mình, chính hành vi tạo tác, ý nghĩ, lời nói của mình quyết định nghiệp của mình.

Ấy vậy mà những lúc cảm xúc tiêu cực tăng cao dẫn đến buồn, chán, mất hy vọng... đã làm cho nó thất niệm và nó nuôi ý nghĩ buông bỏ cái thân này để mưu cầu một đời sống khác. Điều ấy quá dại dột và phi phỏng vì khi hủy cái thân này thì chắc gì cái thân sau sẽ ngon lành hơn? Có chắc là tiếp tục thân người? Và chẳng có chi đảm bảo đời sống sau sẽ khá hơn đời này. Những giây phút thất niệm nó đã để cảm xúc tiêu cực, ý nghĩ lầm lạc quẩn quanh trong đầu chi phối cả tâm trí làm cho nó quên rằng nó còn nợ cái hình hài này từ cha mẹ, nợ ơn sinh thành dưỡng dục, nợ ơn đời, nợ ơn người cộng sinh... Thật tình mà kiểm thảo thì cái khổ của nó chẳng nhằm nhò gì so với bao nhiêu con người khác ở thế gian này. Những người đang bịnh nan y, những người nghèo đói không nhà cửa, những nạn nhân của chiến tranh, thiên tai... Có lẽ vì nó yêu bản thân nó quá chăng? Phải chăng cái tôi của nó quá lớn khi không toại ý nên nó như thế?

Nó thật sự khó khăn khi đối diện với đời, nó vào đời mà không có kỹ năng gì đặc biệt, bản thân bất tài vô dụng, đụng đâu hư đó, làm gì cũng bại xụi cho nên nó cảm thấy số phận hẩm hiu quá. Nhìn thấy bạn bè ăn nên làm ra, trở thành ông nọ bà kia hết ráo, từ đó nó chán bản thân nó và nảy sinh ý muốn rút ngắn kiếp này, bỏ cái thân này để tìm một cái thân mới và sống một đời sống khác. Cũng may bản thân hèn kém, bạc nhược nên không đủ dũng khí để thực hiện ý muốn. Có đôi khi nó tự hỏi lại bản thân: "Vậy là mạnh hay yếu?", cuối cùng nó tỉnh ra, bỏ đi cái ý nghĩ thất niệm ấy để rồi tiếp tục đi cho hết quãng đường đời, đi với tâm thế vui trong phút giây hiện tại, ngay bây giờ và ở đây.

Tiểu Lục Thần Phong

Ất Lăng thành, 2025

NGÔ SỸ HÂN

ĐÔI MẮT U BUỒN

Ở cái xứ này không nhiều nhà giàu *ruộng sâu trâu nái* nên ai cũng biết gia đình Tám Cừ. Do truyền thống dòng họ, anh có học ít nhiều chữ nghĩa nhưng lại không ra làm việc cho nhà cầm quyền. Thấy anh ở nhà không có chuyện gì làm cứ long nhong nên ông bà già bắt cưới vợ, con gái của một gia đình môn đăng hộ đối. Trong vòng mấy năm chị đẻ đều đặn cứ cách năm một đứa, đặt tên là thằng Thìn và thằng Ngọ - chết yểu hồi nhỏ, nên lối xóm không cần hỏi cũng biết đứa nào bao nhiêu tuổi. Đẻ tới con Thân thì chị Tám ngưng ngang.

Ông bà già qua đời để lại ngôi nhà ngói ba gian và một cặp trâu cùng với mấy mẫu ruộng nhưng anh có vẻ không chí thú làm ăn mà muốn làm anh hùng cách mạng. Hồi Việt minh mới nổi, anh thấy chủ trương hay, "Đánh đuổi đế quốc Pháp và phát xít Nhựt giành lại độc lập hoàn toàn cho Việt Nam", bèn đi theo họ làm cán bộ tuyên truyền ở xóm ai cũng biết. Sau, Tây đánh hơi biết được nên anh ly khai luôn mà đi biền biệt. Lúc đó chị Tám chắc khoảng ba mươi hay ba mươi mấy tuổi muốn đẻ nữa mà không có lý do.

Đàn ông thanh niên ở ấp Phước Hưng - ngoài này nhảy vô bưng theo Việt Minh nói là đi kháng chiến tới năm 1954 không có ai về. Thành ra trong xóm toàn đàn bà góa *ở vậy* chờ chồng nuôi con. Bỗng nhiên sau đình chiến lại xuất hiện một anh trung niên có đôi mắt đặc biệt biết cười quyến rũ cất một cái chòi lá ở trên miếng đất của bà

Sáu. Anh thứ chín cũng là em áp út của bà Sáu, quả phụ của ông Hương giáo Được. Chắc trừ các nhơn viên hội đồng xã ở tận ngoài chợ, người ta không ai biết tên anh mà chỉ gọi là anh hay ông Chín Chòi tùy theo vai vế.

Trong thời gian dài người ta không thấy một người đàn bà hay phụ nữ nào ra vô trong gia đình anh nên thắc mắc, anh trả lời cho qua chuyện, "Nhà tui theo kháng chiến bị Tây bắt thủ tiêu hồi năm nẳm." Tụi nhỏ hầu như không biết mặt mẹ, theo năm tháng cứ lớn dần bên người cha gà trống nuôi con. Anh có thói quen dậy sớm từ sau lúc gà gáy bận nhì, pha trà và quấn điếu thuốc rê ngồi một mình tại cái bàn cũ ọp ẹp, móc bóp lấy cái hình đã ố vàng của người phụ nữ ngẩn ngơ nhìn với ánh mắt u buồn một hồi rồi cẩn thận cất vô.

Anh Chín Chòi có hai đứa con xấp xỉ với nhau hồi mới đẻ đặt tên theo bốn mùa là Été và Automne. Sau khi tiếp thâu từ Pháp, chánh phủ quốc gia bắt đổi lại theo tiếng Việt thành ra con Hạ và thằng Thu. Những người có đi học thắc mắc nếu đặt tên theo kiểu ấy thì ắt phải có một thằng anh hoặc con chị tên Xuân rồi mới tới con Hạ và thằng Thu. Mặc dầu tuổi tác có hơi chênh lệch, hai đứa nó học cùng lớp với đứa con gái của chị Tám - con Thân - ở trường tiểu học Rạch Kiến thuộc xã Long Hòa.

Sáng sáng tụi nhỏ hẹn nhau tại ngã ba Trụ Đá là ranh giới hai xã Long Hòa và Phước Vân theo chiều nam-bắc và đồng thời nó cũng là lằn ranh của hai ấp Phước Hưng-ngoài và Phước Hưng-trong theo hướng đông-tây bằng con đường lộ đất chạy thẳng ra chợ Rạch Kiến là thị trấn của xã Long Hòa. Ngã ba Trụ Đá này lập ra từ hồi Tây - mặc dầu bấy giờ cái trụ đá không còn nữa - nằm khoảng giữa hai nhà toàn ruộng lúa nên mỗi khi người này bước ra khỏi nhà thì người kia đều nhận diện.

Lúc đầu *tình cờ* hai người gặp nhau nói chuyện trời trăng mây nước. Trong khi chị Tám bị *khủng hoảng* vì một con người tướng tá phương phi khôi ngô tuấn tú và nhứt là đôi mắt nhìn như thấu tâm can thì anh Chín mở lời:

"Bộ bữa nào cô cũng đưa cháu ra đây hả?"

"Dà! Thỉnh... thỉnh thoảng thôi, anh," chị Tám chưa hoàn hồn trả lời.

"Con cháu giống cô quá ha!" Anh nhìn con bé xong xoay qua chị Tám.

Chị Tám cười nhìn anh đáp lễ chưa nói gì thì anh Chín tiếp:

"Con bé thiệt dễ thương."

Chị Tám nghĩ, *Chà, bắt đầu thả dê đây. Nó dễ thương hay má nó dễ thương,* cười mỉm chi trả lời:

"Ai cũng nói con Thân giống tui."

"Dà! Giống cô như hai giọt nước. Nhờ giống cô mà..."

Chị Tám cười ngắt lời:

"Anh cứ nói...!" chị mắc cỡ bỏ lửng. "Còn thằng lớn giống ổng."

"Vậy anh nhà đâu rồi?" Anh Chín *điều tra* đã biết nhưng vẫn muốn chị Tám nói ra.

"Ông nhà tui hy sanh hồi Chín Năm."

"Hồi đó tui cũng đi nhưng sau đình chiến tui hồi cư."

"Sao dìa mà hổng đi tập kết?"

"Thôi! Đóng góp vậy đủ rồi, cô," anh Chín ngao ngán trả lời.

Chị Tám chuyển sang giả bộ tò mò hỏi:

"Anh sống chỉ một mình hả, anh Chín?"

"Cô biết rồi mà còn hỏi," anh Chín cười nói thêm. "Với hai đứa nhỏ chớ sao một mình được?"

"Cái anh này!" Chị Tám vừa cười vừa khoát tay như muốn đánh anh một cái.

Phân nửa vầng dương đã ló dạng ở đường chưn trời phía đông hướng chợ Rạch Kiến. Những tia sáng dần dần xóa tan sương mù vây quanh để nhìn khá rõ khuôn mặt ửng hồng màu hạnh phúc của chị Tám đã lâu lắm rồi thiếu dương tánh mà anh Chín đem lại thật kịp lúc. Không máy đo tâm điện đồ mà trong mỗi người ai cũng biết tim chị Tám và của anh Chín đập cùng một nhịp.

Tụi nhỏ đi lâu rồi mà hai người còn đứng đó nói chuyện đẩy đưa, chị thấy hơi ngại bèn nói:

"Mời anh bữa nào rảnh ghé nhà uống nước trà."

"Cô hổng sợ má la sao?" Anh Chín tưng tửng.

"Má đâu mà la?" Chị Tám nguýt anh một cái dài.

Cơ hội ngàn năm một thuở, anh Chín mở cờ trong bụng cười nói liền:

"Bữa nay tui rảnh nè!"

Cho dù biết anh Chín đang ve mình, chị Tám ngạc nhiên không ngờ anh *tiến công* mau như máy bay:

"Vậy để tui dìa trước rồi lát nữa anh tới," vừa bước đi vài bước chị Tám ngoái lại nói thêm. "Giờ này chắc thằng Thìn dắt trâu ra đồng rồi!"

Sau bữa anh ghé nhà uống nước trà thì điểm hẹn được dời đi không còn ở ngã ba Trụ Đá nữa. Thỉnh thoảng anh Chín vẫn lấy hình ra ngắm người bạn đồng song mà hồi đó rủ nhau bỏ học nhảy vô bưng đi kháng chiến, ngập ngừng nói, "Anh xin lỗi em" mà lòng ngổn ngang trăm mối. Ít nữa cũng mười năm kể từ ngày chị *bị hy sanh*, thì anh Chín một thân một mình bảo bọc hai đứa con cho dầu có hay không có lời trăng trối của chị. Tuy nhiên, những khi trái gió trở trời anh cũng cảm thấy cô đơn nhứt là khi hai đứa con khá trọng và ba đứa nhỏ lại là bạn bè thân thiết.

Gần đây người ta thấy chị Tám không còn lam lũ quần ống cao ống thấp như lúc trước. Chỉ khi ra ruộng chị mới mặc bà ba đen, còn ngoài ra áo cổ trái tim hơi màu mè một chút khiến chị trông sáng sủa và nổi bật lên như một bông sen hồng trong ao sen trắng. Mà cũng vì vậy mà chuyện anh Chín ve được chị Tám trở thành đề tài đàm tiếu của cả xóm đàn bà góa mà có người nói là họ ganh tị với chị Tám. Anh Chín thiệt có cặp mắt nhìn xa trông rộng: Trong số mục tiêu cần dứt điểm trong xóm, chỉ chị Tám có đi học nên biết chút ít chữ nghĩa.

Từ ngày anh Chín ghé nhà uống nước trà, chị Tám có lý do đẻ thằng Út. Thấy một kiểng hai quê bất tiện, anh Chín định dẹp cái chòi lá cất lên cái nhà ngói ba căn.

Anh Chín vừa cười nói:

"Bây giờ hết Chín-chòi rồi hổng biết người ta kêu là Chín gì đây?"

"Thì kêu Chín-cừ," chị Tám ghẹo anh. "Chớ hổng lẽ kêu Chín-chòi hoài.

Quay sang vụ cái nhà, chị Tám can:

"Nhà chi bự quá ở sao hết?"

“Đâu có ai cất nhà ngói mà một căn hay hai căn. Mẫu mực là phải ba căn hai chái, nhưng nếu mình không muốn thì có thể hổng cất hai chái nữa.”

“Chỉ có ba cha con. Tụi nó cũng trọng cả rồi mai mốt đây tụi nó đi Sài Gòn học thì nhà vắng hoe.”

Ngẫm nghĩ một lát, anh Chín nói:

“Tui có cái ý của tui.”

Chị Tám nghi ngờ nhìn anh, không hiểu:

“Ông có ý gì nói nghe coi?”

“Ý của tui là biểu má thằng Út đem con dìa đây ở với tui.”

Chị Tám ngại ngùng:

“Vậy kỳ hôn?”

“Mình có con rồi mà kỳ gì? Ai cũng biết tui với bà chắp nối chớ có phải *mèo mả gà đồng* gì đâu!

“Bộ bỏ nhà thờ hả?”

“Bỏ gì? Giao cho thằng Thìn. Nó là con trai lớn, ở nhà từ đường thờ phượng ông bà là đúng rồi.”

Tưởng đẻ tới thằng Út thì nghỉ. Không ngờ tới khi thằng Út chuẩn bị học lớp Năm thì chị lại mang bầu.

Chị nắm tay anh mắc cỡ nói:

“Tuổi này mà mang cái bụng thè lè thấy kỳ quá!”

“Kỳ gì? *Nghỉ chơi* mới hết đẻ,” anh ngó quanh không có đứa nào bèn hun lên gò má chị một cái, hỏi khó ghẹo chị. “Má thằng Út muốn *nghỉ luôn* hôn?”

Chị mắc cỡ đập vai anh:

“Cái ông này!”

“Vợ chồng ông gì ba má của thằng Tám Cao đẻ tới mười một mười hai đứa mới nghỉ. Sách *Hôn Nhơn và Gia Đình* nói đàn bà chừng nào hết trứng mới hết đẻ.”

“Ông nói chớ sách nào nói,” chị quay lại chuyện bầu bì. “Vậy đặt tên con là gì?

“Bà có chắc là sau lần nầy nghỉ luôn hôn?” Anh hỏi gặng.

“Sao dám chắc được!”

“Vậy trai gái gì cũng đặt là Út-nhứt.”

“Vậy ông còn muốn tui đẻ nữa hả?”

"Tại chưa chắc *thôi* thì có thể còn nữa."

"Đẻ nữa thì Út-nhì Út-ba..." bà chịu phép, đồng tình. "... Út-tư Út-năm... Đẻ chừng nào hết trứng thì thôi cho ông vui."

"Bộ bà hổng vui chắc?"

Tưởng vậy nhưng thực ra sau thằng Út-nhứt thì chị nghỉ luôn.

Sau khi im tiếng súng, hòa bình lập lại thì cái bàn thờ ở căn kế bên ngoài có hình của thằng Xuân, lại thêm ảnh của con Hạ và con Thân. Hai đứa này có tâm hồn nghệ sĩ giỏi ca hát nên lúc đầu ở trong ban văn nghệ tuyên truyền xã, sau vô bưng học biên đạo múa rồi tới khi mặt trận nổi lên thì công tác ở đoàn văn công tỉnh Long An. Thoát chết trong trận "Tấn công và Nổi dậy" năm Mậu Thân 1968, trên đường rút qua khu Mỏ Vẹt cả đoàn bị phục kích chỉ còn sống sót có mấy mống mà xui là không có hai đứa nó.

Thành ra bấy giờ ngôi nhà trống ba gian ngoài thằng Út-nhứt chỉ còn hai vợ chồng già. Đôi mắt quyến rũ biết nói hồi thanh niên khi nhìn đứa con gái nào thì đứa đó ắt bước đi lẹo cẳng. Cũng cặp mắt ấy, hồi trung niên một thời nó đã khiến bao nhiêu đàn bà con gái trong xóm rung động giờ đây như vô hồn. Định khi nào thuận tiện thì mới chưng ảnh bà Chín, ông lại mở bóp lấy hình vợ, một người phụ nữ thùy mị đoan trang từng thề non hẹn biển đi trọn hết đoạn đường đời, lẩm bẩm một mình, "Anh xin lỗi em!"

Ông nhìn lên bàn thờ ba đứa con, nơi cái đèn hột vịt leo lét như một nỗi nghẹn ngào. Ông nói mà như than một mình:

"Ba đứa đàng trong, hai thằng đàng ngoải."

Bà Tám dụi mắt tiếp lời ông:

"Tui cản con Thân mà hổng được. Nó nói nó theo gương ba nó thì tui cũng đành bó tay luôn."

"Tui cũng đâu cho con Hạ đi," nhìn bà thông cảm, ngừng một lát ông tiếp. "Có những điều mình không thể nói hết với tụi nhỏ được."

"Phải hồi đó mình bỏ đi sớm thì đâu có mất hai đứa con gái," bà Chín ngậm ngùi tiếc nuối.

"Ờ phải, khi họ gom vô ấp chiến lược thì mình đi là đúng lúc mà lại hổng đi," ông Chín nghĩ mình ngu. "Tới khi giải tỏa lại trở dìa nhà rồi dính cứng ngắt ở đây luôn."

"Tại ông bà tổ tiên ở đây mình không nỡ bỏ," bà Tám nói một câu an ủi.

Thằng Thu và thằng Út lên Sài Gòn học rồi tới khi nghe tin *mấy ổng* bắt thanh niên đi lính đàng trong thì không dám về nữa. Lúc tình hình găng tụi nó tình nguyện đi lính luôn để khỏi bị động viên. Tụi nó còn nói nếu không *xanh cỏ* thì cũng *đỏ ngực*. Hên là cả hai anh em nó không *xanh cỏ* mà cũng không *đỏ ngực*. Ai cũng khen gia đình ông Chín-cừ có phước: hai thằng con trai đều làm quan hết. Thằng Thu đã lên tới quan ba, còn thằng Út nếu *trời chưa sập* thì bông mai vàng cũng lấp lánh trên cổ áo. Thiệt giống như chuyện *Tái Ông Thất Mã!*

Vẫn với đôi mắt u buồn, ông Chín hỏi thằng Út:

"Có nghe tin tức gì của anh Thu mày hôn?"

"Nghe nói sư đoàn di tản về tới Long An định tái cấu trúc."

"Rồi sao nữa," ông nôn nóng hỏi.

"Rồi ông Minh đầu hàng, biểu buông súng."

Ông Chín nóng ruột:

"Cứ nói dần lân hoài. Rồi anh Thu mày đâu?"

"Cấp chỉ huy biểu 'Các anh em tự xử đi. Tới nước này thì hổng còn lịnh lạc gì nữa.'"

"Giờ này mà nó hổng dìa chắc đã tử trận hoặc bị bắt rồi," ông ngao ngán lắc đầu.

Sau thời gian thăm dò tin tức, thằng Út trở về tường trình:

"Anh Thu đang làm đại đội trưởng đâu thể bỏ lính mà dìa được," nó nói tiếp. "Ảnh hổng chịu buông súng mà dắt một số lính đi vô rừng luôn."

"Vậy sớm muộn gì *tụi nó* cũng sẽ tới nhà mình," ông Chín vấn điếu thuốc rê, trầm ngâm một lát, hớp một ngụm trà. "Con dắt thằng Út-nhứt lên Sài Gòn đi, đừng dìa đây nữa. Để tao tính."

"Sao vậy, ba?" Thằng Út chưng hửng.

"Ở dưới này mai mốt tụi nó bắt luôn mầy," ông Chín nói như khẳng định. "Tưởng chuẩn úy thì tụi nó tha mầy hả?"

"Tụi Quân quản nói chỉ thiếu úy trở lên mới..."

Ông Chín ngắt ngang:

"Đừng có tin những gì tụi nó nói. Tao từ trong ruột tụi nó tao ra đây."

Ông Chín bật hộp quẹt đốt điếu thuốc nhìn khói bay tản mạn mơ màng nhớ hồi đình chiến lần trước ông trở về nhưng chú Mười nằng nặc đòi đi tập kết:

"Chừng hai năm chớ lâu lắc gì."

"Nói vậy chớ hổng phải vậy đâu. Chú thấy những gì họ làm ở miền Bắc và ở miền Nam trong ba trăm ngày tập kết hôn?" Anh Chín nhìn thằng em, thương hại. "Họ đã chuẩn bị đó…"

"Chuẩn bị gì, anh?"

"Ở miền Bắc nó tìm đủ mọi cách ngăn cản hổng cho người ta vô Nam. Còn ở miền Nam thì gieo hột giống - hột giống đỏ đó - qua những đám cưới tập thể," anh tiếp. "Ngoài ra, nó còn lựa chọn những cán bộ nòng cốt gài ở lại nữa."

Nhưng chú Mười bất kể:

"Đó là chánh sách của đảng mà. Để tui dắt thằng Xuân đi, lo cho nó đi học Liên-Xô may ra mới có thể làm lớn được."

"Sao mà làm lớn được?"

"Miễn là trung thành với đảng và nhà nước là được."

Anh Chín thấy chú Mười có vẻ không tin nên tiếp. "Thôi, nếu chú muốn tập kết thì đi một mình đi."

Vậy mà chú Mười mánh mung qua mặt anh Chín dắt thằng Xuân đi luôn.

Hai mươi năm sau chú *hồ hởi* theo đoàn quân chiến thắng trở về, ông Chín hỏi:

"Thằng Xuân đâu?"

"Nó đi B từ năm Sáu Bảy."

"Rồi nó đâu rồi?"

"Không tin tức gì. Chắc nó hy sinh rồi."

"Tui đã đoán biết chuyện ấy," ông Chín trầm ngâm, đôi mắt ươn ướt. "Chị Chín chú hổng phải Tây thủ tiêu đâu mà… đàng mình đó."

Chú Mười ngó người nhưng vẫn nói:

"Tui sợ anh nghe lầm hiểu lầm sao đó."

"Lầm sao được, chú!"

Ngẫm nghĩ một lát, ông Chín nói:

"Tui chỉ nói chuyện quá khứ chớ chưa nói về tương lai."

Chú Mười làm thinh. Ông Chín lại tiếp:

"Tưởng hòa bình kiểu gì chớ hòa bình kiểu này thì thà chiến tranh còn tốt hơn!"

"Nhân dân cả nước muốn sao anh không muốn?"

"Đảng muốn chớ nhơn dân nào muốn? Có những chuyện *thâm cung bí sử* chú hổng biết đâu."

Chú Mười vẫn tỏ ra nghi ngờ, ông Chín tâm sự tiếp:

"Chỗ tình anh em tui nói thiệt mà hổng sợ chú báo cáo. Tin, thì chú cứ tin đi. Bây giờ nó cho chú làm gì trong tỉnh ủy Long An, chú tưởng bền chắc? Sau ít tháng hoặc cùng lắm là một năm, chú sẽ biết tất cả!"

Và đúng như kinh, đâu chừng hơn một năm - về thời gian này ông Chín nói sai - chú Mười *được phục viên* để nhường chỗ cán bộ từ miền ngoài vô thế.

Ngô Sỹ Hân

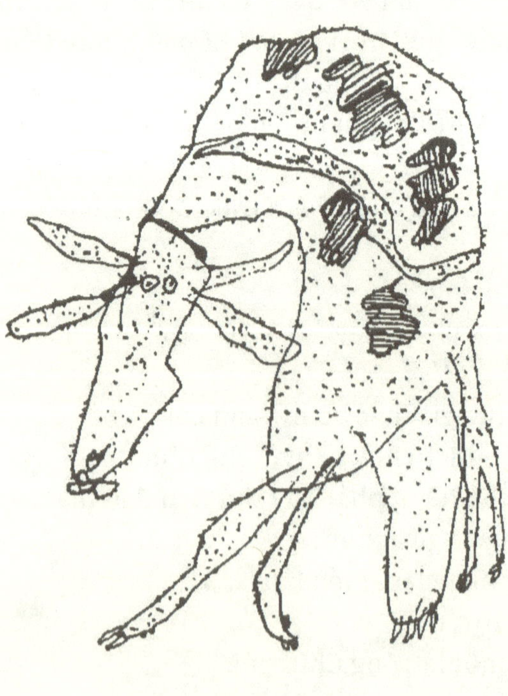

LÊ HOÀNH PHÒ

Phim Màu Tím Hoa Sim Đoạt Giải Oscar!

OSCAR năm nay đã công bố. Việt Nam đã lần đầu ghi tên mình!

Thực hay mơ đây? Tôi về nghỉ hưu, mới tập tành viết chuyện phim lần đầu tiên mà thành công đến thế sao?! Khởi viết vào dịp Kỷ niệm 15 năm ngày mất của nhà thơ Hữu Loan 18/3/2010 rồi chuyển thể kịch bản rồi... Phim có phụ đề hai ngôn ngữ, người ta chiếu cố hay là do xuất sắc? Thực mà như mơ. Tam giác đầu tư Việt - Mỹ - Hàn thật tuyệt vời!

OSCAR đã vinh danh đạo diễn họ Nguyễn, biên kịch họ Lê và Trần cùng hai diễn viên chính họ Hoàng và Lý. Đặc biệt có giải tiềm năng họ Phạm cho diễn viên phụ chỉ xuất hiện độ chừng 90 giây. Trai không kiêu hùng, chỉ có trí tuệ và phong sương, còn gái chẳng kiêu sa, mà chỉ là trong trắng và hiền thục.

Chuyện phim tôi viết quá dễ dàng, vì tiểu sử nhà thơ Hữu Loan và khung cảnh lịch sử, xã hội của giai đoạn này quá đủ đầy, chẳng cần thêm thắt gì nữa, dù chỉ là một chút. Nhà thơ không chỉ là của gia đình dòng họ, của người vợ trẻ mất sớm, không chỉ là của quân đội, của giới văn nghệ sĩ. Chỉ cần một bài thơ bậc thang Màu Tím Hoa Sim thôi, ông đã thuộc về nhân dân Việt và ngược lại, công chúng đã sẻ chia nỗi đau to lớn cùng ông.

Vấn đề lớn nhất của phim là cách sắp đặt câu chuyện tình màu tím thôi. Tôi cho mở đầu phim là cận cảnh sự khốc liệt của cuộc kháng chiến chống giặc Pháp và những chuyện rất thật, rất đời của con người, của tình đồng đội, đồng hương. Ra đi kháng chiến cùng ngày tháng, mà bạn bè cùng trang lứa, cùng phố thị, thôn xóm thì kẻ còn người mất.

Giữa hai đợt tiến công còn mịt mờ thuốc súng, các thân xác đầy vết máu loang, một anh quân bưu vượt qua bom đạn, chân bị thương nhưng vẫn cố băng đến chiến tuyến của Đại đoàn 304 để đưa một lá thư. Vâng, chỉ một lá thư không tem, nét chữ nguệch ngoạc từ đồng chiêm trũng quê nhà đã gửi đi từ lâu. Các anh lính trẻ vội reo lên, nhưng, những người lính còn sống nao lòng chờ đợi thì thư nhà, thư người yêu chưa đến, mà người chiến sĩ quả cảm trong đồng đội vừa mới hy sinh thì lại có lá thư nhà đó! Thật cay đắng, thật xót xa bi thương. Nỗi buồn chiến tranh!

Còn về đoạn kết của phim là hai bóng người mờ dần, mờ dần đi trên đồi tím hoa sim, tím chiều hoang biền biệt. Cảnh mờ dần cho đến lúc chỉ còn một anh bộ đội trẻ khoác ba lô đi chầm chậm, anh không đi với người con gái yêu thương kia mà anh chỉ đi với bóng dáng ảo ảnh của người đó thôi! Cùng với đoạn ngâm thơ giọng Bắc điệu ngậm ngùi "À ơi. À ơi... Áo anh sứt chỉ đường tà. Vợ anh chết sớm, mẹ già chưa khâu...". Khán giả rơm rớm nước mắt trong nỗi xuýt xoa hối tiếc câu chuyện tình, vì màn hình phim đã... The end.

Bộ phim tình cảm lãng mạn và bi tráng về mối tình người trai khói lửa và cô gái trẻ trong cuộc kháng chiến chống Pháp ở Việt Nam. Trong phim, các bạn yêu thích văn thơ thì sẽ được gặp, được thấy cảnh sinh hoạt kham khổ trên núi đồi, rừng sâu, bên sông suối, nương rẫy của các văn nghệ sĩ nổi tiếng tham gia kháng chiến, tràn đầy khí phách của lòng yêu nước, và cũng không kém phần lãng mạn thôi thúc, như Văn Cao, Phạm Duy, Nam Cao, Nguyên Hồng, Tố Hữu, Chế Lan Viên, Phùng Quán, Nguyễn Đình Thi, Trần Dần, ... Những đoạn phim xen kèm với một số nhạc điệu các bài hùng ca, tình ca để đời cũng như vài khúc ngâm các bài thơ bất hủ của họ trong kháng chiến, và cả tiền chiến.

Phim hoàn toàn phi chính trị. Bộ phim tình cảm trên nền lịch sử và văn hóa vùng miền, trên thực tế xã hội và ước vọng riêng tư, tả câu chuyện tình bi thương của nhà thơ Hữu Loan. Phim được giới hạn ngay thời điểm một trong ba người anh đi bộ đội của nàng Lê Đỗ Thị Ninh, anh trai tiểu đoàn trưởng, đã anh dũng ngã xuống tại đồi Him Lam, vài giờ trước khi tập đoàn cứ điểm Điện Biên Phủ hùng mạnh của thực dân Pháp thất thủ!

Gia đình nàng là một gia đình quan chức cao cấp trong guồng máy cai trị của người Pháp ở Đông Dương. Còn chàng là một trí thức trẻ, con trai của vợ chồng người nông dân huyện Nga Sơn thuộc xứ Thanh nghèo khó, nhưng chàng vô cùng thông minh, chăm chỉ và tài hoa, khoai đùm sắn bới lên thị xã theo học college Đào Duy Từ.

Huyện Nga Sơn quê hương ông, phía bắc có dãy núi Tam Điệp lịch sử, bờ biển khá dài, phía nam có con sông Lèn chảy qua. Nơi đất khổ có sản vật chiếu cói truyền thống này, gia đình ông có thẻo ruộng lúa và đồng cói, vạt đồi trồng sắn khoai. Thuở nhỏ, ông hay nghịch ngợm lấy phẩm màu sơn chiếu ở nhà xưởng xóm trên, viết nguệch ngoạc theo các chữ triện, chữ Hán, chữ Việt mà cô chú, cha mẹ in lên hoa văn, mặt mày hớn hở còn tay chân lấm lem, rồi lớn lên một chút, ngày ngày theo cha mẹ ra đồng phụ giúp chặt cói, bó từng bó, lặc lè siêng năng khiêng trên đôi vai gầy ốm về nhà.

Giữa những buổi lao động vất vả, dưới bóng cây, ông chăm chú đứng nghe các bô lão, ông bà kể chuyện xưa tích cũ, nào họ Hồng Bàng, các vua Hùng, sự tích quả dưa hấu của Mai An Tiêm, kể về phong trào Cần Vương chống giặc Pháp xâm lược, cuộc khởi nghĩa Ba Đình do anh hùng Đinh Công Tráng lãnh đạo,... Đất xứ Thanh, ghi dấu lịch sử 10 năm kháng chiến đánh đuổi giặc Minh của Lê Lợi và quân sư Nguyễn Trãi, khi lên ngôi hoàng đế đóng đô ra ở Đông Kinh, vua Thái Tổ đã cho xây dựng ở quê hương đất tổ Lam Sơn một kinh thành gọi là Lam Kinh. Tất cả những hồn thiêng sông núi đã hun đúc tình yêu quê hương đất nước, mầm mống văn chương, xây đắp lòng dũng cảm, óc kiên nghị, hiểu thêm về thân phận người dân đen, đời sống xã hội thuộc địa, bị các tầng áp bức, bóc lột, ...

Phim kể nhẹ nhàng về tính cách cùng các ước vọng giản dị của Hữu Loan. Ba cột mốc chuyển biến rõ rệt: khi xa nhà lên thị xã học, khi tham gia các hoạt động đoàn thể, cướp chính quyền, và khi vào bộ đội đi kháng chiến, gặp nàng, cưới vợ.

Tôi nhớ vào mỗi dịp Tết ở làng quê, mẹ tôi ra vườn chặt nhiều tàu lá chuối đẹp rồi róc lấy phần lá lớn, chỉ để lại cọng và ngọn, chúng tôi hay cầm lấy chạy chơi! Do đó tôi đã dựng ra một trò chơi tuổi nhỏ của ông, tạo điểm nhấn về sự sáng ý từ bé. Ông thấy người lớn bỏ đi tàu lá chuối như thế, sau phần cắt lá to để gói cơm, gói hàng quà nên ông nghịch ngợm cầm đầu cọng giương cao mà chạy. Rồi ông nghe kể về con diều, thả diều, ông đã mày mò, dùng phần ngọn tàu lá chuối khô to, lấy mấy lạt tre găm vào, ép thẳng thớm, xong khéo léo cột vào vài mét dây gai làm gân chiếu, cầm chạy thả trong tiếng hò reo thán phục của đám trẻ chăn trâu!!!

Duyên phận. Duyên may có được qua tính cách mê say học hỏi tri thức, chàng tằn tiện ăn mặc để có ít tiền mua thêm sách vở. Chàng đã tình cờ tìm mua sách báo đúng ngay cửa hàng sách của mẹ nàng, buôn bán làm thêm lúc đi sơ tán.

Như chúng ta thường thấy, người mẹ đã tìm chọn ra người bạn đời cho con gái cưng của mình, phu nhân của một Tổng thanh tra ngành ở Đông Dương, thì hẳn chàng trai đó phải thông tuệ như thế nào rồi!

Chuyện phim kể về ba người anh nàng, được gia đình giáo dục rất tốt, đã lên đường nhập ngũ, đi theo tiếng gọi thiêng liêng của Tổ quốc lúc nguy nan! Sau này, hai anh còn sống sót qua cuộc chiến hy sinh gian khổ là một tướng lĩnh quân đội và một lãnh đạo đoàn thể nổi tiếng. Ba người anh nàng, từ chiến trường Đông Bắc, được tin em gái mất trước tin vui em lấy chồng! Ngày hợp hôn, nàng không đòi may áo mới. Nhà thơ mặc đồ quân nhân, vẫn giữ vết bùn đất hành quân.

Thầy giáo của các anh nàng, rồi thầy giáo của nàng lúc tản cư, Hữu Loan đã yêu nàng như tình yêu người em gái.

Hai người, họ đã gặp nhau lần đầu tiên khi nào? Đó là khi người mẹ sai con gái nhỏ, mang trà bánh ra mời khách. Cô bé dễ thương vô tư cười chào cậu giáo trẻ đang rụt rè đến nhà dạy kèm buổi đầu. Mối tình trong sáng thân quý như anh em, đó cũng là mơ ước về tình bạn, tình yêu chân thành khi nàng thành thiếu nữ. Đến khi chàng ra Hà Nội học thi Tú Tài, duyên phận gặp lại nhau, tình cảm trai gái nhanh chóng nảy nở mau dần qua thời gian, ...

Khung cảnh gặp lại nhau tại đất Thăng Long xưa. Tôi sắp xếp chuyện phim thêm bất ngờ tình tứ, tôn giá trị văn hóa và con người. Đôi bạn gặp lại trên phố cổ, gần lối ra hồ Gươm. Hai người cùng đi qua đường, hai phía ngược chiều nhau bỗng nhận ra nhau rồi Hữu Loan vội băng qua đường quay lại. Tiếng gọi mừng rỡ liên tiếp của chàng: Em Ninh! Em Ninh! Rồi lời chào cúi đầu e thẹn và nụ cười của nàng làm khán giả vui lây cùng hai nhân vật!

Họ quá đỗi vui mừng rồi cùng nhau ra trò chuyện tíu tít hỏi thăm dưới chân Tháp Bút. Đoạn phim chiếu đỉnh tháp là một ngòi bút lông dựng ngược, trên thân ba tầng giữa có khắc theo chiều dọc ba chữ Hán寫青天 - Tả Thanh Thiên, Viết lên trời xanh, phim lia xuống đôi bạn, thấy rõ bài "Bút Tháp chí" do Phương Đình Nguyễn Văn Siêu soạn năm 1865 khắc trên thân tháp.

Những quang cảnh lịch sử, văn hóa tiêu biểu đầy chất thơ của vùng đất ngàn năm văn hiến, như Văn miếu Quốc Tử Giám, 36 phố phường, đền Quan Thánh, chùa Trấn Quốc, đường Cổ Ngư, hồ Tây mùa thu, chợ Đồng Xuân, ... đều có những thước phim chấm phá ghi lại các bước chân vui sóng đôi. Tất nhiên, không thiếu cảnh họ nghỉ chân ngồi ăn vặt, cười đùa, trò chuyện nơi quán nước dưới gốc đa bên đường, ...

Rồi đôi uyên ương về chung nhà tròn đầy hạnh phúc mơ ước, nhưng chưa hết tuần trăng mật, chàng phải tiếp tục lên đường hành quân theo Đại đoàn 304! Từ chiến khu xa, chàng lo, chàng nhớ và luôn ái ngại: "Lấy chồng thời chiến binh. Mấy người đi trở lại...".

Sự hy sinh của người lính dũng cảm nơi trận mạc là anh hùng. Nhưng. "Nhưng không chết người trai khói lửa mà chết người em gái nhỏ hậu phương". Thật là tận cùng nỗi đau thương. Chiếc bình hoa ngày cưới nay là bình nhang tàn lạnh nơi mộ nàng!

Hình ảnh người vợ trẻ, bị trượt chân ngã nơi bến sông vắng, cảnh thương tâm đuối nước được chiếu lại đôi lần với những góc độ khác nhau, thời gian khác nhau.

Xen kẽ trong phim là những hồi tưởng, những cảnh sinh hoạt thanh bình của làng quê. Tôi đã đưa thắng cảnh động Bích Đào, sau gọi là động Từ Thức mà mình từng đến thưởng lãm, sau khi đến tận nhà thăm ông. Chắc mọi người đều nhớ truyện chàng Từ Thức, quan tri huyện Tiên Du, vốn tính thích làm thơ, mê ngao du sơn thủy, lấy vợ tiên, nàng Giáng Hương trong "Truyền kỳ mạn lục" của danh tài Nguyễn Dữ.

Động Từ Thức có nhiều thạch nhũ kỳ lạ, lấp lánh tuyệt trần ở Nga Thiện, Nga Sơn quê ông. Nơi mà "ngày xưa có gã từ quan lên non tìm động hoa vàng ngủ quên".

Nhà thơ Hữu Loan của chúng ta và cô Ninh, sau khi xin phép mẹ nàng. Họ là hai anh em tung tăng đi dạo chơi, trò chuyện tâm tình, chàng đọc và bình mấy câu thơ đề nơi vách núi của cụ Lê Quý Đôn cho nàng nghe. Cô Ninh càng nghe càng khâm phục sự hiểu biết, càng cảm mến amh thầy hơn! Chàng Từ Thức đời nay đã có nàng Giáng Hương, không phải từ cõi tiên đến, vô ý làm gãy cành mẫu đơn để Từ Thức có cơ hội cởi chiếc áo gấm đang mặc để chuộc tội cho người đẹp, mà là từ cõi trần thế ở Hà Nội sơ tán về! Đoạn phim này tôi cho mờ mờ ảo ảo, không rõ là hai người có thề nguyền, hứa hẹn hay thì thầm cầu mong điều gì với nhau, cho nhau ở miếu Sơn Thần vô cùng linh thiêng nơi động tiên đó?!

Những thước phim nàng Ninh thương nhớ chồng chinh chiến phương xa, những buổi hoàng hôn ngồi buồn lặng lẽ, kỷ niệm ngày vui ngắn ngủi bên nhau cứ mãi hiện ra! Mẹ nàng hiểu tất cả! Những lúc bên bếp lửa, hai mẹ con tâm sự nhỏ to chia sẻ.

Hình cảnh nàng lần giở mấy cuốn sách quý của chồng, từng trang, từng trang, lòng rưng rưng, từng giọt nước mắt nhớ nhung, lo lắng nhỏ xuống! Cùng lúc đó, ở đơn vị xa, nhà thơ của chúng ta cũng cố nén tình riêng, nỗi nhớ thương người vợ trẻ để toàn tâm toàn ý cho việc lớn của đoàn thể, nắm chắc tay súng kháng chiến chống giặc ngoại xâm.

Tôi đã viết chuyện phim một cách cuồng say, vì tôi đã vinh hạnh duyên may sung sướng. Tháng 3 năm 2010, chính tôi đây đã cùng các đồng nghiệp nghề giáo Đà Nẵng ra công tác Thanh Hóa, tranh thủ đến quê nhà thăm ông. Chúng tôi đã được gặp nhà thơ có cuộc đời bi tráng nhất, một tiên ông đạo cốt, đã minh mẫn đến giây phút chót cuộc đời thế thái.

Chúng tôi là đoàn khách cuối cùng về thôn Vân Hoàn, Nga Lĩnh thăm ông. Tuần báo Văn nghệ của Hội nhà văn VN, báo Tuổi

Trẻ đã nhắc đến trong thông báo tin buồn, nhà thơ Hữu Loan vừa rời cõi tạm cho nhân dân cả nước hay biết.

Đoàn giáo viên phía nam đến thăm khi cả nhà đang lấm lem tưng bừng tát ao bắt cá, bên ngôi nhà lợp cỏ tồi tàn xưa. Bà Nhu, vợ sau của ông, bị gãy tay bó bột, đang nhai trầu vui cười ngồi ghế chỉ đạo con cháu úp nơm chỗ này chỗ kia. Chuyện bà Nhu lắm bi thương, ba mẹ bà là địa chủ yêu nước, từng giúp đỡ cứu trợ cho nhiều đơn vị bộ đội thuộc Đại đoàn của Hữu Loan.

Trong căn nhà xây tình nghĩa, anh bạn tôi, hỏi ông bằng tiếng Pháp, ông có thể uống chút rượu? Ông đang nằm, ông liền cười vui móm mém và xổ luôn cả tràng tiếng Tây. Oui. Oui.... vous... rồi sai người con trai cả lấy rượu mời khách văn.

Tôi đã may mắn được kịp nắm, được kịp cầm bàn tay tài hoa trước khi ông đi xa theo mối tình đầu, gặp nàng yêu xưa nơi chín suối. Bàn tay nhà thơ, nay đã nhăn nheo song vẫn ấm áp của tuổi bách niên, của con người thông minh, chính trực. Một trí thức biết dấn thân mà nhiều người dân Việt Nam quá ngưỡng mộ.

Khi còn là một cậu học trò bắt đầu lớn khôn ở xứ Huế mộng mơ, tôi đã nghe biết rồi thần tượng ông, như nhiều người yêu mến văn chương khác, nhất là dòng thơ ca kháng chiến, tôi cũng khá thuộc bài thơ tím của ông!

Tôi run run sung sướng nắm lấy bàn tay nhà thơ, bàn tay ngày xưa nhiệt thành viết bài dạy kèm cho các anh em nàng, đã lật giở đọc biết bao trang sách vở mà chàng tuổi trẻ mê say, bàn tay đã cầm phấn dạy tiếng Tây ở trường Trung học, bàn tay viết văn cho Mặt trận dân chủ, cho Việt Minh, bàn tay từng cầm súng chiến đấu, đã ký những công văn dựng xây lúc phụ trách các Ty giáo dục thông tin, ty công chính Thanh Hóa khi cách mạng mùa Thu thắng lợi, bàn tay viết bao văn thơ theo tiếng lòng, theo nụ cười của riêng ông, ...

Trên hết thảy, bàn tay ông đã viết những dòng thơ như máu nóng, như rút cả thịt xương khi bất ngờ nhận hung tin đau xót nhất, nhớ tiếc nuối thương người vợ bé bỏng không may trượt chân ngã nơi bến sông quê, ... Bàn tay của con người dũng cảm, con người khí khái của anh cán bộ Vệ quốc đoàn sau này, người lặng im, đã lên núi Nga Sơn chẻ đá rơm rớm máu để độ nhật và nuôi vợ con, bàn tay chai sần cố níu kéo, cố ghìm cho xe đạp thồ chở đá nặng trĩu khỏi lao dốc xuống dưới vực sâu nhưng vẫn nở nụ cười kín đáo, ...

Bài thơ Màu Tím Hoa Sim, Hữu Loan bột phát viết lên tâm sự của mình ngay tại mộ người vợ yêu dấu, lúc từ chiến khu về thắp hương lần đầu tiên, ghi trên quạt giấy. Về sau gởi chiếc quạt thơ cho người bạn ở Thanh Hóa, người bạn đã chép lại rồi kín đáo chuyền tay nhau, lan rộng dần... Bài thơ tình hay nhất thế kỷ 20, số phận bài thơ cũng nghiệt ngã như số phận tác giả! Bài thơ tình riêng mà ai ai, khi nghe về, khi được nhắc tới hay khi lên đồi thấy hoa sim tím, lòng đều man mác lẩm nhẩm vài câu thơ hay hát theo những ca từ nồng nàn phổ thơ, bài "Những đồi hoa sim" của Dzũng Chinh, "Màu tím hoa sim" của Duy Khánh, "Áo anh sứt chỉ đường tà" của Phạm Duy, ...

Lòng tôi mãi bâng khuâng thương tiếc và kính phục một CON NGƯỜI.

Xin cảm ơn ê kíp làm phim. Vô cùng cảm ơn khán giả nhiệt thành và ban giám khảo! Thành thật cảm ơn và xin lỗi quý bạn đã đọc đến đây! Câu chuyện làm phim chỉ là giấc mơ hoa thôi các bạn ơi!

Lê Hoàng Phò

Đà Nẵng 2025

VÕ PHÚ
Cơm Cháy

Trưa nay, lúc giờ cơm trưa, trong căn phòng thí nghiệm vắng, ai nấy đều đang bận rộn họp hành ở một hội nghị khoa học bên ngoài. Tôi có đôi phút thư thả giữa dòng thời gian luôn trôi... Trên Facebook cá nhân của tôi bất chợt nhắc lại một mẩu tùy bút tôi viết cách đây đúng mười năm: một mẩu chuyện nhỏ về cơm cháy, một món ăn bình dị mà có lẽ, cả đời này tôi chẳng bao giờ quên được. Và thế là, giữa khoảng không yên tĩnh của một buổi trưa, tôi lặng lẽ đọc lại, viết lại và sống lại... như thể chạm vào một góc nhỏ rất sâu của đời mình.

-oOo-

Buổi sáng hôm đó, tôi thức dậy trễ. Vội vàng, tôi chẳng kịp chuẩn bị bữa sáng tươm tất cho con trai (khi ấy con học lớp 2). Trong lúc hấp tấp, tôi vớ lấy hai lát bánh mì, bỏ vào lò nướng cho vàng giòn, rồi nhanh tay quệt một lớp phô mai mỏng, rắc thêm chút đường cho ngọt. Một món ăn vụng về, không cầu kỳ, như cách một người cha không khéo tay nhưng vẫn gắng làm điều tốt nhất cho đứa con mình yêu.

Cậu con trai nhỏ cầm lát bánh lên, xoay qua xoay lại một cách lưỡng lự, rồi đặt nhẹ xuống bàn, gương mặt phụng phịu:

– Ba ơi, con không thích bánh mì này... Con muốn ăn loại peanut butter and strawberry jelly (bơ đậu phộng với mứt dâu) kia.

Tôi mỉm cười nhẹ, nén một tiếng thở dài:

– Nhà mình hết rồi con. Ăn tạm cái này nha.

Cu cậu nhăn mặt:

– Dạ thôi... con không ăn đâu... khó ăn quá. Con uống sữa cũng được.

– Ừ, tùy con vậy...

Tôi không buồn không giận con. Tôi hiểu. Trẻ con sinh ra trong đủ đầy, không thể nào hiểu được cảm giác của một cái bụng đói. Nhưng trong ánh mắt ngây thơ ấy, bất giác tôi thấy lại chính mình, của nhiều năm về trước, nơi một góc bếp nghèo, bên ánh đèn dầu leo lét, có một người mẹ gầy gò vẫn ngày ngày chắt chiu từng hạt gạo... và cơm cháy là tất cả những gì còn lại sau một ngày dài mưu sinh.

-oOo-

Ngày ấy, nhà tôi nghèo. Nghèo đến mức từng bữa cơm phải chắt chiu, từng đồng bạc lẻ cũng phải đắn đo trước khi tiêu. Ba tôi bị bắt đi tù, để lại mẹ một mình gồng gánh cả gia đình: bốn đứa con thơ dại và một bà nội già yếu, mù lòa.

Mẹ tôi là một người phụ nữ nhỏ, dáng người gầy gò, nước da rám nắng vì sương gió. Dù thân hình bé nhỏ, nhưng đôi vai ấy đã gánh cả cuộc đời, gánh hết nỗi vất vả, lo toan, và cả tình thương không lời dành cho chúng tôi.

Mỗi sáng tinh mơ, khi thị xã Vĩnh Lương còn chìm trong sương lạnh, người người còn cuộn tròn trong giấc ngủ, mẹ đã lặng lẽ rời khỏi nhà với đôi quang gánh nặng trĩu, mang bánh canh ra đầu hẻm khu tập thể để bán, mở đầu cho một ngày lam lũ, nhọc nhằn.

Trưa về, mẹ lại tất tả chuẩn bị bữa cơm cho các thầy cô giáo thuê trọ trong khu tập thể của trường. Bữa cơm mẹ nấu không chỉ mang hương vị của thực phẩm giản dị, mà còn thấm đẫm sự kính trọng, tận tâm và tình cảm chân thành mà mẹ dành cho những người làm nghề gieo chữ.

Chiều buông, khi người ta tan làm, tìm về nhà nghỉ ngơi, thì mẹ lại lặng lẽ quay vào bếp, lo bữa tối cho đàn con đói bụng đang ngồi ngóng đợi. Bốn đứa chúng tôi, đứa nào cũng lớn tồng ngồng, đang tuổi ăn tuổi lớn, cái bụng lúc nào cũng lép kẹp, lúc nào cũng thèm được no một bữa cho trọn vẹn.

Bữa cơm khi ấy đơn sơ lắm. Khi chỉ là đĩa rau luộc, chén nước mắm pha loãng, thêm vài lát cá khô mẹ nướng cháy cạnh. Vậy mà với chúng tôi, đó đã là cả một sự đầy đủ, một niềm hạnh phúc không lời. Không phải vì món ăn ngon, mà vì trong từng chén cơm ấy có bóng dáng tảo tần của mẹ, có tình yêu thương âm thầm mẹ vun vén mỗi ngày.

Đêm đến, khi cả nhà đã yên giấc, mẹ lại giặt giũ, chắp vá quần áo, quét dọn căn phòng chật hẹp mà sạch sẽ đến từng góc nhỏ. Một ngày của mẹ cứ lặp lại như thế, quay vòng trong chợ búa, bếp núc, giặt giũ, lặng lẽ như một cái bóng. Không một lời than. Không một tiếng trách. Cái lưng còng của mẹ không chỉ vì gánh hàng rong, mà là vì gánh cả cuộc đời của năm con người khác.

-oOo-

Giờ đây, khi ngồi nhớ lại, tôi mới hiểu được sự phi thường ẩn sau vóc dáng bé nhỏ ấy. Mỗi bước chân mẹ đi, mỗi tiếng rao mẹ cất, mỗi giọt mồ hôi mẹ đổ đều là những hạt mầm âm thầm gieo xuống để nuôi chúng tôi lớn lên khỏi nghèo khó. Dù bữa cơm ngày ấy có thể chỉ là chút cơm thừa, vài cọng rau, hay thậm chí là miếng cơm cháy khét lẹt dưới đáy nồi, thì trong đó luôn đầy ắp sự ấm áp bởi mẹ đã nêm vào đó tất cả tình thương của mình.

Tôi nhớ mãi những lần thấy mẹ dọn cơm cho các thầy cô thuê trọ. Chúng tôi, những đứa trẻ lớn xác nhưng bụng đói meo, chỉ dám đứng nép ở góc nhà, nuốt nước miếng mà không dám lại gần. Chúng tôi hiểu, đó không phải là phần dành cho mình. Chỉ khi mâm cơm được dọn xuống, còn sót lại chút cơm thừa, vài cọng rau nguội, mẹ mới nhẹ nhàng gọi bọn tôi vào chia ăn.

Có những hôm, chẳng còn lại gì ngoài lớp cơm cháy khét đen ở đáy nồi. Mẹ cạy từng miếng, dính cứng như đá, lại lẫn sạn, chia đều cho chúng tôi. Chúng tôi ăn ngon lành, không một lời than. Không phải vì ngon, mà vì đó là tất cả những gì có thể ăn được. Vì cái đói khiến miếng cơm khét cũng trở nên quý giá.

Còn phần mẹ? Lúc nào cũng là sau cùng. Khi chúng tôi đã no, hay đúng hơn là tạm yên bụng, mẹ mới lặng lẽ ngồi xuống, nhúng miếng cơm cháy còn sót vào chén đường mật; thứ đường mía đen quánh, gắt rồi nhai chậm rãi, từ tốn, như thể đang ăn món quà sang trọng nào đó.

Tôi từng ngạc nhiên hỏi:

– Mẹ ơi, cơm cháy khét, sao mẹ ăn ngon vậy?

Mẹ chỉ cười, ôm tôi vào lòng, thì thầm:

– Khi người ta đói, con ạ, thì bất cứ thứ gì ăn được cũng trở nên quý. Với mẹ, cơm cháy là cơm. Là no bụng. Là sống sót. Và là tình thương... của một người mẹ chẳng còn gì để cho ngoài một trái tim đầy thương yêu.

Hôm nay, khi con tôi từ chối một miếng bánh mì còn thơm mùi bơ, tôi không giận. Tôi chỉ nhớ mẹ.

Tôi nhớ mùi cơm cháy khét lẹt, nhớ vị ngọt gắt của đường mật, nhớ cái lạo xạo của hạt sạn giữa răng. Nhưng trên tất cả, tôi nhớ ánh mắt mẹ, dáng ngồi nhỏ thó bên góc bếp, và nụ cười dịu dàng như thể đang ăn thứ ngon nhất trên đời.

Người ta thường xem cơm cháy là phần thừa, phần cháy khét dưới đáy nồi. Cơm cháy ngày xưa chai cứng, sần sùi, đôi khi lẫn cả sạn, chẳng mấy ai muốn động đến. Nó là thứ mà trong nhiều căn bếp hiện đại ngày nay, chỉ cần một nút bấm là có thể tránh khỏi. Nhưng với tôi, chúng tôi cơm cháy, ngày ấy không phải là món bỏ đi. Ngược lại, đó là một món ăn của ký ức, là thứ đã nuôi lớn tôi bằng sự chắt chiu, bằng mồ hôi, bằng tình thương của mẹ.

Ngày ấy, cơm cháy không phải là món ăn đặc sản, càng không phải thứ được đóng gói hút chân không, có nhãn hiệu, có giá bán và được bày trang trọng trên kệ siêu thị. Cơm cháy ngày ấy là sản phẩm "bất đắc dĩ" của những bếp lửa củi chụm bằng vỏ dừa, bẹ dừa, rơm rạ... nơi mà nồi cơm được nấu bằng cái nồi nhôm cũ móp méo, đen nhẻm vì khói. Lửa khi thì yếu ớt, khi thì bùng lên bất chợt. Và mẹ, lúc nấu cơm cũng chẳng bao giờ chỉ làm mỗi một việc. Me vừa lo trông nồi, vừa rửa rau, giặt đồ, ... Có hôm mải tay, mẹ quên khuấy, để rồi dưới đáy nồi hình thành một lớp cháy dày, khét lẹt, cứng ngắc.

Thế nhưng, dù có khét, có khô, có dính sạn, cơm cháy vẫn là... cơm. Và trong hoàn cảnh khi đó, cơm cháy còn quý hơn cả những lát khoai mì Ấn Độ chưa lột vỏ, ăn vào nhẫn đắng đến xanh mặt mà vẫn phải nuốt cho đầy bụng. Mẹ không nỡ bỏ đi một hạt cơm nào, bởi mỗi bát cơm đều được đánh đổi bằng mồ hôi, bằng những buổi sớm chưa kịp sáng đã ra chợ, và cả những đêm mẹ chưa ngủ đã phải thức vì lo toan.

Từng hạt gạo trong nhà tôi ngày ấy không chỉ là lương thực mà là công sức, là tình thương, là tấm lòng tảo tần của người phụ nữ gầy guộc chống chọi với đời để nuôi dạy một đàn con lớn khôn trong những năm tháng tận cùng của nghèo khó. Và cơm cháy lại trở thành biểu tượng của sự chắt chiu, chịu đựng và yêu thương âm thầm không cần lời.

Cơm cháy cũng là phần mẹ thường ăn cuối cùng, sau khi đã chia phần cơm ngon cho chúng tôi. Mẹ cạy những miếng cơm khét, chấm vào chén đường mật nâu sóng sánh, rồi nhai chậm rãi như đang thưởng thức điều gì quý giá lắm. Khi tôi tò mò xin một miếng, cắn vào rồi nhăn mặt vì mùi khét, vì độ cứng, mẹ chỉ cười hiền và ôm tôi vào lòng, nói:

"Khi người ta đói, con ạ... thứ gì ăn được cũng thấy ngon. Với mẹ, cơm cháy là cơm là no bụng, là sống sót, là yêu thương."

Giữa thế giới hôm nay, nơi bữa ăn có thể là món ngoại nhập, nơi hạt gạo được vo bằng nước lọc trong, nấu bằng nồi điện tử hiện đại, có lẽ người ta dễ quên đi một thời từng thèm khát miếng cơm cháy. Người ta cũng dễ quên rằng từng hạt gạo trong chén cơm trắng muốt kia đã được tưới bằng bao nhiêu giọt mồ hôi, nước mắt, và thậm chí là những tháng ngày đói khát của người đi trước.

Cơm cháy, với tôi, là một bài học đầu đời về sự biết ơn, về lòng nhường nhịn, và hơn hết là về tình thân. Nó nhắc tôi nhớ rằng không phải món ăn nào ngon cũng vì vị, mà có những món ngon vì người đã làm ra nó, vì tình yêu ẩn sau nó, và vì những câu chuyện nằm sâu trong từng miếng ăn tưởng chừng rất đỗi giản đơn.

Và đôi khi giữa một bàn tiệc thịnh soạn, tôi vẫn thấy thèm... một miếng cơm cháy cháy cạnh, cứng ngắc, nhưng thấm đẫm vị của một thời nghèo khó, vị của một mái bếp cũ, vị của bàn tay mẹ: mặn, ngọt, khét và... thương.

Võ Phú

Richmond, 08132025

NGUYÊN CẨN

ĐÊM TRĂNG VỠ...

Tiệc tàn. Các giáo viên chia tay nhau. Những mái tóc điểm sương, những khóe mắt xếp ly nhìn nhau bịn rịn, nấn ná trò chuyện hay chụp hình lưu niệm trên đường ra khỏi nhà hàng Nổi. Dòng sông Bến Tre lấp lóa dưới ánh trăng 14. Dung lặng lẽ đến bên Hoài, hỏi khẽ: "Anh muốn quá giang xe em về Sài Gòn không? Em lên trên đó có chút việc." Hoài gật đầu ngay tức thì. Chàng hiểu con tim mình đang xao xuyến với những xúc cảm ngày xưa. Dung thì khác. Xa quê hương đã lâu nhưng lúc này nàng về thường xuyên vì nàng đang đại diện cho một tập đoàn lớn về thuốc thú y thủy sản của Mỹ. Hơn nữa, nàng đã tìm ra đại lý tại Việt Nam nên công việc khá thuận lợi. Hôm nay nàng về dự họp mặt cựu giáo chức trường trung học Bình Đại. Một số giáo viên từ Sài Gòn thuê xe 16 chỗ xuống cũng lục tục ra về. Hoài nói với Chúc, ông bạn già cùng đi: "Anh nói mọi người về trước đi nhen. Mình có xe rồi!". Chúc nhoẻn miệng cười: "Biết rồi. Coi chừng nhen ông. Đúng là tình cũ không rủ cũng tới!".

Vào xe, chàng nắm nhẹ tay nàng. Khô và gầy hơn xưa. Tóc nàng vẫn còn đen nhưng chắc là do nhuộm nên nhìn kỹ chân tóc thấy có vài sợi bạc. Dễ chừng đã hơn 25 năm rồi họ mới gặp lại nhau. Hoài thì cũng về hưu, chỉ còn tham gia các hội thảo văn học vì chàng là một nhà phê bình có uy tín trong giới. Nàng đưa tay ra sau vén tóc lên. Nét đẹp ngày xưa còn phảng phất với chiếc mũi cao, mặt trái xoan, vành môi trái tim dù hơi nhợt nhạt nhưng cũng đủ nhắc lại một thời bao nhiêu chàng trai từ giáo chức đến học sinh phải ngưỡng mộ. Vậy mà Hoài đã từng chiếm hữu cái nhan sắc lộng lẫy ấy nhiều năm khi họ còn dạy cùng nhau, kể cả sau khi Dung lấy chồng, một viên chức hiền lành, thiếu cá tính. Hoài ăn nói sắc sảo, thông tuệ, một "ngôi sao" trong hàng ngũ giáo chức, nên rất đào hoa. Không giỏi làm thơ nhưng thuộc rất nhiều thơ và cũng biết vận dụng cho mục đích riêng mình.

Xe chạy ban đêm tốc độ cao. Dung khen: "Bây giờ đường sá tốt hơn xưa nhiều anh hen. Em nhớ ngày xưa đi xuống Bình Đại mất cả ngày trời, mệt muốn ch...ớt". Chữ chết được nàng kéo dài làm Hoài bật cười. Cái giọng Nam bộ rặt ấy gợi lên trong chàng cả một vùng trời kỷ niệm. Chàng choàng tay qua vai nàng. Nàng để yên không nói. Bác tài cắm cúi lái, xem như không biết gì phía sau. Hoài thì thầm vào tai nàng:

Tôi dối lòng tôi trăng sắp mờ
Trăng mờ em sẽ thấy bơ vơ
Sẽ thương cho những con đường cũ
Và nhớ bao nhiêu lối hẹn hò.

"Em có nhớ bài thơ của Trần Dạ Từ anh hay đọc cho em nghe hồi đó không?".

Ngả đầu vào vai chàng, nàng hỏi: "Nói gì về anh đi. Lúc này chị Lan sao rồi?" Hoài thủng thẳng: "Vẫn thế. Con gái Huế hiền lành, nhẫn nhịn nhưng thâm sâu và chực chờ bùng nổ dữ dội. Nhưng từ lâu tụi anh sống gần như ly thân vì quá khác biệt quan điểm sống, khác biệt giờ giấc sinh hoạt. Cổ đi ngủ lúc 9 giờ còn anh đêm nào cũng phải 12 giờ hơn... Riết rồi tụi anh ở hai phòng khác nhau. Việc ai nấy làm." "Cha", Dung tặc lưỡi: "Vậy anh "giải trí" làm sao?". Nàng bật cười. Hoài hơi bối rối: "Thì cũng hên xui." - "Hên xui là làm sao, ra uống bia ôm hay em nghe nói mấy tiệm hớt tóc cũng có dịch vụ cho quý ông nữa phải không?". Hoài bối rối nhưng trấn tĩnh ngay: "Tuổi này chuyện đó đâu còn ghê gớm như em nghĩ. Đàn ông cũng bị "mãn dục" vậy." Dung nhìn Hoài dò xét: "Để lát em kiểm tra thử nhen." Xong nàng nhoẻn miệng cười. Nụ cười vẫn đẹp như xưa. Ánh trăng chiếu qua kính xe hơi, nhìn mình qua gương chiếu hậu. Chàng đọc hai câu thơ Quang Dũng:

Tóc anh đã thành mây trắng
Mắt em dáng thời gian qua.

Quả thật tóc chàng cũng bạc nhiều. Chàng không muốn nhuộm. Mặc kệ, bây giờ mọi chuyện cũng trở nên không còn quá quan trọng.

Bỗng Dung lên tiếng: "Anh làm triết gia từ bao giờ vậy? Hồi đó em nhớ anh thực tế và hăng hái lắm mà!".

Hoài cười giả lả: "Tuổi trẻ mà em! Lại là trí thức, phải có tiếng nói, có trách nhiệm với thời đại mình sống, chứ không thì là trí... ngủ rồi!". "Không ý em là anh hoạt động hăng say mà yêu cũng dữ dội. Cái nào là con người thật của anh? Nhà chính trị, nhà giáo hay nghệ sĩ đa tình? Em thấy anh cái nào cũng giỏi!". "Sao em nói vậy?" Hoài thắc mắc. "Anh từng từ Bến Tre về Sài Gòn dẫn đầu đám sinh viên biểu tình chống độc diễn bầu cử Thiệu Kỳ rồi lại xuống Bến Tre theo nông dân "quậy" chính quyền cũ." – "Mà anh vô Đảng chưa? Anh sống quá lý tưởng. Anh tin thiệt hay anh muốn mưu cầu chuyện khác? Cho đến giờ em cũng chưa hiểu anh hết." Hoài thủng thẳng trả lời: "Lúc đó anh tin thiệt em ạ! Mác xít là thứ chủ thuyết rất quyến rũ, không chỉ riêng anh mà bao nhiêu trí thức Tây phương cũng bị mê hoặc. Nhưng bây giờ anh hiểu như có ai đó nói: "Cách mạng chân chính được khai sinh bởi tư duy triết luận và khai tử bởi đầu óc ý thức hệ. Khi biến thành ý thức hệ bộc lộ nhiều lỗ hổng"." Dung nói như reo lên: "Ba em nói tuổi trẻ tin nhiều điều sai còn tuổi già lại nghi ngờ nhiều điều đúng!". Hoài thở ra và thủng thẳng nói: "Chết chỗ đó em ạ! Kierkegaard nói: "Có hai cái ngu: tin cái không có và không tin cái có. Ngày đó anh chỉ muốn dạy cho học trò thành Homo Sapiens Sapiens nghĩa là học phải đi liền với hỏi (vấn). Sapiens chưa đủ phải sapiens sapiens mới được. Học trò bây giờ học mà không thèm hỏi"."

Hoài nhớ những ngày lên lớp anh đã đem theo nào là hình ảnh, nào là báo chí, cả những tạp chí của Mỹ nói về chiến tranh để dạy cho học sinh về tinh thần phản chiến trong xã hội Mỹ. Học sinh sẽ nhớ hình ảnh lính Mỹ dắt tay các cô gái Việt Nam trong snack bar, xe tăng Mỹ kéo xác người và dạy các em những bài hát phản chiến. Chàng cũng đã từng đọc thơ Tố Hữu cho học sinh nghe nhưng nói tác giả là vô danh, nhất là bài *Con chim của tôi*. Những câu thơ như vận vào người chàng:

Sao nỡ dù trong giây phút thôi
Bắt con chim nhỏ hận câm lời
Sao không trả nó về mây gió
Cho nó say sưa uống ánh trời?

Dung ngắt dòng suy nghĩ của chàng: "Anh có khi nào hối hận không?". - "Không em ạ." Hoài trả lời: "Mọi chuyện đã qua rồi. Anh gặp nhạc sĩ Miên Đức Thắng, hỏi ảnh: "Sao hồi xưa nhạc anh dữ dội quá!"." Ảnh nói: "Tại tao tưởng chỉ có một bên giết người mới được lên lon nên viết nhạc phản chiến bị tù mấy năm, lãng xẹt!". Hoài còn chịu nhiều cay đắng hơn trong một lần về quê vợ ở Huế, vô tình ngay dịp Mậu Thân, cha của Lan vốn là một quan chức chính quyền Sài Gòn bị mất tích. Có nguồn tin cho biết ông bị quân giải phóng xử tử, nghe đâu bị chôn tập thể. Nàng khóc suốt mấy ngày. Đám em vợ biết quan điểm khuynh tả, thân Cộng của Hoài nên nói khích: "Anh Ba coi có quen tay nào làm lớn bên đó kiếm xác ông già đem về đi, chết vùi thây không biết ở đâu làm oan hồn, tội chết!". Hoài nín lặng trong những buổi họp mặt gia đình. Giữa vợ chồng sau Tết ấy dường như có một vách ngăn hay đúng hơn là một cái hố ngày một lớn hơn, xa hơn, không vượt qua được. Nhiều đêm nằm cạnh nhau, anh choàng tay qua nàng muốn hàn gắn lại nhưng nàng gạt tay ra và nói: "Anh yêu cái lý tưởng của họ, anh vô bưng đi chứ ở nhà làm chi? Ăn cơm quốc gia làm gì!".

Chàng bơ vơ trong gia đình mình, nhưng vẫn mê một thứ lý tưởng mà chàng hình dung cuốn hút đại chúng như những bài hát trong phong trào "Hát cho đồng bào tôi nghe". Chàng đã dạy học sinh hát những bài như *Xuống đường, Hát trong tù, Lúa reo trên khắp đồng bằng...*

Dung xen ngang dòng suy nghĩ của Hoài: "Em nhớ anh hay nói về Mác, nhưng em nghe nói Mác chủ trương tam vô phải không: vô gia đình, vô tôn giáo và vô tổ quốc phải không?".

Hoài lúng túng: "Ban đầu thì như vậy nhưng đến Lê Nin thì khác rồi." Dung tôn trọng Hoài có khi thần tượng hóa chàng nữa nhưng Dung vẫn cho rằng cuộc chiến tranh mà Hoài ca tụng là *giải phóng* ấy, mang tính chất *ủy nhiệm* giữa các đế quốc; một bên là Mỹ, phe kia là Liên Xô và Trung Quốc. Khi chàng lên án Mỹ và chính quyền miền Nam thì chàng vẫn tin phía bên kia phải có cái gì hay hơn! Gần một nửa nhân loại đi theo lý tưởng đó kia mà! Rồi giải phóng về, chàng được anh em trong bưng bảo vệ cho làm quyền Hiệu trưởng trường trung học nhưng cũng chỉ có chưa đến 8 tháng thì người mới về. Điều làm chàng dằn vặt và thất vọng nhất là khi được mời về Trúc Giang họp, chàng đon đả nói cười thì gặp chị thư ký nói: "Anh Hoài hả, anh đâu có tên đâu?". – "Sao vậy, mời họp Đảng viên mà." - "Không", chị ta nói như gào lên: "Đảng viên A, còn anh là B mà!". Thì ra họ phân biệt A là từ ngoài kia vào còn B là kết nạp tại chỗ. Chàng muốn khóc trong đêm ấy!

Ông giáo Hoài tiếp tục đứng lớp giảng dạy nhưng sự nghiệp, chính trị thì dừng lại. Không ai cất nhắc chàng vì nghe đâu thiên hạ nói chàng *tiểu tư sản* quá, yêu đương nhăng nhít, *hủ hóa*, đọc thơ tình cho học sinh nghe nhiều quá. Lạ! Thời xưa thì đọc thơ phản chiến, thơ xã hội. Giải phóng rồi lại yêu thơ tình. Chàng luôn đi ngược chiều gió thổi, bảo sao thăng tiến cho nổi. Rốt cục chàng chỉ là một kẻ lý tưởng hóa sự sống, mê thơ bơ vơ giữa chợ đời nhiều cạm bẫy. Chàng nói với Dung: "Em biết không, chân lý khi bị đóng khung thì thành công thức máy móc thành kinh nhật tụng thì trở thành... *phản động*, là đi ngược dòng lịch sử. Bây giờ không phải là phân biệt ai đúng ai sai mà ai đại diện cái tiến bộ, ai trì trệ, ai giam hãm chân lý." Dung nhỏ nhẹ: "Vậy anh cũng thấy cái hôm qua mình theo chưa hẳn đúng, cái hôm qua mình chống chưa hẳn sai, đúng không? Trễ rồi ông bạn tui ơi! Lỡ làng hết rồi!". Hoài đắng miệng. Chàng siết tay Dung. Bàn tay ngày xưa chàng đã cầm không biết bao nhiêu lần. Chàng kéo nàng nghiêng qua một bên hôn phớt lên môi. Nàng quay đi, sợ anh tài xế thấy qua kính chiếu hậu. Cả hai ngồi lặng thinh trong bóng tối, tay trong tay. Có những phút yên lặng nói lên nhiều hơn cả khi diễn giảng. Họ đang sống lại những năm tháng nồng nàn, sôi động bên nhau. Những buổi chiều bỏ phố huyện, cả hai kéo nhau về thị xã vui chơi, tránh xa con mắt tỉnh lẻ và họ sống trọn vẹn cho nhau dù Lan, vợ chàng cũng hồ nghi nhiều lần nhưng chàng khéo nói nên nàng cũng tin hay giả vờ tin thì không biết. Nhưng Lan vẫn âm thầm chịu đựng chàng. Hồi lâu Dung cất tiếng: "Anh nhớ Thoa không, con nhỏ mà có thời gian nó yêu anh mà anh cũng đâu có từ bỏ." - "Thoa nào, Thoa Thư viện hả, anh nhớ rồi." Dung cho biết: "Nó sống ở San Jose đó. Mới gặp em cách đây một tháng. Rồi Vân nữa, con bé học sinh lớp 12 phổng phao mà hay nhờ anh viết lưu bút đó." Hoài giật mình. Chàng không dám kể cho Dung là Vân đã tìm ra địa chỉ và nhắn tin trên Messenger nhiều lần. Thậm chí Vân đã gửi về 1000 AUD cho chàng và hẹn tuần sau từ Úc về Việt Nam sẽ gặp nhau. Thời buổi internet tìm nhau cũng dễ. Dung vỗ vào tay Hoài: "Anh nghĩ gì vậy? Chiếm đoạt tâm hồn hay thân xác ai nữa đây thầy tui? Em nhớ ai nói chiếm đoạt tâm hồn là nghệ thuật; chiếm đoạt thân xác là kỹ thuật, còn anh chuồn đẹp gọi là ảo thuật." Nói xong nàng bật cười thích thú: "Anh là nhà ảo thuật, thầy Hoài tui! Mà anh có rung động chút nào bên em chiều nay không. Nói thiệt đi?". - "Thôi sao em *dí* anh dữ vậy! Anh đang *bí cờ* đây!". Thực ra hơi thở và mùi nước hoa của Dung khiến Hoài thoáng xao động. Chàng thừa nhận mình khá đa tình nên rất đa đoan.

Dung không chịu tha: "Anh nè? Hồi xưa anh cũng lý tưởng nửa mùa nên mới có thời gian yêu đương, và tán gái đúng hôn? Chứ nếu anh triệt để cách mạng thì vô bưng mang dép râu, nón tai bèo thì đâu có thầy Hoài dễ thương hay đọc thơ tình cho các em nghe như bây giờ. *Các em dịu dàng mà tàn nhẫn quá/ Mà lòng tôi hoài vọng cứ đa tình.* Đố anh biết thơ ai? Đinh Hùng thì phải?". Hoài thừa nhận trí nhớ mình bắt đầu có vấn đề, nhớ nhớ quên quên. Dung tiếp tục: "Nhưng cũng cám ơn cái nửa mùa của anh nên bây giờ anh mới còn đây, bên em. Mấy cái ông lãnh tụ sinh viên hồi đó chắc cũng rứa hả anh? Như cái lão Q. gì đấy chống Mỹ cho cố rồi giải phóng xong, quơ một bà vợ sĩ quan VNCH dông qua Mỹ tuốt. Em có bà dì ở hẻm chuồng bò Ngã Bảy Sài Gòn nên em biết chị đó... Mà lý thuyết từ ông Marx qua ông Lenin đã trật giuộc hết, đến lão Mao thì còn tệ nữa! Anh nói đi? Marx có phải chịu trách nhiệm về những nhà tù vĩ đại không? Ổng tiên đoán trật lất về mặt kinh tế: Tư bản có chết đâu?"

Hoài biện bạch: "Chủ nghĩa Tư bản 3.0 là một phiên bản cải biên mang nhiều nét xã hội chủ nghĩa. Vì ý tưởng của Marx nên giới tư bản phải thay đổi để thích nghi, em à." Dung lắc đầu: "Anh đúng là nhà lý luận. Hoài ạ! Thế thì anh nói Chủ nghĩa xã hội (CNXH) thiếu cái gì để được hiện thực hóa?". Hoài từ tốn trả lời: "CNXH đã bỏ qua thành tố con người và không chỉ rõ xã hội sẽ thể hiện *ý chí* của mình thế nào? Nếu ý chí của đa số giữ thế thượng phong sẽ không còn bất đồng, mệnh lệnh đưa ra là phải chấp hành. Quyền tự do bị gặm nhấm dần. Khủng hoảng của các nước XHCN sẽ diễn ra vì đấy là khủng hoảng của chính sách can thiệp duy ý chí, nhằm *cải thiện* CNTB nhưng lại bóp nghẹt nó. CNTB chủ trương nâng cao mức sống người dân bằng cách khuyến khích chuyên môn hóa và tích lũy hàng hóa tư bản nhằm nâng cao năng suất con người. Không thể có tiến bộ nếu không có sở hữu tư nhân. Luận cứ cho rằng CNTB cáo chung là một sai lầm khi cho rằng những nhà Tư bản làm nghèo giai cấp công nhân trong khi mục đích của Doanh nghiệp là phục vụ đám đông nên CNTB phải làm cho người tiêu dùng giàu có hơn để tiêu thụ sản phẩm. Mà nhà nước mình bây giờ cũng tán thành điều ấy mà!".

Dung bồi thêm vào quan điểm của Hoài: "Nhưng thế giới đâu có đi qua 5 hình thái phát triển xã hội đâu?". Hoài gật đầu: "Đúng vậy, thế giới không nhất thiết phát triển qua 5 hình thái qua ví dụ nhiều nước như Anh, Campuchia, Mỹ... Anh còn khám phá nhiều cái mới hơn, hay hơn nhưng ngày xưa mình còn trẻ quá, thấy cái gì chủ trương công bình xã hội là mê hoặc, đắm đuối..."

Dung cười: "Ví dụ như anh khám phá cái gì? Tình yêu mới?". Nàng nói giọng giễu cợt. Hoài nghiêm nét mặt: "Không, em phải hiểu vật lý thời Marx chỉ đến nguyên tử, đâu có biết gì về sóng và hạt. Hay ví dụ về Duy vật sử quan, nhân loại tiến lên theo hình xoáy trôn ốc kép chứ không phải đơn như quan điểm Marx, mà mỗi nút thắt là tư tưởng, là sự biến đổi tư duy quản lý của thời đại mới." Hoài lảng ra: "Thôi nói chuyện khác đi em, chính trị và triết học nghe nhức đầu lắm!". Chàng vuốt ve tay nàng, Dung để yên. Họ yên lặng. Xe chạy một đoạn sau khi xuống cao tốc. Họ dừng lại một quán café cho Dung và Hoài đi toilet vì uống bia hơi nhiều. Gọi hai ly café xong. Hoài rút thuốc ra, châm lửa hút. Dung buột miệng: "Hồi đó anh hay nói với em về ánh trăng mà anh phân tích từ truyện Kiều sang thơ Hàn Mặc Tử và cả Bích Khê nữa. Anh mê trăng như Lý Bạch ấy. Vì thế em biết anh chỉ là *chính khách salon* thôi, bây giờ người ta sẽ gọi là *anh hùng bàn phím*. Mà sao hồi đó em thần tượng anh ghê! Chứ em biết lý tưởng cách mạng của anh chỉ là một thứ huyễn tưởng như ánh trăng thôi." Hoài chợt nói to lên: "Em nhớ Einstein có lần nói *Ánh trăng vẫn luôn ở đây, dù ánh mắt tôi có nhìn chỗ khác.* Tại sao ta lại nhìn chỗ khác? Vì em phải cảm nhận cái bao la trùng trùng của ánh trăng như Lý Bạch viết "Minh nguyệt lai tương chiếu" (Ta và trăng cùng soi bóng vào nhau) em à! Anh theo cách mạng như một con người yêu cái đẹp, cái chân, cái mỹ. Anh sống với lý tưởng cao đẹp của nó chứ không phải theo cái biến thể thành một thứ gì đấy mà anh có hình dung cũng không tưởng tượng nổi cách nó vận hành trong thực tế nhiều khuyết điểm như hiện nay."

Dung bật cười: "Được rồi ông triết gia rối loạn ý thức hệ ơi, lên xe về thôi!".

Hoài thắc mắc: "Sao hôm nay em chất vấn anh nhiều thế? Em không sống bằng cảm xúc như ngày xưa sao? Ngày mà em bỏ tất cả, danh dự uy tín, chồng con lao vào cuộc tình với anh một cách rồ dại, may sao ông công chức tỉnh Kiến Hòa khá hiền lành chứ không anh cũng ăn vài viên đạn từ khẩu colt 45 của anh ta. Mà sao hắn lại không *xử* em?". Dung ôn tồn trả lời: "Vì Long yêu em anh à. Cho đến bây giờ em phải thú nhận trước linh hồn Long khi anh ấy mất cách đây ba năm rằng: *"Anh ấy chính là người yêu em nhất. Bất chấp mọi sai lầm hay khuyết điểm, thậm chí tội lỗi của em"*.

Hoài ngậm ngùi: "Lan thì ngược lại. Bà xã anh bắt lỗi mọi chuyện anh làm, dù nhỏ hay lớn nên anh rất mệt mỏi mỗi khi phải giải thích cho cô ấy. Cô ấy đã cạn kiệt tình yêu với anh. Chỉ được quãng thời gian 10 năm đầu khi anh có thằng Duy Tân với con bé Vỹ Dạ. Chúng là kết quả tình yêu anh với Lan." Dung nhìn Hoài dò xét: "Anh không có con rơi đấy chứ?". - "Không, không bao giờ." Hoài khẳng định: "Anh chỉ chủ trương có một dòng con thôi, em ạ! Sao bây giờ em xét nét hơn ngày xưa, em không còn là Dung bốc lửa, liều lĩnh trong tình yêu. Em trở thành doanh nhân nên sống lý trí quá!". Hoài hơi ngầm trách. "Không em chỉ cảm thấy cần phải làm rõ một số chuyện thời trẻ mình không hiểu hết nên sống theo cảm xúc nhiều quá! Nhất là những con người *lậm* văn chương như em với anh. Nhưng hai cháu nhà anh ổn chứ?". - "Vẫn ổn em ạ. Thằng Duy Tân thì đang làm sales manager cho một công ty nước ngoài, con Vỹ

Dạ thì làm PR cho một công ty lớn. Duy Tân lập gia đình nhưng chưa có con còn Vỹ Dạ không chịu lấy chồng, em ạ!". Hoài thở dài: "Anh từ lâu đã ngờ ngợ có gì bất thường trong quan hệ của Vỹ Dạ với bè bạn nhưng không dám chắc, cho đến ngày cô nàng rước bạn về ở chung, con bé Thảo, cũng nhẹ nhõm xinh xắn, chúng quấn riết không rời nhau, nhiều khi khiến anh khó chịu." Thằng Tân có lần thắc mắc: "Hay là chị bị *les*?". Hoài gạt phắt: "Mày chỉ được cái nói bậy thôi."

Xe ngừng lại trước một khách sạn ở Phú Nhuận. Hoài xách vali cho Dung vào khách sạn và hỏi nhỏ: "Anh ở lại với em đêm nay nhé?".

Dung lắc đầu: "Bữa khác đi anh. Em mệt. Người em nhàu nhĩ hết trơn rồi. Em như con poupée hết pin. Chạm vào bây giờ nó cũng nằm ngay đơ à!".

Nàng nắm tay Hoài, âu yếm nhìn và nói: "Thôi anh về đi, chị nhà đợi."

Hoài vớt vát: "Mai mới là đêm động phòng hả em?" và tự xoa dịu bằng một nụ cười gượng gạo. Dung khẳng khái: "Em không hứa. Hãy đợi thời gian kiểm chứng tình cảm của mình đi anh. Công việc cũng đã rút hết của em sinh lực và niềm vui, vì lỡ lao đầu vào thì phải theo thôi nên stress dữ lắm anh! Nhỏ Dung điên dại ngày xưa đã bị chôn sống lâu rồi, anh ạ!". Nói xong nàng quay lưng bước đến thang máy...

Hoài ngần ngừ quay mặt bước đi, thất vọng vì anh hình dung một đêm gối chăn nồng ấm giữa hai người như những ngày còn trẻ họ lao vào nhau như những con thiêu thân, đạp lên trên dư luận, lý trí... Bậy nhất là cả sau khi Dung lấy chồng, Hoài vẫn léng phéng, và Dung lại đồng ý. Hoài biết mình mắc tội. Anh hiểu đó là tà dâm, nhưng biết sao được vì lửa dục quá mạnh khiến cả hai không còn dừng lại được. Và cái quả báo nhãn tiền là chàng đang rất cô đơn ngay trong ngôi nhà của mình. Duy có Vỹ Dạ vẫn kính trọng cha và thường bảo vệ cha khi mẹ lên án. Trong mắt nó chàng là thần tượng khi thấy cha sống với lý tưởng, có những bài viết khẳng định thái độ trí thức trước chiến tranh, phê phán đế quốc. Chàng kể cho con nghe những ngày xuống đường biểu tình, đốt xe, rải truyền đơn hay những đêm trốn vào chùa gian khổ thế nào và ý nghĩa một cuộc sống có hoài bão. Dù hôm nay có lúc anh thấy thất vọng.

Quá trưa hôm sau, Hoài dậy trễ vì mệt mỏi. Xuống nhà thấy Vỹ Dạ đang lui cui dắt xe ra. Chàng hỏi: "Con đi làm trễ vậy?". Vỹ Dạ trả lời: "Hôm nay con nghỉ phép, chuẩn bị mốt đi Hàn Quốc rồi!". Hoài khen: "Hèn chi con mặc áo đẹp quá!". Áo chemise đỏ, quần Jean xanh. Vỹ Dạ để tóc demi garcon, trông rất *boy*. Ra tới cửa Vỹ Dạ lại dặn: "Ba nói mẹ đêm nay con về trễ xíu vì đi chơi với bạn ở nhà trên Củ Chi đặng!". - "Bạn nào vậy con?". Hoài hỏi. "Thì nhỏ Thảo đó, ba biết mà!". Hoài nén tiếng thở dài. Vỹ Dạ hỏi lại: "Mà ba đi đâu mà diện dzậy?". - "À," Hoài chống chế: "Ba dự Hội thảo khoa học." Vỹ Dạ thắc mắc: "Sao lại tổ chức buổi chiều vậy ba?". - "À hôm nay họ khai mạc, mai mới chính thức hội thảo?". - "Đề tài gì vậy ba?". Hoài lanh miệng: "Về Pétrus Ký con à! Họ tính minh oan cho ổng sao đó!". - "Đề tài đó hay", Vỹ Dạ tấm tắc.

Hoài đến hotel đưa Dung đi uống cà phê và ăn chiều ở một quán café thơ mộng trên đường Nguyễn Trọng Tuyển. Họ tìm một góc khuất để ngồi tâm sự. Hoài gợi ý: "Đêm nay ăn xong mình về khách sạn nghỉ ngơi nhen?". Dung nhìn chàng, cặp mắt dò xét: "Anh gấp gáp vậy sao?". Thật ra thì Hoài đang nghĩ đến cái hẹn ngày mai với Vân, cô học trò ngày xưa nay cũng đã là một nhà đầu tư trở về Việt Nam tìm đối tác. Dung lặng lẽ hồi lâu rồi nói: "Anh nghĩ em còn đẹp lắm sao? Mỹ nhân tự cổ như danh tướng nhen anh, đầu em bạc hết rồi, em phải nhuộm tóc đó. Anh mà nhìn cơ thể em anh sẽ phát chán thôi! Giữ lại hình ảnh ngày xưa đi anh!". Hoài không hiểu sao Dung bây giờ lại lý trí lạnh lùng đến vậy? "Hay em nghĩ anh không đủ sức *chiều* em?". Hoài gặng hỏi.

"Không, em nhìn sự việc theo lăng kính khác. Cứ để tình cảm sống dậy theo cảm xúc ngày xưa, nếu nó chưa đến thì là nó còn nằm đâu đó ngoài cơ thể, ngoài cả tâm hồn. Anh muốn đánh thức em mà em thì còn đang chìm đắm trong bao âu lo về công việc, về những đứa con *không ngoan* như người ta. Chúng nó báo đời em hết biết! Đúng ra em mắc nợ chúng nó một lời xin lỗi vì em sống với cha nó thiếu chung thủy." Hoài nắm tay Dung siết nhẹ. Em vẫn nhớ bài thơ ngày xưa mình hay đọc chứ?

Tôi dối lòng tôi bao nhiêu lần
Bao nhiêu lần trăng vẫn là trăng
Lòng nhớ lòng thương lòng sắp khóc
Đêm chưa tàn đâu đừng nói năng.
(Trần Dạ Từ)

Ngoài sân trăng sáng vằng vặc nhưng góc hai người ngồi vẫn khuất sau ánh đèn vàng.

Dung rơm rớm nước mắt, thì thầm vào tai chàng như tự vấn: "Em dối lòng em và em dối chồng em nhiều lần. Long biết nhưng anh ấy chấp nhận một cách nhẫn nhịn và thụ động đến mức hồi đầu em hơi *khinh* ảnh nhưng bây giờ em biết anh tha thứ hết vì yêu em. Em nhận ra sau khi anh ấy mất đi. Anh ấy thuộc loại người chỉ biết vợ và con mà em lại phạm tội. May mà em không có con với anh, nếu có chắc em còn ray rứt dữ dội." Hoài quàng tay qua vai và kéo nàng thật gần, chàng ngân nga nho nhỏ:

Cho tôi xin nửa bóng trăng ngoài
Với nửa mùa thu trong mắt ai
Lá rụng bao nhiêu hè phố cũ
Sao nghe lòng rưng rưng nhớ người (TDT)

Hoài cúi xuống hôn Dung. Nàng nhắm hai mắt lại thả hồn theo cái hôn đắm đuối ấy. Họ chìm đắm trong một khoảnh khắc cô đọng. Quá khứ nồng nàn sống dậy. Cứ thế họ hôn và hôn nhau không biết thời gian, trong một không gian tĩnh lặng, vẳng tiếng nhạc ngày xưa:

Cho em môi hôn vội vàng / Cho em quen ân tình sâu
Dù em không mong dài lâu / Xin cất lấy ước mơ đầu / Cho tôi yêu em nồng nàn
Cho tôi yêu em nồng nàn / Dù tháng năm buồn vui bàng hoàng... (Lê Uyên Phương)

Có tiếng ai bước chạm vào ghế. Họ buông nhau ra: "Thôi chuyện cũ nhắc chi cho buồn em." Hoài nắm tay Dung, mân mê. Nàng ngả nhẹ vào người chàng. Hình như nàng khóc. Hoài gọi tính tiền. Cô bé phụ trách quầy bảo: "Chú ơi, hồi nãy có một cô tính tiền rồi!". - "Cô nào?". Hoài ngạc nhiên. "Cái cô áo đỏ quần Jean ngồi với bạn trong góc kia, sau lưng hai cô chú đó". Hoài sững người, cảm giác sượng sần tê rần khắp người.

Hoài đưa Dung ra taxi. Nàng nói nhỏ vào tai chàng: "Mình về khách sạn nhen anh?". Hoài ngần ngừ, chàng nói: "Chắc anh về nhà." Dung ngạc nhiên: "Sao anh mới nói về cùng với em mà?". Hoài vội vã phân bua: "Bữa khác gặp nhau lại, anh giải thích sau. Tự nhiên anh thấy đau bụng quá. Anh phải về." Cảm xúc rạo rực tan biến. Một nỗi ngượng ngùng và chán chường mơ hồ tràn ngập. Đêm xuống lâu rồi. Trăng tròn vằng vặc. Ánh trăng run rẩy dưới bóng cây. Hình như trăng đã nứt ra thành nhiều mảnh nhỏ. Anh nuốt nước miếng. Đắng nghét! Một cái gì cũng vừa tan vỡ trong anh!

Nguyên Cẩn

NGUYỄN CHÂU
DÒNG SUỐI VÔ ƯU

Ngôi chùa Thiên Sơn cổ kính mây mù phủ quanh năm. Theo người dân bản địa, chùa được xây dựng từ thời nhà Lê Trung Hưng bởi một vị cao tăng đắc đạo. Sau khi hoàn thành, vị cao tăng ấy biến mất một cách bí ẩn, chỉ để lại một tấm bia khắc dòng chữ bằng cổ tự:

"Nhất sơn khởi, vạn sơn cùng,
Như lai tại tại, khứ khứ tung".

Dân làng ở dưới chân núi truyền tụng nhau về những điều kỳ bí như ánh đèn lạ lùng lúc nửa đêm, lúc xanh lúc đỏ lập lòe ở trên chùa. Có lúc họ nghe văng vẳng tiếng tụng kinh, lúc lại như tiếng đục đá, chặt cây... mà không thấy bóng dáng con người. Người dân quanh vùng tin rằng trong chùa ẩn chứa sức mạnh tâm linh huyền bí, nơi giao thoa giữa cõi nhân gian và thế giới vô hình.

Một đêm trăng sáng, khi gió núi bắt đầu quét qua sườn đồi kéo đám mây lan tỏa tạo thành những hình ảnh phiêu bồng. Ông Ngạn một mình vượt qua khu rừng rậm rạp và lần theo vách núi cheo leo để tìm đến ngôi chùa linh thiêng theo truyền thuyết. Ông đến được cổng chùa lúc nửa đêm, mây đen từ đâu kéo đến, mưa bắt đầu rơi nặng hạt, cánh cổng gỗ khắc đầy hoa văn từ từ mở ra nhưng không thấy bóng người.

Bên trong khung cảnh hoàn toàn tĩnh lặng, chỉ có đốm lửa từ chính điện le lói, soi rọi tượng Phật bằng đồng khổng lồ. Ông Ngạn tiến đến, quỳ xuống thành tâm khấn vái, lúc ấy một luồng ánh sáng từ tượng Phật bỗng bùng lên bao trùm khắp gian điện, ông Ngạn ngỡ như lạc vào thế giới thần tiên nhiệm mầu. Mọi suy tư khổ đau, vui buồn đều tan biến cũng không còn khái niệm không gian và thời gian. Khi bước ra sân chùa và nhìn khung cảnh thanh tịnh phảng phất mùi hoa sứ thoang thoảng đâu đây, ông Ngạn quyết định ở lại chùa để tìm hiểu những điều kỳ bí bấy lâu nay lan truyền trong nhân gian.

Trụ trì chùa Thiên Sơn lúc bấy giờ là Hòa Thượng Giác Viên, một vị chân tu đắc đạo. Tương truyền, Hòa Thượng Giác Viên chưa bao giờ xuống núi, chưa bao giờ tiếp xúc với dân làng sở tại, không một ai biết được tuổi thật của ngài. Có người bảo ngài đã ở chùa từ thời tổ lập chùa, tức đã hơn 500 tuổi nhưng dung mạo vẫn trẻ trung, sức lực tràn đầy, đôi mắt luôn phát ra luồng hào quang trí tuệ, sức mạnh từ tâm đầy từ bi, hỉ xả...

Người ta truyền nhau, từ đời này sang đời khác nhiều câu chuyện lạ lùng: Có đêm mưa bão, sét đánh gãy một gốc đại thụ trước chùa, lúc ấy Hòa Thượng Giác Viên chỉ khẽ đưa một ngón tay về phía ấy, lập tức dòng điện trời bị thu lại, đám lửa đang bùng lên được dập tắt mà ngôi chùa không hề hấn gì. Có khi dân làng bị lạc hướng trong rừng lúc đêm tối, Hòa Thượng chỉ cần tụng một thời kinh, không gian như được soi sáng bởi trí tuệ của ngài, đưa họ tìm được lối về.

Những câu chuyện như thế được truyền tụng qua bao thế hệ, khẳng định một triết lý cơ bản của Phật giáo mà Hòa Thượng Giác Viên luôn truyền dạy: *"Tâm hoàn toàn thanh tĩnh, trí sẽ thông suốt, biết buông, biết dừng, biết tha thứ, biết yêu, lúc ấy sức mạnh từ tâm sẽ không còn giới hạn"*.

Một đêm tháng Bảy, khi dân quanh vùng kéo nhau lên chùa tụng kinh và mừng lễ Vu Lan, họ phát hiện tượng Phật bằng đồng ở chính điện đột nhiên đổ mồ hôi ở trán. Giọt mồ hôi lăn xuống rồi biến mất trước khi chạm xuống đế. Các nhà sư giải thích: Đức Phật "đổ mồ hôi" khi chúng sinh sắp lâm vào khổ nạn hoặc khi thế gian sẽ trải qua biến động. Quả nhiên, chỉ một tuần sau trận lũ quét đã ập xuống làng cuốn trôi nhà cửa, gia súc. Những gia đình được khuyên di dời đều được an toàn.

Nhiều đêm, chuông chùa đột nhiên ngân vang khắp núi đồi, dân làng truyền nhau: "Hòa Thượng Giác Viên đang tụng kinh ở mật thất, lan tỏa sức mạnh tâm trí khắp muôn nơi, để khuyến khích tâm hướng thiện của chúng sinh. Tiếng chuông lúc nửa đêm như một lời kêu gọi, khuyên con người buông bỏ tham, sân, si mà hướng về giải thoát".

Một dạo, dân làng phát hiện con hổ lớn mỗi đêm lặng lẽ đến phủ phục trước sân chùa. Hổ hoàn toàn hiền lành, không hề đe dọa ai, chỉ chăm chú nghe Hòa Thượng tụng kinh rồi lại lặng lẽ về rừng lúc gà gáy. Có người bảo con hổ biết hướng về Phật pháp, đến để nghe kinh kệ giải thoát khổ đau, thoát khỏi luân hồi.

Ở phía sau chùa có một gốc bồ đề to lớn, khi trời đất chuyển mùa muôn loài trụi lá, riêng cây bồ đề vẫn luôn xanh tươi, đầy sức sống. Các nhà sư tin rằng gốc bồ đề này dưỡng trồng bằng sức mạnh từ tâm, bác ái truyền sang nên luôn sung mãn qua thời gian. Dưới gốc bồ đề, nếu ai ngồi thiền sẽ được an lạc, trí tuệ khởi sinh.

Những câu chuyện lạ ở chùa Thiên Sơn không chỉ kích thích trí tưởng tượng mà còn truyền đạt triết lý nhà Phật khai sáng tâm trí, liên hệ mầu nhiệm giữa con người, vũ trụ và muôn loài.

Một lần tình cờ ông Ngạn gặp thầy Thông Huyền, trụ trì ngôi chùa nhỏ bên kia đồi, tường vôi mái ngói đã ngả màu nâu sậm, cảnh trí đìu hiu như hòa quyện với sự an bình của núi rừng. Ấn tượng đầu tiên ông không nghĩ thầy Thông Huyền là bậc chân tu. Sân chùa sạch bong dưới cội bồ đề nhưng trong chánh điện không thấy thờ đức Phật chí tôn.

Thầy Thông Huyền chắp tay, cúi đầu chào khách. Ông đáp lễ, đi theo thầy vào hậu liêu. Ấm trà đất nung đang bốc khói, dường như thầy biết trước có khách, khung cảnh đơn sơ khiến ông thầm nghĩ nơi đây không phải là chốn tu hành. Nhìn ánh mắt, thầy Thông Huyền hình như đoán biết tâm trạng của ông. Thầy thong thả:

- Đứng trước vũ trụ huyền bí bao la, không ai biết ta là ai. Phật tại tâm, hãy noi theo đức từ bi, hỉ xả của ngài, lương tâm trong sáng sẽ vang lên và đức tin sẽ ló dạng. Rõ ràng nhất là khi công lý loài người vắng bóng thì động lòng Người, ta sẽ thấy sự diệu hữu của Ngài. Có lắm người tưởng rằng ta phải thấy đức Như Lai y như ngài đứng bên này, còn ta đứng bên kia, đâu phải vậy.

Ông Ngạn ngạc nhiên, sửa lại tư thế, hướng về thầy Thông Huyền. Từ ngoài cổng thấp thoáng bóng dáng người phụ nữ, tay ôm bó hoa xăm xăm bước vào. Thầy Thông Huyền ngồi lặng thinh. Người đàn bà ngước nhìn ông Ngạn. Cả ba im lặng.

Hoa được cắm vào bình, đặt giữa bàn. Người phụ nữ tự nhiên lấy ghế ngồi xen giữa hai người. Không gian như lắng đọng, tiếng thạch sùng chắt lưỡi rồi bất ngờ rơi xuống trước mặt ông Ngạn.

- Điềm lành, thiện tai thiện tai!

Người đàn bà buột miệng.

Thầy Thông Huyền mỉm cười, quay sang chỉ tay về hướng người phụ nữ:

- Cô Giang, tiến sĩ ngôn ngữ học. Người Đài Loan.

Ông Ngạn đứng lên, tự giới thiệu về mình và nói thêm:

- Tôi, thầy giáo về hưu.

Cô Giang gật đầu chào ông Ngạn và nhìn thầy Thông Huyền, không biểu lộ cảm xúc gì.

Hơn hai phần ba cuộc đời, ông Ngạn say mê lý tưởng đại đồng. Mơ ngày nào đó cả thế giới chung một nhà, không phân biệt quốc gia hay chủng tộc. Trong đó, khắp mọi nơi đều hòa bình, an lạc, mọi người đều bình đẳng, xem nhau như anh em một nhà...

Cô Giang chậm rãi buông lời, như nhà hiền triết:

- Dường như cái lý tưởng tiến bộ càng mập mờ bao nhiêu thì càng có sức mạnh được nhiều người tin tưởng bấy nhiêu. Thêm vào đó, G. Monod Herzen nhận xét: "Sự tổng hợp Đông phương và Tây phương, nền tảng của sự thuần nhất loài người là một vấn đề sinh tử, có lẽ là vấn đề khẩn thiết nhất của thời đại".

Thầy Thông Huyền đọc bài Nhất Sơn Kệ (一山偈) của vua Trần Thái Tông. (Ngài còn là một thiền sư lỗi lạc đã để lại cho đời sau những tác phẩm rất giá trị: Khóa Hư Lục, Thiền Tông Chỉ Nam, Chú Giải Kinh Kim Cương Tam Muội và Lục Thời Sám Hối Khoa Nghi. Ngài còn được xem là người có ảnh hưởng lớn đến sự hình thành Thiền phái Trúc Lâm sau này, do Điều Ngự Giác Hoàng Trần Nhân Tông (cháu nội của vua Trần Thái Tông) là vị tổ thứ Nhất vào cuối thế kỷ 13).

"Nhất sơn khởi, vạn sơn cùng
Như lai tại tại, khứ khứ tung
Vĩnh vi lãng đãng phong trần khách

Nhật viễn gia hương vạn lý trình"

Thầy giảng giải thêm:

- Bài kệ phản ánh triết lý về thế gian, tâm và con đường tu hành. Những hình ảnh núi non, khách lữ, vạn dặm... gợi lên nỗi khổ của kiếp người, luôn trôi nổi, xa dần bản tâm.

Nhưng đồng thời, kệ cũng khẳng định "Như Lai tại tại"— Phật ở khắp nơi, nếu biết tìm về bản tâm, sẽ được giải thoát khỏi luân hồi.

Ông Ngạn chợt nhớ hai câu viết bằng cổ tự ở cổng chùa Thiên Sơn chính là hai câu đầu của bài "Nhất Sơn Kệ".

Thầy Thông Huyền nhìn sang ông Ngạn:

- Thiền phái Trúc Lâm cũng là hiệu của Thiền sư Đạo Viên, tiền bối của Trần Nhân Tông, Tổ thứ hai của dòng Thiền này. Thiền phái Trúc Lâm có ba Thiền sư kiệt xuất là Nhân Tông (Trúc Lâm Đầu Đà), Pháp Loa và Huyền Quang (gọi chung là Trúc Lâm Tam tổ).

Nhìn chánh điện vắng bóng đức Như Lai, ông Ngạn thở dài nâng chén trà nhìn thầy Thông Huyền ý như muốn hỏi. Thầy Thông Huyền đưa tay chỉ bức thư họa bài thơ "Cư Trần Lạc Đạo" của Phật hoàng Trần Nhân Tông:

"Cư trần lạc đạo thả tùy duyên
Cơ tắc xan hề khốn tắc miên
Gia trung hữu bảo hưu tầm mịch
Đối cảnh vô tâm mạc vấn Thiền".

Nghĩa là:

Ở đời vui đạo hãy tùy duyên
Đói đến thì ăn nhọc ngủ liền
Trong nhà có báu thôi tìm kiếm
Đối cảnh vô tâm chớ hỏi Thiền

Ở đời mà vui đạo, biết thuận theo duyên mà sống. Hạnh phúc thật sự ở tâm, đói thì ăn, mệt thì nghỉ, không chấp vào được, mất, khen, chê. Thiền phái Trúc Lâm quan niệm "Hòa quang đồng trần" (nhập thế mà tu)...

Thầy Thông Huyền gõ ba tiếng chuông ngân nga, âm vang hòa quyện cùng gió mây lan tỏa theo dòng suối vô ưu.

Nguyễn Châu

TM

NGUYỄN NHÃ TIÊN

VIẾT TIẾP HUYỀN THOẠI HẢI VÂN

Từ bao giờ cái làng chài nằm dưới chân đèo Hải Vân đã trở thành quê quán tình yêu mù khơi trong trí nhớ của tôi? Từ buổi thi sĩ Bùi Giáng đề thơ: *Những sóng nước biển xưa/ Đi về trong giấc ngủ/ Mù sương xuân mờ phủ/ Một châu quận bên đèo...*, hay là từ buổi cái làng quê nằm dưới chân đèo - cái "châu quận" hoang sơ cổ tích theo cách nhìn của Bùi thi sĩ, từ xứ sở ấy có một nghệ sĩ du già tay nải đựng đầy kinh kệ và thơ, đã giũ sạch bụi đường trường bước phiêu bồng an nhiên vào miền tịch tĩnh.

Có lẽ là cả hai. Vâng, chính họ đã gieo rắc vào tâm tưởng tôi một quê xứ vừa cụ thể hình sông thế núi, nhưng cũng vừa quá đỗi siêu hình: *Ở cuối một chân mây/ Mở một ngàn chân bước/ Một ngàn chân bước trước/ Một vạn bước chân sau* (BG). Chao ơi, cái núi non xứ sở mà mỗi bước chân qua là nghe chập chùng ngàn chân bước trước, thấy mờ xa trong mây bay gió thổi nhấp nhô hư ảo bóng người kẻ trước người sau. Có lẽ trên cả đất nước này, không có con đường nào mà bước chân sử lịch vang vọng dư ba như con đường qua đèo Hải Vân kể từ buổi gót son Công chúa Huyền Trân in dấu hài bước qua đèo Ải.

"Đản kiến vân hoành tam tuấn lĩnh. Bất tri nhân tại kỷ trùng thiên" (Chỉ thấy mây giăng ba đèo dốc. Giữa chập chùng mây chẳng thấy người – thơ Nguyễn Phúc Chu). Mây bay tự ngày xửa ngày xưa, thuở chúa Nguyễn Phúc Chu đi qua đèo Ải và mây bay qua Hải Vân bây giờ có khác gì nhau. Nếu hiểu theo một triết lý tương quan nào đó, rằng thế giới là cái nhìn của tôi, thì quả Bùi Giáng có lý khi trong nhãn quan thi sĩ của ông dường như vĩnh cửu một châu quận tịch liêu bên đèo bất sá thời gian. Chính ông là người dẫn dắt tôi bước lang thang qua đèo Hải Vân đi tìm cái châu quận ngập ngụa giữa màu mây cổ sử. Không có ông, không có bài thơ ông dẫn đường, cố nhiên đèo Hải Vân vẫn chót vót cái vị thế cửa ải "Thiên hạ đệ nhất hùng quan", thế nhưng cái làng chài "châu quận" tịch liêu bên đèo ấy, có khi tôi lại vô tình lướt qua như bao nỗi vô tình khác. Và như thế thì làm gì có cuộc lễ hội "trần sa xá lợi" diễn ra trên ngọn đèo Hải Vân này, để từ đấy ngày kia tháng nọ, lẫn trong gió thổi và mây trắng bay qua vang vọng âm lượng hải hà đắp cho núi cao vời lung linh những huyền thoại.

Tôi cũng chả rõ lúc sinh thời Bùi Giáng đã từng bao lần qua lại con đường đèo Hải Vân này, chỉ có điều chắc rằng, Bùi Giáng từng có một người bạn tri âm - người nghệ sĩ du già ở nơi cái làng chài Lăng Cô nằm ở rẻo phía Bắc dưới chân đèo kia, đã "ngậm vành kết cỏ" cùng thi sĩ Bùi Giáng bao lần chung nhau một lứa - *Những cảnh ngộ bên trời.* Thời ấy, ở Đại học Vạn Hạnh - Sài Gòn, ngoài những tên tuổi nổi tiếng mà Bùi Giáng giao du quen biết như: Tuệ Sỹ, Phạm Công Thiện, Ni cô Trí Hải, còn một người cũng thuộc cái nòi "máu điên" khá thân thiết với Bùi Giáng, người đó là thi sĩ Trần Đới. Bài thơ Bùi thi sĩ viết "Bùi Giáng tặng Trần Đới" được in như lời đề từ cho tập thơ "Tảo mộ lênh đênh" của Trần Đới, đấy là đứa con của cuộc "kết cỏ ngậm vành" kia dưới mái hiên Vạn Hạnh ngày thuở bấy giờ.

Mãi cho tới sau năm 1975 tôi mới có dịp quen biết với Trần Đới tại chùa Quán Thế Âm – Ngũ Hành Sơn. Lúc bây giờ ông đã thọ giới sa di tại thiền viện Thường Chiếu pháp danh là Thích Thông Bác. Bắt đầu từ đây ông sống một cuộc đời tăng lữ không một chùa chiền, rày đây mai đó bầu bạn khắp sông hồ Nam- Trung- Bắc. *Chiều anh đi rồi lại/ Trở về với gió mây/ Bóng nghiêng đầu xuống đất/ Hình in dài lên cây/ Linh hồn anh quá mỏng/ Nỗi sầu anh ai say.* Kể từ đấy, những người bạn văn với ông, trìu mến gọi ông là "thiền sư thi sĩ". Xin lấy cái thước tấc chữ nghĩa kinh nghiệm của nhà sư nhà văn Minh Đức Triều Tâm Ảnh mà đo bước chân ông theo dọc đường sông núi: "Ông đi *tảo mộ lênh đênh*, lênh đênh ông đi tảo mộ, ông viếng thăm những đền đài, những thần tượng, những nấm mồ hoang điêu tàn của lý trí nhị nguyên với sự thương yêu chan chứa, vô bờ. Ông treo một nửa trái tim trên vừng trán khổ hạnh của một nghệ sĩ Du già, còn nửa trái tim kia thì cứ mải rong chơi giữa cõi ta bà gió cát..." Cứ như thế ông đi rồi lại ông về, năm ba tháng hay một năm vô chừng ông lại mang về một tập sách vừa mới xuất bản. Khi thì tập thơ, lúc tập tản văn, tùy bút, có lúc nghiêm cẩn tập sách Tông thừa tụng, sử các vị tổ thiền tông...

Cho đến một ngày, trời đương độ thu, thiền sư thi sĩ ghé vào Thiền viện Trúc Lâm Tuệ Đức tỉnh Vĩnh Phúc, và vào một sớm hừng đông tại thiền viện này, ông phủi tay thanh thản vân du về cõi tịnh hư, nhẹ nhàng như câu thơ Bùi Giáng viết: *Bay về ổ, chín tầng cao/ Con chim giã biệt quên chào mái hiên.* Theo di chúc của thầy, sau khi hỏa táng, tro bụi nhục thân xin được đưa về quê xứ rải trên núi non đèo biển Hải Vân quê mẹ.

Chúng tôi lại hành hương về cái *châu quận bên đèo,* nơi Bùi thi sĩ ngày xưa dường như đã dự ngôn cho một cuộc trở về hòa ca trên đỉnh núi. Đèo Hải Vân hôm ấy, có lẽ là lần đầu tiên người ta nghe ra ngàn lời ngôn linh vọng vang khởi đi từ một ngôi cổ miếu nằm giữa lưng đèo.

Tiếng kinh kệ của quý thầy, tiếng thơ, tiếng nhạc của anh chị em văn nghệ sĩ, tiếng tro bụi hình hài lẫn trong ngàn ngàn cánh hoa vàng bay bay trong gió. Lễ "Trần sa xá lợi", cái tên mới mẻ do quý thầy chùa Quán Thế Âm – Ngũ Hành Sơn đặt cho lễ hội này cũng là lần đầu gióng lên từ núi Hải Vân, ghi chép vào núi thêm một huyền thoại. Bây giờ thì thiền sư thi sĩ, hay là người nghệ sĩ du già đã tan vào mây trắng bay qua đèo Ải. Hình như trong vang hưởng cây gió núi cây rừng tôi còn nghe ra tiếng thơ của thầy: *Ru bờ lá sớm ngàn kinh/ Ru hồn võng lặng ngàn xuân thẳm nằm/ Ba đời gió vẫn sắc không/ Qua đèo Mây hát nửa vần thơ bay* (*)*!*

Nguyễn Nhã Tiên

(*) Đèo Hải Vân ngày xưa còn gọi là đèo Mây

VŨ KHẮC TĨNH

Rồi Cũng Chỉ Còn Màu Hoa Vàng Trong Ký Ức...

1.

Chỉ là một tập du ký rất đỗi đời thường trong trí nhớ của tôi, trí nhớ nằm trong những bước chân đi qua các vùng, miền, đồi núi, thành phố, sa mạc... và những cái từ đó mà có, mà thành. Lượng đời vô cùng thật.

Tôi nhìn thấy hết mọi thứ ở đây đều mang một vẻ đẹp tiềm ẩn sôi động và đầy năng lượng. Tức là tôi đã thấy hết cái toàn thể lạ lùng vây quanh đầy ngẫu hứng và chất ngất những mịt mùng của một thời lãng mạn, hoạ bướm và hồn hậu nhất, bây giờ đã ở đó nhưng không phải ở Sài Gòn, Việt Nam, mà ở một khu phố Orange County, trong ngôi nhà tôi đang ở, và trên khắp các vùng miền, thành phố bang California bằng nhiều hình thái của mùa hè nắng nóng vây bọc, sa mạc, núi đồi, sông, biển, sương gió mỗi nơi mỗi khác biệt đã mênh mang cái biển âm thanh ngập trời trên những bến bờ vô hình của trí nhớ, cái vang vang vỗ đập dịu dàng trên những con đường đầy bóng cây râm mát và gió lao xao.

Sau mười hai năm. Như những bạn bè, như anh em tôi ở Orange County, tôi đã được sống những giây phút tuyệt vời với những đêm tuyệt đẹp của thành phố này. Những đêm Orange County, tôi đã đi vào. Tôi đã sống, bởi vì Orange County buổi sáng sương mù bay nhè nhẹ, khoảng chín giờ trời bắt đầu nắng nóng, đến ba giờ chiều trời dịu mát, tắt nắng mặt trời lặn, mới đích thực là cái cuộc sống bông hoa. Đêm những hình thể, những chiều sâu ẩn dụ, những nét đẹp mà nắng nhảy múa tung hứng làm cho nhạt nhòa, trong những tương phản và đậm nhạt của ánh sáng và bóng tối mới hiện rõ nguyên hình thêu hoa dệt gấm. Ta đã rung cảm những đêm Orange County như thế.

Hết một ngày chủ nhật rồi. Lại đến một ngày thứ Hai, không nhớ rõ là tháng nào, anh em chúng tôi đi biển Huntington Beach, sương mù, lạnh, sóng dội vào bờ ầm ầm vang động liên tục. Ở đó tôi gặp lại những du khách im lặng, đứng nhìn, những khoảng rộng vô hình, những bóng nắng nhảy múa lung linh trên bãi cát trắng mênh mông chạy dài thẳng tắp, lô nhô những người và người. Tôi nghe một thoáng gió nhẹ, giữa buổi trưa hè trong vây bọc của nắng, bãi cát trắng và những đợt sóng biển dội vào bờ. Những âm thanh và những hình ảnh cũ, như tiếng sóng vỗ những âm quen. Tiếng sóng vỗ ầm ầm phát ra từng nhịp phách tràn bờ những lời tình tự.

Đứng giữa biển Huntington Beach mênh mông. Những con đường nằm thiêm thiếp ban đêm ngủ kỹ trong màn đêm bao phủ. Đêm tàn một ngày mới bắt đầu. Trong lớp hào nhoáng lộng lẫy, giữa bầu không khí trang trọng, thời gian ngưng đọng trên những con đường, với dòng xe hơi chạy lũ lượt xuôi ngược mỗi ngày. Một thành phố Los Angeles bang California đầy những biến hóa và sôi động. Sân khấu đời diễn đi diễn lại không biết nhàm chán là gì. Là cuộc đời ta đi tới, nhìn dáng đời trên từng nhịp chân phiêu linh tung hứng từng nhịp sống hiện hình và người đi đã tới, một biến thể giữa một rừng người nhấp nhô trên đường phố Sài Gòn ngày cũng như đêm. Ở California thì dòng xe hơi chạy lũ lượt nối đuôi nhau. Tất cả đều có mặt tung hứng qua thời gian. Đó là những con đường trong thành phố nối những trái tim vào những trái tim biết rung động. Sài Gòn phố tôi ở sinh sống làm ăn, và hôm nay là bang California tôi đến thăm mẹ tôi và các em sống đời ở đó. Từ những sự thật, đến những ảo tưởng. Cho ta một xã hội. Tất cả đều ở đây trong vòng tay yêu thương. Từ những bề mặt đến những mặt trái, cho thành một thế giới hôm nay.

Như một mối tương quan, có liên hệ với nhau mật thiết. Quyền lợi tương quan giữa người này và những người khác trong cuộc sống giữa Sài Gòn và bang California, Mỹ. Đó là gia đình và bạn bè tôi. Không có gì ngoài ngôn ngữ và tính chân thực môi trường sống vui sống khỏe trong ngồn ngộn thời gian.

Tôi còn nhớ cách đây mười hai năm, cũng vào tháng này trong cuộc đi dạo lòng vòng, chỉ là "cưỡi ngựa xem hoa" tức là chỉ nhìn ngắm hoa một cách lướt qua mà không thật sự ngắm nghía hay cảm nhận hết vẻ đẹp tiềm tàng của chúng, nên có những nơi tôi đã đi qua không cảm nhận hết được vẻ đẹp còn ẩn giấu bên trong, nên mọi ghi chép lại còn hời hợt chưa sát với thực tế. Dù nơi đó tôi có đứng lại, tôi nhìn, một lần nữa cái hoạt cảnh của dòng nước chảy êm ả dưới cầu bắc qua một con suối nhỏ, không như những con sông vỗ ầm ầm tràn bờ ở biển Huntington Beach dữ dội, và đủ các loại hoa xương rồng nở bông trắng, vàng lay động dưới nắng gió rất là dị thường, mà lần đầu tiên tôi thấy ở khu du lịch sinh thái ở Huntington Library, bất chợt tôi khám phá ra một điều. Như thế này. Những dòng nước chảy êm ả dưới cầu, làm gì có sóng mà vỗ, các loại hoa xương rồng phơi mình trong nắng mà vẫn tươi rói sắc màu, sở dĩ ngày nào cũng có hàng trăm ngàn người đến ngắm, bởi vì chúng là hình ảnh của một khao khát, biểu tượng của một chờ đợi. Hoạt cảnh của dòng nước chảy êm ả dưới cây cầu nhỏ nối giữa hai bờ một con suối trong khu du lịch ở Huntington Library, dòng nước êm ả chảy là một cảnh tượng yên tĩnh, không có sự xao động, gây cảm giác dễ chịu. Và tôi từ mấy mươi năm nay, đã chỉ nhìn thấy những hoạt cảnh khác.

Quá khứ và hồi tưởng tôi, trong muôn vàn cảnh tượng, chỉ toàn khắp, kín trùm những cảnh tượng khó khăn, đói nghèo, lạc hậu chưa nhìn ra thế giới văn minh, chưa thể ghi chép lại được, dù là thấp thoáng, dù là khoảnh khắc, một cảnh tượng hòa bình.

Tôi đứng nhìn dòng nước chảy êm ả qua chiếc cầu ở Huntington Library, nhìn con sóng vỗ ầm ầm dội tràn vào bờ ở Huntington Beach, nhìn các loại hoa xương rồng bung nở ở khu du lịch sinh thái Huntington Library. Và tôi đã nhớ lại. Hết thảy. Ra khỏi thành phố Huntington Library, phơi bày kín đặc những dấu chân, chỉ mới là một chút đỉnh biểu tượng cho một cảnh tượng hội hè và không khí thanh bình đầy những ngày vui cùng cảnh quan thơ mộng ở Huntington Library, và những đêm sao sáng đầy trời ở Sài Gòn, Việt Nam thu hút được một đám đông người lớn, cả những trẻ thơ.

2.

Kỷ niệm tôi là một đống đổ nát, bay qua, rồi đọng lại, không biết bao nhiêu lần trí nhớ tôi không còn hình dung ra được những nơi đã đi qua, nên mọi sai sót không tránh khỏi. Những ngày cuối cùng trong tháng Tám, cõi tâm thức thường ngày bình lặng lại bất chợt đẩy động xao xuyến. Với tôi, chừng như ngày về lại Sài Gòn, làm xôn xao trong trí, hết thảy những sự việc nhỏ nhặt nhất, tầm thường, vô nghĩa ấy của một bằng phẳng trong đáy tầng ngàn đời không chuyện gì, tới những ngày cuối cùng đóng dấu trong cái hộ chiếu, cái visa bất chợt gờn gợn trước mắt, xao xuyến trong hồn thành một ý nghĩa khác, như một đợt gió mùa làm hanh khô nắng, dịu dàng và thời tiết hanh khô là không khí trở nên lạnh và khô khiến cho cơ thể cảm thấy khó chịu. Trong tôi, một kẻ hành hương du lịch đã thức dậy. Tôi mơ hồ với tôi về mối liên hệ giữa mình với những anh em ruột rà ở Orange County có đích thực trong nhịp đời bình lặng qua thời gian. Một bài viết nữa trong tập du ký có nhiều thờ ơ quên lãng chưa nêu bật hết những tiềm ẩn, còn che giấu bên trong một cảnh quan thơ mộng nào đó mà hôm nay tôi lôi ra ánh sáng cái ngồ ngộ, lay lắt từng trang giấy, miễn cưỡng từng hàng, cuối cùng tôi cũng viết xong. Tôi hài lòng với tâm nguyện cho mình, cho đời, cho cái riêng của tôi, cho cái chung của mọi người, bằng bài viết tích cực của một thái độ nghiêm túc và đi tới bằng đôi chân của mình, và cho đáp số vui.

Mỗi ngày cuối cùng trong tháng Tám, cầm cái vé máy bay trong tay, nghe lòng buồn rười rượi, đều trơ trọi như một cành cây khô, mỗi buổi sáng đều có tiếng sóng trầm trầm của hư vô lãng đãng vồ đập vào những bờ bãi thần trí chập chờn. Và mỗi buổi chiều, mỗi buổi chiều trong tháng, tôi đều chỉ nghe và thấy chung quanh khu vườn bóng chiều thả từng giọt không tiếng vào một cái đáy không cùng, không cùng và mất hút.

Bất chợt buổi sáng hôm ấy, tôi ngồi nhà, một ngọn gió lạc chiều của hồi tưởng đã đưa tôi trở lại một mình, trước tập du ký. Giữa một rừng chữ, tôi đã được xanh giữa cánh rừng bằng hữu ở California. Những thằng bạn học cùng trường ngày xưa, gặp ở giữa đời sinh tử của kiếp người, mới là những thằng bạn đời đích thực. Những thằng bạn ngổ ngáo, nghịch ngợm thời còn đi học. Dù như thế nào, đôi khi, rất thảng thốt tình cờ, cánh cửa mịt mùng nhất của trí nhớ rồi cũng thình lình bật tung ra. Vậy tôi lại nhìn thấy bạn bè tôi, hẹn một ngày nào đó kéo nhau đến uống cà phê quán đen đá Bolsa.

Và tôi chợt nhớ lại đêm Sài Gòn cũ. Những đêm với cuộc sống tình tự, thênh thang chảy từ cái dòng chảy êm ả thanh bình của một buổi chiều nắng nhạt, chảy sang cái dòng suối hát ca của buổi tối lên đèn. Mấy mươi năm. Như những người Sài Gòn tôi đã được sống những giờ phút tuyệt vời với những đêm tuyệt đẹp của Sài Gòn.

Những hàng hiên chạy dài dưới bóng tối và im lặng. Thì ra như thế. Cái khoảng thời gian được trả lại cho đời sống. Ngẫm nghĩ cho cùng, con người ta sống ở đâu quen ở đó. Với California, Mỹ chỉ đi du lịch vài tháng, chứ không thể ở lâu dài được, buồn chán lắm, nói thật lòng. Một trong những hố thẳm chia lìa được hàn gắn vết thương lòng. Ba mẹ và các em ở Mỹ, tôi và anh em tôi không đi ở lại Việt Nam. Sau những ngày mưa bão, giông gió, rồi mặt trời sẽ đẹp rực rỡ. Tất yếu và tự nhiên như thế.

3.

Tháng này, ở Orange County, ở Los Angeles, mùa thu dịu dàng và huyền ảo, mùa thu mới bắt đầu. Tháng này, trên lòng đường Kerry khuất tịch, Los Angeles lộng gió. Từ một cái chòi trong khu vườn của Tha Hương ướt đẫm mù sương, táo trái trĩu cành đong đưa, đào, mận, hoa khoe sắc màu tươi thắm. Tôi đã từng ở đó đến những ba tháng trước đây, tôi nắm và biết rõ hết thảy bầu trời ảm đạm sương mù và hồn hậu. Mùa thu, mùa thu ở Orange County rất đẹp.

Và tháng này, tôi đang ở Sài Gòn, Việt Nam. Sài Gòn thì không có mùa thu, chỉ có nắng nóng hừng hực và những cơn mưa bất chợt trút xuống ào ào dăm phút rồi thôi, tôi liên tưởng đến những âm thanh, từng cung bậc nhịp nhàng ngồn ngộn những âm tiết ở Orange

County ngày nào. Dù có ở đâu chăng nữa, cuộc đời này, đã dạy cho tôi biết trân trọng cái đẹp, hồn hậu, và cái định mệnh chung của kiếp người. Cái định mệnh bị giam hãm trong sự nghiệt ngã chật cứng giữa những giới hạn siêu hình, và đằng sau những sự thật là những bước đường thăng trầm nhún nhảy tung hứng vỡ òa trong cùng một hố thẳm nhân sinh. Tôi đã suy gẫm và đi đến một sự ngộ nhận vô cùng lý thú. Tất cả chỉ là một xâu chuỗi, những hình thái trăm dâu đổ đầu tằm của ảo tưởng chất ngất trong miền hư tưởng mông lung, dừng lại thì thấy quá khứ, nếu tiếp tục đi nữa thì thấy tương lai, càng đi thì càng thấy tơi tả những cảnh hỗn mang về thể xác, nhưng ngó sang bên kia đường là một khoảng trống mênh mông vô cùng tận, đầy những đồi núi hương hoa sắc màu. Vậy đó cái trước mặt và cái sau lưng của một đời người cũng có cái khác biệt nhau.

Các bạn nhanh chân vượt Đại dương đi Mỹ, bất chấp hiểm nguy bão táp, dĩ nhiên các bạn sống sung túc hơn tôi, có nhà cửa, xe hơi, con cái học hành thành đạt, an sinh xã hội đầy đủ, tôi ở lại Việt Nam tất bật với cơm áo gạo tiền, mọi phiền muộn trong đời rồi cũng dần qua theo thời gian. Những con đường chúng ta đi đều vang dậy trong chúng những vang động không cùng như vậy chúng là những dòng nước suối chảy êm ả dưới cầu ở Huntington Libraty, là biển Huntington Beach với những con sóng vỗ tràn bờ trắng xóa.

Trí nhớ của tôi, trí nhớ nằm trong những bước chân đời phiêu lãng đã đi qua suốt một thời kỳ lưu động từ rừng núi xuống biển còn nguyên vẹn cái cảnh tượng hồng hoang ấy trong cuộc đời thường đầy những thách thức, cố bám víu vào đời để sống. Đúng như lời người xưa đã ví von “Trời sinh voi sinh cỏ”.

Sau mười hai năm, niềm vui lớn nhất của tôi, một kẻ lữ hành từ Sài Gòn. Từ Sài Gòn, Việt Nam đi đến địa hình bang California, Mỹ không do một nguyên nhân nào xảy đến bất lợi, hứng lên là đi theo nguyện vọng thăm mẹ già yếu và các em lâu năm không gặp, đi trong cái duy lý một quan niệm sống thực dụng, hướng tới mịt mùng, nẻo về khuất lấp. Mà thảm kịch trước hết nằm trong tâm thế có từ thái độ đó, giận đến mức có những hành động mạnh mẽ, không kìm giữ được.

Và người lữ hành ấy là tôi trong cuộc hành trình không đuổi kịp và đuối sức trên tập bản thảo du ký, đã ngỡ ngàng thấy mình là con người cũ lạc hậu đứng trước nền văn minh, cái gì cũng dùng đến điện tử, như cảnh trước khi đi vào một khu siêu thị sầm uất không biết cách xoay xở ra làm sao, hỏi thì không biết hỏi ai, chân thì chưa quen đi trong một hành lang dài ngút mắt, nhiều lối rẽ phải trái, đầu óc rối rắm những ngổn ngang chưa thể lý giải đành phải câm nín. Ngó lại mình, mỗi năm thêm một tuổi đời, cái cánh cửa tranh tối tranh sáng chập chờn của ngờ vực càng mở rộng. Có đi xa rồi mới thấy hết và tin vào nền văn minh nhân loại rất mực hiện đại. Tôi đã đụng vào cái tuổi là đụng đến cái phân vân, hốt hoảng trong nhận thức. Và có như thế là tôi muốn tìm đến một chỗ khác để nhận thức, để tự kiểm điểm lại mình.

4.

Từ một tập du ký "San Jose thung lũng hoa vàng", tôi đã sống lại được cho riêng tôi cái cảm giác thanh bình, cho bạn bè, cha mẹ và các em tôi trong một gia đình, đối chiếu những buồn vui riêng tây, với những bất hạnh, của cuộc sống cùng kham cộng khổ. Thế mà phải nói gia đình tôi là một gia đình may mắn. Xuyên suốt mấy mươi năm sống vui sống khỏe trên đất Mỹ, coi như viên mãn lắm rồi. Dù thời gian sau này cha mẹ tôi không còn sống trên cõi đời này nữa. Ba tháng đi hành hương du lịch, xem như tôi đã hoàn thành một sứ mệnh cao cả, mười hai năm trước tôi đã gặp ba tôi khi còn sống khỏe mạnh và mười hai năm sau tôi gặp mẹ tôi trong nỗi vui mừng khôn xiết. Quá hạnh phúc trong cuộc sống đời người. Và cuối cùng tôi gặp lại bạn bè tôi một thời học ở Trần Cao Vân – Tam Kỳ đầy ắp những kỷ niệm thân thương. Những mơn man thoáng chốc. Những rực rỡ mỗi ngày gặp nhau ở quán cà phê đen đá Bolsa. Hết những buổi sáng thứ Sáu hằng tuần, đến một Chủ nhật. Ngồi lại một chỗ ngồi cũ, với ly cà phê sữa nóng. Ngồi đâu cũng ngồi hết một buổi sáng vui với niềm vui của một kiếp người, buồn phiền nếu có như một vùng bóng tối. Ngày tháng còn nguyên vẹn của một mùa hè, sắp thu vẫn cứ là hình ảnh một con đường chạy dài ngút mắt. Một kẻ lữ hành như tôi đầy miễn cưỡng và đầy hoài nghi vẫn phải bận tâm đến những bước chân đi tới của mình. Một dấu mốc thời gian ghi trên một tờ lịch mỗi ngày tôi gỡ xuống vẫn cứ là một đánh dấu.

Tôi đã lướt qua hết thảy những hình ảnh, qua vùng miền, thành phố, đồi núi, sa mạc như Orange County, Las Vegas, San Jose, Biển Huntington Beach, Huntington Library, nhà sách Tự Lực, biển San Diego... Vậy mà vẫn còn thiếu sót, vẫn phải cố nhớ để viết thêm cho đầy đủ, cho mai này vẫn vàng hoa trong ký ức nhỏ nhoi.

5.

Năm tháng, rồi sẽ qua đi....

Tôi biết, tất cả rồi cũng sẽ chỉ còn đọng lại một màu hoa, màu hoa vàng trong ký ức!

ĐỌC THÊM

KHI XA NGA VÀ CÀ PHÊ ĐEN ĐÁ BOLSA, CALI...

Nhớ người ngồi gần bên ta
Cà phê đen đá Bolsa mịt mù
Nhớ người ngày tháng phù du
Nhớ cơn mơ tưởng cái vù thoáng qua

Nhớ ngày ngồi gần bên Nga
Ly cà phê sữa tách trà nhấp môi
Chút vui thoáng đó qua rồi
Mênh mang một cõi xa xôi mịt mờ

Cuối cùng, gởi người bài thơ
Chút vui thoáng đã bây giờ biệt tăm...

Vũ Khắc Tĩnh

VŨ TRỌNG QUANG

TÂM HỒN NÀO KHÔNG LẦM LẪN_RIMBAUD-HUỲNH PHAN ANH

Một câu hỏi về Arthur Rimbaud? Là ai? Làm gì? Ở đâu?

Có người biết đó là thi sĩ – thi sĩ Pháp; có người đã xem phim tái hiện cuộc đời Rimbaud; có người khi còn ngồi ghế nhà trường học hoặc nghe về câu thơ của nhà thơ Xuân Diệu trong bài Tình Trai đề cập đến mối tình đồng giới tính trong thi ca:

"Tôi nhớ Rimbaud với Verlaine
Hai chàng thi sĩ choáng hơi men"

Và biết thêm bi kịch giữa lứa đôi thi sĩ xuất sắc ấy: Verlaine trong khi "choáng hơi men" đã bắn vào Rimbaud, "Hoàng tử của các thi sĩ" Verlaine lãnh án tù hai năm, "Nhà thấu thị" Rimbaud phải vào điều trị tại bịnh viện.

Xa hơn nữa có người yêu thơ biết đến hai bài thơ nổi tiếng của Rimbaud, đó là Nguyên Âm (được xem như bài thơ sắp đặt với ý nghĩ khác thường về nguyên âm) và bài Con Tàu Say. Người chú tâm hơn thì tìm đọc lại hai tập thơ Một Mùa Địa Ngục và Hoa Đăng.

Có nghĩa cái tên Rimbaud và thơ Rimbaud ít nhiều đã được biết đến.

Bây giờ Rimbaud Toàn Tập, một tập hợp khá đầy đủ về Rimbaud. (*)

Cuốn sách mở đầu lời tựa tràn bờ dài gần 100 trang (Rimbaud Toàn Tập dày 650 trang) như một cuốn sách trong cuốn sách, dưới mỗi bài thơ đều có chú giải / giải mã, mới thấy nhà văn kiêm dịch giả Huỳnh Phan Anh "yêu" Rimbaud đến dường nào, nên đã dồn hết sức dồn hết tâm cho ước mơ toàn cảnh của mình, như lời bộc bạch của tác giả chuyển ngữ: "Rimbaud Toàn Tập là ước mơ từ lâu, dầu biết công trình không đơn giản khi mà lẽ ra nó phải là công trình tập thể, càng không đơn giản khi bịnh ập đến giữa ngổn ngang những trang bản thảo, tưởng chừng là một kết thúc sớm, không riêng gì cho số phận cuốn sách...". Đó là sự hết lòng của nhà văn Huỳnh Phan Anh với mong muốn hướng dẫn người đọc đi đến tường tận hành trình phiêu lưu của Rimbaud: Phiêu lưu trong đời thơ, từ thơ khi còn học sinh đến thơ trong hai tập Một Mùa Địa Ngục và Hoa Đăng cùng rất nhiều những bài thơ khác; và phiêu lưu trong đời thật, từ trong gia đình trốn nhà nhiều lần, đi gặp nhiều người, đến nhiều nơi, đặt chân hầu hết các nước ở Châu Âu qua các nước ở Châu Phi (còn mong muốn gia nhập hải quân Mỹ); từ nhiều công việc như đi lính đi buôn (buôn cả vũ khí, có tin đồn là buôn cả nô lệ) đi làm việc công trường... Nghĩa là đời thơ và đời thật là bước chân luôn luôn đi tới, dầu bị ung thư đầu gối phải cưa chân, thi sĩ vẫn gửi thư hứa hẹn trở lại Châu Phi.

Sau phần thơ là phần tiểu sử, phụ lục ảnh, tư liệu thư từ gửi gia đình, gửi những người thân thiết và quen biết; phần này gần 200 trang không phải để làm dày cộm cuốn sách mà để mở rộng biên độ cho tầm nhìn người đọc.

Bút pháp của Huỳnh Phan Anh được xem như "tĩnh" trước cái "động"/ "cuồng"* của Rimbaud; hiền hòa trước cuồng nhiệt *"Tâm hồn nào không lầm lẫn?"*. Nói như vậy có phải đòi hỏi nên viết xáo trộn trước chủ thể xáo trộn chăng? Nên giận dữ trước giận dữ chăng? Có cần thiết trả lời phải bình tâm trước bản mệnh một con người luôn biến động. Câu trả lời nằm chính trong lời tra vấn.

Authur Rimbaud: Tổng hợp của cay đắng – hùng hồn – gai góc – mê sảng – phản kháng – trần trụi – rối loạn – cuồng nộ - tuyệt vọng – tha hóa. Nhưng trên hết Rimbaud là thi sĩ cách tân *"Phải tuyệt đối hiện đại"* và táo bạo *"Hãy kính trọng kẻ bị nguyền rủa tột bực, tôi đã thét điều đó trên trái đất" "Phải chăng đây là sự man rợ được tha thứ"*. Để làm gì? Để đạt *"tới cái chưa biết"* bằng sự *"rối loạn lập luận mọi giác quan"*. Cách tân và táo bạo nhất từ hai thế kỷ trước kéo dài hiện diện cho tới hôm nay viễn tưởng đến thế kỷ sau.

Liên tưởng về nơi chốn này nhìn lại mặt phẳng hình ảnh thi ca hiện hữu, những hình thức cách tân chưa vượt qua giới hạn con đường Rimbaud (giả định R là trục tọa độ), loay hoay tại vị trí nhúc nhích ở một điểm trị số.

Giật mình bàng hoàng trước sứ mệnh *"Nhà thơ là kẻ trộm lửa"*, đóng lại cánh cửa *"Lúc ba giờ khuya, thời khắc của nhà thơ và kẻ cướp"*, bóng tối khép lại mở ra vùng chóa mắt khác, có cảm giác chơi vơi chới với, hoang mang giữa cõi thực phi thực không gian phi không gian thời gian phi thời gian, vô thức bừng vỡ sản sinh từ áp lực ý thức dồn nén.

Bây giờ tác giả Huỳnh Phan Anh từ giã trần ai bay vào chốn riêng biệt mang tâm hồn rung động trước bạo động của Rimbaud. Tâm hồn nào không lầm lẫn.

Vũ Trọng Quang

*Rimbaud Toàn Tập, Huỳnh Phan Anh dịch

** Những dòng trong ngoặc kép là thơ Rimbaud

- Trong tập Một Mùa Địa Ngục (do Nxb Văn học), nhà văn Huỳnh Phan Anh dịch *"Tâm hồn nào không sai sót"*, trong Rimbaud Toàn tập ông lại dịch *"Ai người không sai trái?"*. Riêng người viết bài này lại thích câu *"Tâm hồn nào không lầm lẫn?"*

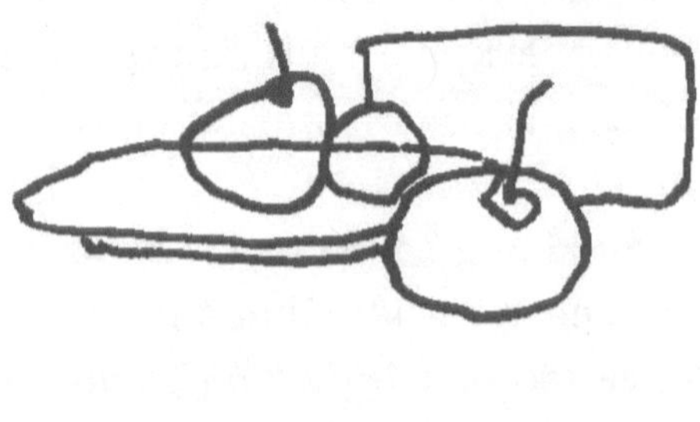

ĐẶNG VĂN SỬ

VƯỢT SÓNG

1.

Đêm phía nhà người đàn bà góa trở dạ thì gã đang say giấc. Cái cơ thể sáu mươi cân nghiêng đè lên trái tim ba lạng làm nhịp đập chẳng đều. Sự dao động không còn là bảy mươi hai lần trên một phút. Nó đã vượt ngưỡng.

Gã quật cả chùm lưới chi chít cá vào mặt con vật đang lao tới. Chân đạp lên bùn mà chạy, tay vốc mạnh mặt nước, toàn thân nhoài tới cùng với ý nghĩ: trốn! Trong một phần mười giây, gã định hình con vật kia là rắn hổ mang. Nó đang thoát dần ra vòng vây tơ lưới. Gã cố leo lên bờ. Bờ cách ba bước mà ngỡ xa trăm dặm. Dồn tất cả lực bình sinh để "bật" mình lên, gã vẫn thấy bất lực. Thân thể gã như bị níu giữ với lực vạn Niu-tơn.

Con rắn to bằng bắp tay, dài hơn sải giương cao đầu, lách mình lao tới. Lưỡi thè dài lấp liếm, đôi mắt lân tinh phóng cái nhìn quỷ quyệt. Gã mơ hồ thấy mình bị báo ứng, bị trừng phạt bởi thế lực ác quỷ, siêu nhiên. Những gương mặt cá, tôm, cua... khinh khi, trêu đùa và mãn nguyện. Gương mặt Lài nhăn nhó đang trách giận, rồi có cả gương mặt đứa bé sơ sinh khóc oe oe.

Con rắn lao thẳng tới mặt gã, nó phun nọc độc và há miệng ngoạm... "Mạ ơi", lời kêu cứu cuối cùng của kẻ một trăm phần trăm phải chết. Gã cảm thấy như mũi tên, viên đạn xuyên không thời gian lao tới, xuyên qua ý thức đầy mộng tưởng.

Gã hét lớn. Tỉnh. Vợ gã "tặng" cho gã một trận càm ràm xuyên canh.

Với tay cầm bao thuốc Khánh Hội, gã hé cửa bước ra ngoài. Đêm cuối tháng Chín gió rong chờ bão. Gió thốc, gió chướng, gió "trả nợ" những ngày nắng nóng, lặng tờ... Vợ gã không cho gã hút trong nhà, gã ra ngoài mới dám. Người ta bảo gã sợ vợ; gã tự bào chữa cho mình: "Thì tui sợ vợ tui, chớ có sợ vợ ai mô mà lo". Trước đây, gã nghèo nhất làng may được nhà vợ "ủng hộ" chút đỉnh rồi khai hoang, lấn phá lập nghiệp thành giàu có. Hiện tại, gã cảm thấy mình có lỗi nên cũng "sợ" nốt. Sợ là điều tốt, sợ vì lẽ phải, sợ vì êm ấm. Có người sợ thì không dám làm sai, làm ác song cũng có kẻ khi làm sai, làm ác rồi mới...

Gió vẫn gió, gió thổi không cho gã châm thuốc. "Gió ri thì năm ni đê đập, ao hồ sạt lở nặng". Gã miên man thì bỗng thấy những ngọn đèn vội vàng phía cuối sông di động, phía ngôi nhà nhỏ cuối xóm. "Không lẽ, không lẽ... đến ngày... cuối tháng Chín...". Gã nhẩm tính và nhớ ra vào đêm tháng Chạp. Đêm của men tình ngoài hôn thú.

2.

Một dải cầu vồng bắc qua sông. Đôi bờ bồi - lở mãi, giờ mới được kháp nhau. Những tâm tư gói trong niềm Ô Thước được bày tỏ phân trần. Có chiếc thuyền nan dừng lại, cong cong như vầng trăng thượng huyền năm xưa. Vầng huyền kỷ niệm đi vào trong mơ và hư ảo. Thuyền thực tại lướt qua. Dừng lại. Cập bến. Vầng nguyệt lấp lánh ảo diệu.

Chàng gọi mời. Nàng e ấp. Đối cực nam châm định hướng về nhau. Sự cung - cầu; cầu - cung cần thiết. Việc hợp tác đôi bên đều có lợi... Mở rộng lòng, mở rộng tâm tư tình cảm, mở lời thành công... mở cúc áo ngực.

Những sóng nước bên sông phá nhường ngôi, lắng nghe nhịp sóng con người. Tình nhân sát lại, trần trụi, mơn trớn, trườn khít hòa thành một thực thể. Từng tế bào cảm nhận, mỗi nơron thức dậy, hơi thở dồn nén hòa quyện... xâm lấn, chiếm ngự, rên siết và vỡ òa.

Phía vi mô tuôn trào, khuấy động; phía vĩ mô yên bình đợi chờ một mầm vi sinh tiệm cận, hình thành, tiến hóa để bước dần vào thế giới con - người. Nó là hệ quả, quá trình; là sự trao đổi: Tình - tiền; vật chất - cảm xúc hay còn gì hơn thế nữa.

Gã hôn thêm một nụ hôn lên trán người đàn bà rồi lội xuống hồ vớt nhanh chùm lưới. Cá tôm trong hồ "a dua" nhau mắc se. Nhìn chiếc thuyền người đàn bà ứa lệ bơi đi, lòng gã thấy thương thắt ruột. Giá hồi ấy, người đàn bà thành vợ gã thì giờ đâu phải vụng trộm, đổi chác, ngoại tình... khổ sở. Bao điều giá như, giá như dồn dập được nén vào bóng đêm, mặc dòng xuôi biển.

Đời gã cũng đã trôi như thế. Gã ngậm ngùi và vùi trong men đắng từ ngày biết tin Lài sẽ lấy chồng. "Thôi nhé, thiệp hồng hết chung tên". Gã gom bao thơ, nhạc tình không nói hết lòng. Tan nát với sự "lở - bồi" nơi con tim chàng trai đôi mươi.

Thời gian là gì nhỉ? Là vòng trôn ốc hay là đường tuyến tính? Thoắt cái đã hơn thập kỷ. Gã của bây giờ có điều kiện, khấm khá. Nhà tường cao, vách cứng và tậu được cả Dream II. Làng Hạ không có quá năm chiếc xe như gã... Gã giàu nhờ công sức tạo dựng; nhờ ao, hồ ở quanh sông, ven phá. Mười năm lam lũ, gã thành "đại gia ao hồ" một xứ.

Có câu: "Ăn no lo xa". Áp dụng vào người giàu thì sao? Câu trả lời chắc khá rộng. Song với gã Hồ, cái sự lo xa ấy khá cấp thiết và cũng thực tế. Người ta bảo, gã giàu mà không ai thừa kế. Ý là gã không có con trai. Vợ chồng gã với ba đứa con gái mà vợ gã thì không thể sinh nở thêm. Kẻ này bảo: "Con gái như vịt trời, mai mốt bay hết". Người khác kêu: "Nhất nam viết hữu, thập nữ viết vô - Một nam coi là có, mười nữ coi không". Hoặc có khi cay độc những lời trên cuộc rượu, chén trà như: "Làm nhiều rồi cũng để dượng nhờ, rể ăn thôi Hồ ơi". "Coi tròm trèm kiếm cái thằng".

Lòng gã băn khoăn mãi, nỗi niềm này biết ngỏ cùng ai, rồi một hoàng hôn... mai vàng ém nụ, những mầm chồi, lộc lá đang ướm xuân thì chờ tiết. Lòng thấy đan thanh, hồi xuân. Trong từng thớ thịt, nhịp tim rung lên; ý nghĩ vượt biên, hồn bay bổng và muốn men tình lạc lối. Gã thương mình, thương người góa phụ bên sông. Cuộc tình xưa không vẹn. Gã gọi thầm tên...

3.

Lài không đẹp nhưng khiến người ta ưa nhìn. Nhìn bởi cái nét duyên ngầm của chị. Người già khen chị hiền hiếu, người trẻ khen chị vui tính. Đàn ông khen chị "đen mà có duyên; lùn mà có dáng". Đàn bà khen chị hòa đồng, tốt bụng. Cả xóm mến thương và không ít trai làng để ý. Các chị, các o muốn mai mối, giới thiệu cho cháu, cho em mình. Lài chỉ cười và hẹn. "Dạ cháu chưa nghĩ đến chuyện lập gia đình, cháu còn lo cho ba và em...".

Gia đình nài ép chị lấy chồng, chị nhận lời làm dâu một gia đình khấm khá trong làng. Bảy năm sau, Lài thành người đàn bà góa. Chồng chị đánh thuốc nổ bắt cá ở sông nhưng đã không may. Chị nuôi hai đứa con gái với cần lao và nước mắt. Đêm đêm, chị chỉ biết than và kêu trời. Chị nhói lòng mỗi khi nghe câu hò loang vọng: "*Tham giàu đã thấy giàu chưa/ Vừa ăn vừa khóc như mưa tháng Mười...*".

Tháng Mười thì mưa song tháng Chạp mới đáng sợ. Tháng cuối năm, tháng cần chi tiêu, mua sắm bao nhiêu thứ. Nào là áo mới cho con, mâm cỗ cúng chồng. Lài gầy và sâu thêm đôi mắt. Chị phải thả lưới nhiều hơn vào khuya.

Chị dong thuyền nan và xuôi dòng cuối sông, nơi giao thoa: sông - biển. Nhìn cảnh "thuyền không lái, gái không chồng", ai cũng thương. Thương thì thương chỉ để trong bụng. Nồi ai nấy lo! Mỗi tối chị đi làm là hai đứa con cứ ngóng trông mẹ "dài cả cổ". Đứa lớn tên Linh, đứa nhỏ tên Lan. Vắng chị là hai bé ra trước hiên nằm võng. Chiếc võng một đầu móc vào cột mái hiên, đầu khác móc vào thân cây khế. Lan nằm đong đưa trên võng, nói:

- Chị ru cho em trước rồi em ru chị sau hỉ?

- Ừ... mà thôi!

- Răng thôi rứa chị?

- Chị là chị nên ru em cũng được!

- Chị là chị... chị là người lớn à chị?

- Chưa, chị người lớn mô, chị lớn hơn em. Mạ mới người lớn chơ. À, mà mạ dặn em ngoan tề!

- Em ngoan mà... rứa chị có ngoan không?

- Chị ngoan chơ răng không? Mạ nói hai chị em phải ngoan để mạ thả lái kiếm tiền mua đồ tết.

- Ờ, tết vui chị hí... ai cũng thắp đèn sáng trưng.

- Ơ... chị chưa thắp đèn! Để chị đi thắp.

- Đèn hết dầu rồi, chị quên à?

- Chị biết rồi nhưng chị thắp tưởng tượng. Ngọn đèn chị sáng nhất ngoài nớ tề! - Linh chỉ tay ra ngọn đèn rớ giàn gần ngoài cửa biển và nói.

- Ngọn đèn đó của em!

- Của chị!

- Của em!

...

Hai chị em: Linh và Lan nói rồi im lặng. Im lặng vì đã thống nhất cùng nhau một quan điểm về ngọn đèn sáng ngoài kia; về em nằm võng, chị ngồi ru em; về chuyện cây khế chua mà ngọt nhất xóm. Cây khế là kỷ vật, kỷ niệm còn lại của người bố sau khi đi xa. Hai chị em Linh miên man nhìn mãi ra sông. Khúc sông cuối dòng trở nên mênh mông bóng tối. Riêng ngọn hải đăng ở bên cửa biển thì chớp chớp, tắt tắt không khác gì cái kim giây đồng hồ liên tục làm việc.

Căn nhà im ắng, đêm càng khuya càng lạnh, tiếng muỗi nghe càng to... Linh ngân ngấn nước mắt theo dõi từng ngọn đèn ở tầm mắt trên sông. Linh mong sao có ngọn đèn cập bến trước nhà. Lúc đó, Linh sẽ gọi em dậy và hai chị em cùng chạy ù ra reo lên "mạ về". Chúng sẽ bưng, bê, mang, vác... giúp mẹ những gì dưới thuyền lên nhà và hỏi han mẹ đủ thứ.

4.

Tháng Chạp lạnh khuya, Linh nằm yên, định bụng hỏi mẹ vài chuyện nhưng không dám. Bé nhớ hôm qua bà Tám nói: "Hăm mốt xỏ tai, hăm hai đeo hoa, hăm ba đưa về". Nghĩa là hai ngày tới sẽ có mưa. "Và, rứa là gần tết rồi, mình sẽ thêm một tuổi, em thêm một tuổi, mẹ cũng thêm...". Linh nghĩ đến rổ cá đối mẹ treo dưới chạn, rổ tôm đặt lên trên, oai cá bống còn nhốt dưới sông. "Mấy hôm ni mạ bủa được nhiều rứa, có tiền sắm tết rồi. Mai mình xin mạ mua cho em một cái áo mới, mình thì không cần. À, phải mua cho mạ một cái. Áo mạ cũ và vá nhiều chỗ...". Linh chập chờn nhìn lên di ảnh thờ, hình như gương mặt ba buồn thiu.

Lài kéo chiếc mền đắp cho con rồi trở mình, úp mặt vào phên. Chị sợ con và ảnh chồng phát hiện ra gương mặt mình lúc này. Gương mặt hốc hác tại khổ từ nội tâm. Đôi mắt đỏ ngân ngấn lệ. Chị khóc nén, khóc ấm ức, hối lỗi và tủi thân. Chị muốn hét lên trong đêm cho mọi người biết chị không phải là kẻ nói dối con, phụ chồng. Chị muốn kêu trời... mà trời thăm thẳm xa.

...

Sau tết, cái rét tháng Giêng kéo dài. Mẹ con Lài may còn trữ được mấy thùng gạo từ trong năm. Quý như quý "gạo tháng Giêng"! Chị cùng con vui được ba ngày tết. Sáng nọ, chị thấy trong người khang khác. Chị chết lặng.

Bà Tám thành tư vấn viên tại gia. Bà lặng người mấy phút khi nghe chị bảo rằng chị có thai. Bà pha giọng nửa hờn, chửi yêu:

- Mồ tổ bây nạ! Tưởng bây chọc bà già ni... - Bà Tám còn nói tiếp nhưng chỉ thấy bà mấp máy môi.

- Con xấu hổ quá thím ơi! Con muốn chết đi nhưng con con; phải bỏ thai thì... - Lài gục đầu xuống vai bà.

- Không việc chi phải dại dột rứa. Chuyện thường tình thế gian. Không chồng có chửa mới ngoan. Cứ sinh nở, không việc chi phải bỏ máu huyết của mình. Con bà, bà nuôi. Tau giúp...

Nói chuyện với bà Tám, lòng Lài thấy nhẹ hơn. Chị bắt đầu kế hoạch lại cho tương lai. Qua hết mùa xuân, xóm Lưới ai cũng biết Lài có bầu. Có người mừng cho chị vì biết đâu chị sẽ có đứa con trai. "Còn trẻ không tranh thủ sinh nở thì về già khổ lắm". Kẻ ác miệng ác mồm thì nói bóng, nói gió sau lưng. Anh chồng nào đi đêm, có "máu trăng hoa" đều được các chị vợ rào đón gạn hỏi. Đàn bà tụm ba, tụm bảy này nọ. Đàn ông dò xét, nói xa gần.

Sóng sông trước mặt nhà Lài cứ dâng trào, trước cửa biển càng lay động hơn. Chiếc thuyền người đàn bà bầu ngồi một đầu thả lưới mãi chành chao. Lài miệt mài và cố gắng từng ngày. Chị sợ mùa thu đến sớm, mùa có nhiều cơn bão lũ, mùa chị sẽ vượt cạn.

5.

Gã chạy dọc theo triền sông, chạy về phía xóm Lưới. Chiếc thuyền mang theo ngọn đèn chai vượt sông đêm. Gió và sóng xô đẩy mun mút bóng thuyền về bên kia. Gã lo lắng và có cảm giác chẳng lành. Gã tần ngần mấy giây rồi hỏi vọng vào trong nhà khi thấy hai đứa con Lài đứng trước cửa che khuất ánh đèn:

- Có mạ ở nhà không... con - Giọng gã cố giữ ôn tồn nhưng vẫn gấp gáp.

- Dạ, mạ cháu đi sinh em bé rồi!

Nhìn theo ngón tay chỉ của Linh, gã hỏi tiếp:

- Ai chở đi rứa cháu?

- Dạ, mệ Tám, o Loan!

Gã ừ ừm rồi chạy vụt đi.

Quãng đường từ nhà Lài đến Trạm xá không xa song phải qua bên kia sông, từ đó dọc thêm tầm ba cây số nữa là tới. Chính dòng sông tạo thuận tiện cho thuyền đi - lại dễ dàng và không ít người dân ở xóm Lưới được đưa đến sanh ra ở trạm xá. Nhưng, cũng chính sông lúc này lại là một trở ngại ghê gớm. Sông đang dậy sóng. Sóng bắt đầu từ gió. Gió bắt đầu... có lẽ bắt đầu từ tháng Chín, tháng bão. Sự bão bùng trong người đàn bà kia đã bắt đầu từ đêm tháng Chạp...

Thuyền đứng trước vòi sóng không khác gì chiếc lá mong manh. O Loan bơi lái. Mệ Tám bơi mũi. Ở giữa là bộ dạng đau nhói và lo lắng của Lài. Chiếc thuyền được ngọn sóng dồi lên, hạ xuống. Bốn mạng người cứ nguyện cầu bình an cho đến bờ.

O Loan và mệ Tám là người bơi giỏi, họ biết cách "chẻ sóng chẻ gió" nên rất tự tin đưa người "vượt cạn" qua sông. Mệ Tám dặn lòng và cả động viên:

- Chớ thấy sóng cả mà ngã tay chèo, bây nghe! - Mệ vốc mái chầm xuống nước và mắt nhìn một đợt sóng đang lùa ngang tới.

- Thả chầm mệ ơi! - Tiếng o Loan kêu. Ý thả chầm ở đây là cầm chầm mà không bơi mỗi khi gặp con sóng quá lớn vỗ tới, cứ để mặc thuyền nhấp nhô tự do theo là sẽ giảm bớt nước vỗ vào.

Lài một tay vịn thuyền và một tay vốc nước ra. Mệ Tám đưa hai cục phao lui. Ba người đàn bà không nói song vẫn hiểu ý nhau.

Họ đã tính trước điều xấu nhất xảy ra, có chìm thì ôm phao mà lội, mọi "hành lý" mang theo đều được bọc trong túi ni lông. Đã tính đến lim hạn nên chẳng còn gì để sợ. Bà Tám, o Loan thì vô tư tới bờ. "Ngại là ở con mẹ bầu thôi! Vải bây, cái mạng chi mà khổ hơn...", mệ Tám lầm bầm trong bụng.

- Leng quá rồi mệ ơi! - O Loan kêu.

- Bình tĩnh, tát nước! - Mệ Tám la to lấy dạn song giọng vẫn hơi run.

- Lạy Trời Đất! Lạy Quan Thế Âm Bồ-tát! Lạy cha mẹ, ông bà tổ tiên bơn hộ! - Lài khấn.

"Vu... vút", "a... o ... ào" - gió thổi mạnh. Sóng gầm lên. Con thuyền vào nửa nước. Mệ Tám lớn tiếng: "Ai cứu với, có ai...". Chẳng có ai giữa sông khuya đêm rong gió. Bờ đến rất gần, đất liền cách không quá trăm mét. Bình thường, chừng đó, đà thuyền chạy cũng tới nhưng...

Mơ hồ cảnh đắm thuyền.

Gã nhổ neo, quây máy và chiếc đò phăng phăng lao đi hết vận tốc. Mọi con sóng bị bỏ lại, tiêu tan bởi mã lực không những từ động cơ mà từ cả lòng người quyết tiến...

Giữa chành chao, bão tố nhưng như thấy được yên bình. Mùa thu đang vần vũ mà xuân đã nảy mầm từ tiềm thức. Cuộc vượt sóng đã kháp miền tịnh tanh. Lài mỉm cười ngoái nhìn đứa bé sơ sinh và ôm con vào lòng.

Đặng Văn Sử

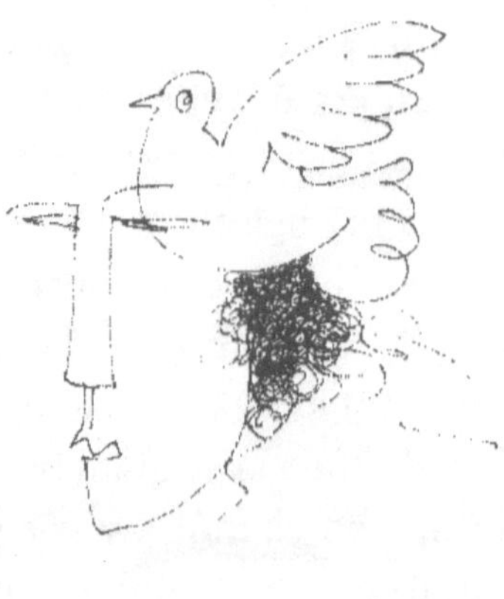

NGUYỄN ĐÌNH LIÊN

NGỒI BUỒN NÓI VỢ LÀM NỒI LẨU

Giọt nước mắt và ly rượu nhớ những người bạn thời chiến

Ngồi buồn nói vợ làm nồi lẩu
Bắt ghế sau vườn uống mấy ly
Chỉ một mình ta trên bàn nhậu
Mà say như thuở... biệt kinh kỳ

Ly này rót xuống cho thằng bạn
Mất xác trên đồi Birmingham
Lần uống với mi say thấu sáng
Ai dè vĩnh biệt tận bây giờ

Ly cho thằng chết trên Checkmate,
(lên trực thăng còn... nhắn: tháng sau,
tau về cưới vợ khi ra Tết
nhớ làm phụ rể đám cưới tau)

Còn ly này nữa cho thằng bạn
Phút cuối bị vây ở Thuận An
Bắn xong còn chừa một viên đạn
Kê nòng vào trán chết hiên ngang

Uống hết ly này nhớ Núi Bông
Nhớ King nhìn xuống nhớ Bastogne
Gịạ Lê buổi sáng nhiều gió lộng
Nhớ đêm T-Bone nhớ Mõ Tàu

Ngồi buồn nói vợ làm nồi lẩu
Nhớ bạn bè xưa, nhớ một thời
Chừ chỉ mình ta trên bàn nhậu

Uống tràn
rượu đẫm
mắt lệ rơi ■

Salt Lake City, Utah

NGUYỄN TAM ÂN

Em Và Biển Rạng

1.
Theo em về Chu Lai
đồng Tam Thanh mát xanh
chạm nhẹ môi Núi Thành
biển và em bật khóc.

2.
Nhớ lần về Quảng Nam trời mưa
mắt em ướt và tay anh lạnh
đêm làm phước cua đồng rơi chiếc yếm
tu cách nào cũng chết với ni cô.

3.
Xin thần phục trước kỳ quan Biển Rạng
đêm Chu Lai Biển Nhớ đẹp vô cùng
trong giây phút trùng lai vinh diệu sóng
cái chết của cọng hành, râu mực quá dễ thương. ■

Núi Thành 26.9.2025

HOÀNG NGỌC HÀ

NGỒI QUÁN VỈA HÈ

Mình ngồi trà đá vỉa hè
Bạn châm điếu thuốc chén chè mời nhau
Ngập ngừng tôi chẳng hút đâu
Bên kia có bạn gật đầu khen ngon

Làm sao bằng gái một con
Nước hoa thơm nức mình còn thích mê
Bao nhiêu cạm bẫy rủ rê
Gió đưa hương bưởi đường về lại xa

Ngày đi qua tháng đi qua
Vẫn là bạn cũ chén trà mới nguyên
Thuốc lào vẫn rít thường xuyên
Vài ba câu chuyện tình duyên sao rồi

Đám mây che nửa bầu trời
Còn tôi sống chậm đơn côi riêng mình
Ở đâu xuất hiện chữ tình?
Tôi còn nợ mẹ một hình bóng xưa ■

LÂM BĂNG PHƯƠNG

TRÊU ĐỜI

Hỏi đêm sao dột mênh mông?
Do sương thả lạnh đẫm trong hồng trần
Cho người cô quạnh bâng khuâng
Cho ai tựa cửa tần ngần tối nay.

Chờ đêm tàn, đón triêu lai
Nắng hừng rồi lại chiều phai cuối ngày
Ngẫm đời xoay chuyển đổi thay
Sao còn vay mượn đắng cay luân trầm.

Đêm dày đặc ánh trăng tan
Màu đen phủ xuống ngập tràn huyền vi
Đêm huyễn diệu ước mơ gì?
Cõi vô thường lắm nhiêu khê kiếp người.

Lặng nghe đêm thở dài hơi
Thầm nghe gió cõng buồn vui ngang trời
Còn tôi thả nhớ xa xôi
Nhìn đom đóm lượn trêu đời phát quang. ■

HUỲNH THỊ QUỲNH NGA

QUY NHƠN MÙA BIỂN HÁT

Những cánh hoa đã mở
Bên triền dốc ngày em đến
Ta neo giấc mơ trên đôi cánh gió trời

Ngày trở về gọi sóng Quy Nhơn
Loài chim biển đã hát lên
Mùa xanh tinh khôi như mắt

Em đẫm dấu hài trên cát
Từ khi nào ta đâu biết
Linh hương bay trổ những vạt mi xanh

Ta nghe biển khắc khoải về đâu
Mùa hoa sóng. Ngày mưa đã biếc
Những mầm hương mọc lên từ đó

Ngược dòng châu thổ. Về phía em mặt trời nâu
Gọi cánh buồm xanh vời vợi
Hay biển gọi thầm nhau

Để nghe chiều rơi tím biếc
Mây ngũ sắc. Đâu bóng người năm cũ
Ta theo biển về trổ những ghềnh hương. ■

QUẢNG TÁNH TRẦN CẦM

NGÀY CHƯA CHỢP MẮT

1.

mùa hè không còn sôi động
càng lúc càng mỏi mệt
gột bỏ lớp son phấn thời thượng
ảo giác ôm mặt mộc
nụ hôn gượng ép hay thành thật?—chờ đợi
không câu trả lời
nắng chói bám vào nụ cười phim quảng cáo ba mươi giây
tôi nhìn ký ức vá chằng vá đụp
lẫn trong tiếng ve chát chúa từng chập
xoáy vào chốn tranh tối tranh sáng vô cùng.

2.

chứng đau đầu một bên tái phát
đột ngột mất ý thức
chết điếng
chết đứng
rồi chết ngồi
mơ hồ nghe các cực của trái đất dịch chuyển
tôi quay mòng mòng trong vòng xoáy
chợt thấy đầu óc minh mẫn lạ thường
đồng thời trống rỗng—câm lặng trống rỗng
như vừa qua giấc ngủ dài suốt mùa đông.

3.
cắt tóc cạo râu hôm nay
để thấy mình trẻ hơn?
sạch hơn?
bảnh hơn?
không hẳn thế—
để mình chạy trốn chính mình
thật xa—không để lại vết tích
rõ ràng đây là thất bại vĩ đại—
không một ai có thể chối bỏ chính mình
không một ai thoát khỏi chính mình.

4.
ngẫu nhiên mắc mưa ngày nắng hạ
úp mở dự báo thời tiết
ngẫu nhiên bước ngang lò bánh mì
thơm ngây ngất trên đường đến lò võ
tôi chưng hửng như kẻ ngáp phải ruồi
dù thận trọng mỗi lần mở miệng
con phố mụ mị nhìn mưa lất phất
trên kim đồng hồ mắc nghẹn giữa trưa
ai bày chậu hoa tím bên cửa sổ
tôi lạc giấc miên man giữa tĩnh vật ngu ngơ.

5.
đợi— lầm lũi đợi
đợi ngày đợi đêm
ừ thì đợi như đã bao lần
chốn này ai nấy đều phải đợi
trẻ đợi già đợi trung niên đợi
vừa đợi vừa chém gió vừa mơ giấc mơ không tưởng
vừa đợi vừa tập shadow boxing giải tỏa ẩn ức
đợi như bản án chung thân và dài hơn—
người sống đợi người chết đợi
sau bao năm vẫn đợi. ■

ĐẶNG XUÂN XUYẾN

VIẾT CHO KHỜ

Triền sông chiều nay cạn gió
Ai dụi câu hò
Ai dúi cánh cò líu ríu qua sông
Ai lùa gió đốt lòng
Ai bủa giăng chim trời mà đợi
Khờ hỡi...
Biết rồi
Sao còn vít vương tơ rối.

.

Ngẩn ngơ chi thì thầm lời của gió
Thương nhớ gì lộc cộc tiếng ngõ khuya
Thì kệ nắng quái trưa
Thì mặc mưa mút mùa
Thì thả nụ yêu quá thì chìm nổi
Để rồi tong tẩy cuộc người
Để rồi xéo xắt miệng đời
Để rồi nụ cười bảy chìm ba trôi chín rối...
Khờ hỡi
Biết rồi
Sao nặng lòng vít vương tơ rối...

.

Về thôi! ■

HUỲNH LIẾU NGẠN

Rồi Nắng Qua Đèo

tôi đi phố vắng đêm hè
tay che thời tiết nặng đè lên vai
cố quên đi tiếng thở dài
cho đời nhẹ lại hình hài của tôi

tôi đi nhung nhớ bồi hồi
năm châu bốn biển một thời héo hon
trăng rằm hiu hắt đầu thôn
tôi đi lạc mất linh hồn về đâu

qua ngày tháng giữa bể dâu
mà nghe thiên cổ vùi sâu hướng nào
con sông thuở nhỏ cây cầu
mười phương tám hướng nỗi sầu đuổi đeo

bỏ quên rồi nắng qua đèo
tôi đi mang nặng quê nghèo trên vai
đời chôn hết cả đời trai
nhưng sao tôi vẫn miệt mài tâm tư

bao nhiêu mộng ước phù hư
lá rơi vàng cả mịt mù lối xưa
tôi đi sớm nắng chiều mưa
mà thương nhớ lại ngày chưa phai mờ

tôi đi ngàn kiếp bụi bờ
cho trăng nhỏ máu vì chờ đợi tôi
bởi vì tôi rất đơn côi
nên không cần biết luân hồi làm chi

tôi đi em nhắn gởi gì
hay là em có thầm thì với tôi
đành thôi lời ở đầu môi
để cho gió thổi pha phôi lên trời. ■
14/9/2025

TRỊNH CHU

LÂU ĐÀI VÀ PHẾ TÍCH

giạt ứa ký tự sương loang trống
nụ hôn môi cuồng điên của người đàn bà tham lam tận hiến
lay thức miền da thịt gã đàn ông bùng xô sóng nắng
trời xác tín hoang mang

rơi về từ giấc mơ đêm khất thực
ngồn ngộn những ánh ngày
mọc lõa lồ trên đôi bầu vú lửa
tình yêu bị cuốn phăng để lại phế tích là oan hồn lũ lân tinh đói
tự ru đời trong diệu âm kinh Pháp Cú
cánh lá Bồ Đề xác khô

tôi đi qua em
có tiếng vỡ tinh trùng gặp trứng
tượng tình một đứa bé úp mặt vào bóng núi ăn năn ■

TRẦN VĂN NGHĨA

PHAN RANG, CẮM RỄ ĐẤT NÀY!

Bén chi bén cái đất này
Tôi về làm rể ở đây lâu rồi!

Xứ nghèo gió cát nắng nôi
Người lam lũ với biển khơi ruộng vườn

Tôi về cắm rễ đây luôn
Quen khu phố xóm thuộc con hẻm làng

Thương phiên chợ sớm rộn ràng
Tiếng ông ba gác trêu nàng bán rau

Chợt nhìn hàng chị trầu cau
Bỗng hình bóng Nội nao nao trong lòng

Về đây làm rể làm chồng
Sống từ thời trẻ giờ ông lão rồi!

Qua bao bĩ cực dập vùi
Thấy thương vợ thấy tội đời các con

Âm thầm lùa đại chén cơm
Cứ len lén chậm mắt rơm rớm buồn

Bàn tay cầm phấn đã mòn
Nay thêm cầm cuốc chai sờn mưu sinh

Chẳng thà sống với thiện minh
Nên đâu màng chuyện phù vinh trên đời

Nhắc chi chuyện cũ lâu rồi
Vui sao con cái hiểu thời mẹ cha!

Ơn cao xanh tỏa bóng nhà
Duyên xưa ở rể mặn mà vậy em! ■

THIÊN DI SG

NHỮNG BÀI HÁT CỦA DÒNG SÔNG

Khi anh gõ cửa
trái tim tôi nhẹ nhàng lay thức
buổi sớm mai tinh khôi
đóa hồng trên bậu cửa

có gì đó ban sơ
có gì đó thơm như hơi thở
dịu dàng ghé hôn môi

khi anh là một con sông hoang dã
hát những bài hát của [dòng sông]
em bị mê hoặc...

hạnh phúc giản đơn
một bông hoa, một nụ cười và nhiều hơn là nỗi nhớ
nỗi nhớ đầy lên ăm ắp từng ngày
bài ca của dòng sông
quấn quýt siết chặt anh và em
kéo vào lòng sâu
khao khát

đam mê như lông vũ
em là gì
nếu tan trong anh
khi dòng sông đổ bờ

em chỉ là cát ướt,
sông
có nghe
lời thì thầm của đôi môi em
[hát] ■

NP PHAN

Ngoảnh Lại

chợt ngoảnh lại, thời gian
đã nhuốm màu dâu bể
cho lòng ta như thể
quay quắt trời bão giông

trái tim nhạt máu hồng
những vòng đời hệ luỵ
trên con đường vạn lý
dẫn về một mùa ngâu

chợt ngoảnh lại, trên đầu
cả hai vầng nhật nguyệt
cả thu đông biền biệt
còn đắm giấc hoàng hoa

chợt ngoảnh lại, còn ta
trong hoang mang trường mộng
trên sông dài biển rộng
chút ảo vọng phù sinh ■

THY AN

VIÊN ĐÁ TỪ TRỜI VÀ CHẬU SÀNH

viên đá rơi từ trời
không phải thiên thạch dải Ngân Hà
mà là khối ký ức thức dậy
thoát ra từ những không gian kỳ bí
phế thải và kho tàng
lẫn lộn những miền trần gian
tối và sáng
vui và buồn
như những trái tim im lặng

phiên bản của thơ văn
vẽ vời câu chữ
lung linh hình bóng
giấy đã vàng, gỗ đã mục
nhịp cánh vô tình của con chim đen
buổi chiều nắng tắt
bay qua núi

viên đá chìm xuống nước
lay động giấc mơ và tâm
cầm cự với những nỗi niềm mông lung
trên quê hương lạ hơn nửa thế kỷ
âm vang chiều viễn xứ
ánh mắt nhìn nghiêng bóng
trời mây biển sóng
tinh hoa trôi giạt bên lòng

ngồi đợi mãi không thấy ai lên tiếng
mùa hạ đi qua với gió mưa
hạt bụi hôm qua
hạt bụi ngày mai
buồn vui như viên đá chậu sành ở lại
qua khe hở thiên thu đôi bàn tay... ■

NGUYỄN NGUYÊN PHƯỢNG

TÓC BẠC HƯƠNG ĐẦU

Những bông phượng đã thôi màu thương nhớ
Mưa bâng khuâng giăng trắng một khoảng trời
Ta chạy đuổi níu hôn mê Thạch Thảo
Đường tương tư trải mộng đến chơi vơi.

Hàng liễu công viên buông sầu ghế đá
Bướm chao tình lượn cánh nhỏ mênh mang
Em ngày ấy tóc thơ ngây bay xõa
Mùa chưa Thu đã đắm đuối sắc vàng.

Hoài niệm tím dẫu muôn trùng sâu bể
Trái tim ngân sóng biếc gợn hồ thu
Nụ Quỳnh hương em trao hờn mắt lệ
Tình lên ngôi đã vời vợi sương mù.

Đành hẹn với tiếng thơ chiều nguyệt tận
Em và Thu trôi giạt chốn phương nào
Đời ngọt mật tạ ơn lời sỏi đá
Tóc bạc xôn xao thuở ngát hương đầu. ■

TÔN NỮ MỸ HẠNH

Mùa Hoa Cà Phê Bên Dòng Pô Kô

Tây Nguyên Tây Nguyên
Lại vào mùa hoa cà phê
Những cánh hoa bung nụ nở trắng xóa
Trên các triền núi trên các nương đồi
Trong mưa sớm trong sương chiều
Ngút ngàn gió ngút ngàn mây
Ong rừng bay theo hương tìm mật
Trời trong xanh nắng vàng ngây ngất
Dòng Pô Kô uốn quanh đôi bờ xanh biêng biếc
Trên chiếc thuyền độc mộc cũ
Người con gái qua sông mang gùi lên rẫy
Hoa cà phê ướp lên mái tóc nàng
Tiếng gà rừng mỏng tang chìm khuất màn đêm
Chiều em mang theo mùi hoa về lại buôn làng
Trong ánh lửa reo vui
Trong tiếng cồng chiêng âm vang mùa lúa mới
Và men rượu cần
Thoang thoảng hương thơm
Len lỏi vào tận nhà
Ùa vào trong giấc ngủ.
*

Có ai biết được
Dưới tán rừng màu đất bazan đỏ quạch
Trên đồi hoa cà phê nở trắng tinh khôi
Ngày ấy những người lính trẻ
Đã nằm lại nơi này
Máu xương hòa vào đất mẹ
Chiến tranh đã tàn từ lâu
Sao anh mãi không về
Để mỗi mùa hoa cà phê
Dậy thì mùi thơm dịu ngọt
Ong bướm vẫn tìm về
Dòng Pô Kô vẫn rầm rì hòa vào sông lớn về xuôi
Trong tiếng gió đại ngàn
Trong hương thơm hoa cà phê dậy đất
Tôi còn nghe rừng núi
Âm vang tiếng anh gọi mãi
Đò ơi. ■

LÊ HÂN

THỜI Ở TIÊN CHÂU

ở rừng một thuở bé con
chim hót, vượn chẳng véo von tiếng nào
mấy con khỉ nhỏ ồn ào
y như hội họp cao trào ăn chia

ở rừng chơi cá lia thia
nước ruộng mưa núi đựng tia chớp vàng
chân trần da lụa lang thang
vài con đỉa mén máu loang tan liền

ở rừng rúc bụi nằm yên
trốn bà già lượn hồn nhiên trên trời
dòm xem mây vẫn thảnh thơi
mỗi ngày dài ngắn tùy người mẹ yêu

ở rừng tôi chẳng chi nhiều
bảy năm mặt chữ cái tiêu hóa cùng
mít thơm khoai sắn ăn chung
chiếu thay mền đắp ung dung ngủ vùi

ở rừng một thuở của tôi
cha anh vắng cả - mẹ, trời, chị thương
đầu đời ôi một đoạn đường
buồn vui chưa biết tỏ tường ra sao...■

Tháng 9-2025

PHẠM VĂN NHÀN

LUÂN HOÁN, NHÀ THƠ CỦA THẾ HỆ CHIẾN TRANH

Luân Hoán, nhà thơ, không phải tôi gọi anh như vậy, mà nhiều người khác cũng gọi anh như vậy. Ngay cả bạn bè của anh cũng gọi anh như vậy. Có sai không khi gọi Luân Hoán là nhà thơ mà không gọi anh là "thi sĩ". Tôi không thích gọi anh là thi sĩ. Tôi thích gọi anh là nhà thơ. Vì, với Luân Hoán, nhìn lại đoạn đường dài sáng tác thơ của anh, trong bài viết của nhà thơ Thái Tú Hạp: *Những tác phẩm của Luân Hoán trước 1975 (... Luân Hoán học làm thơ từ năm mười một tuổi. Anh đã cho độc giả biết điều này, qua câu hỏi của nhà văn Hồ Trường An [dưới bút hiệu Đào Huy Đán]. Người dạy anh làm thơ đầu tiên là thân phụ anh...)*

11 tuổi, tính từ năm sinh 1941 anh đã học làm thơ. Nhưng 12 năm sau cộng thêm 11 năm trước đó "cậu bé" Lê Ngộ Châu đã trưởng thành. Và, tập thơ đầu tiên của anh đã xuất bản năm 1964 (Về Trời - Văn Học). Với bút hiệu Luân Hoán. Từ năm đó, Luân Hoán đã đi vào lòng độc giả và bạn bè. Chẳng những thế, Luân Hoán đã có một chỗ đứng trong "văn học miền Nam" ngay tập thơ Về Trời thời điểm ấy. Nhà thơ Thái Tú Hạp viết về tập thơ Về Trời, xin trích: "*Với gần 60 bài thơ đủ loại, viết về quê hương và thân phận nhược tiểu của một dân tộc giàu chiến tranh...*"

Và, nhà văn Dương Kiền viết lời bạt cho tập thơ Về Trời: "*Gia tài quê hương của chúng ta đã bị xâu xé gần hết, chúng ta chỉ còn lại*

một di sản quý báu: tình tự con người. Tình tự con người bất chấp mọi tương tranh, chia cắt, vùi dập, thủ đoạn... nó sáng ngời trong đêm tối kéo dài từ hai chục năm nay, nó là ngọn lửa sưởi ấm những tâm hồn còn biết hướng về nhau, những con tim còn biết xôn xao mơ ước. Nó làm thành một thế giới trên những thế giới của tham vọng và hận thù.
Anh Luân Hoán, Chính thơ anh đã đưa tôi vào thế giới ấy..."

Về Trời, phát hành năm 1964 và những năm sau, anh tiếp tục cho ra đời nhiều tác phẩm khác trước 1975 và sau này ra hải ngoại, trên dưới gần hai mươi tập thơ. Với số lượng thơ đã phát hành, anh đã có một chỗ đứng rất trân trọng trong Văn Học Việt Nam.

Cho nên, với chủ trương của tạp chí Thư Quán Bản Thảo, chuyên làm những số chủ đề về những cây bút đã thành danh trên "văn đàn" miền Nam trước đây. Anh Trần Hoài Thư gọi điện cho tôi làm chủ đề về nhà thơ Luân Hoán. Như bao lần đề nghị của anh. *Luân Hoán, một nhà thơ sinh ra và lớn lên trong bối cảnh cuộc chiến Việt Nam khốc liệt nhất.*

Viết về Luân Hoán, đã có quá nhiều người viết về anh. Chỉ cần gõ trên bàn phiếm hai chữ Luân Hoán, nhấp chuột một cái nhẹ thôi, là ta đọc được nhiều bài viết về anh qua nhiều cây bút một thời nổi tiếng trong nước trước năm 1975. Chỉ có một vài người mới viết sau này khi anh ra định cư ở nước ngoài. Nhưng là những bài viết rất có giá trị, nếu ai cần đọc để hiểu và để nghiên cứu viết về thơ Luân Hoán.

Tại sao tôi viết Luân Hoán lớn lên trong bối cảnh chiến tranh khốc liệt nhất. Có đúng như thế không? Nhìn năm sinh của anh 1941, lớn hơn tôi một tuổi. Thử nhìn lại lịch sử cận đại một chút, vào những năm này Nhật nhảy vào Đông Dương giải giới Pháp (chiến tranh thế giới thứ II). 1945 chấm dứt Thế chiến thứ II. Một năm sau, Pháp quay trở lại VN lần thứ hai với khí tài của Mỹ. Chín năm kháng chiến (giữa Pháp và Việt Minh) cho đến năm 1954 hiệp định Genève ký kết, đất nước chia đôi. Trong tiểu sử của anh, *năm 1946, năm tôi lên năm. Chẳng thể là một tình cờ, ba tôi cõng tôi đến đây. Cuộc chiến*

Việt Pháp là gốc rễ cho một nhánh ấu thơ tôi bén lên vuông đất rừng Tiên Phước.

Đất nước qua phân (1954). Quân Pháp rút về nước. Hai năm sau "tổng tuyển cử". Người dân chờ đợi mù tăm. Những năm đầu, miền Nam có chút "ánh nắng hòa bình". Nhưng mầm mống chiến tranh bắt đầu âm ỉ từ những tiếng súng lẻ tẻ nơi thôn ổ, nhất là ở miền Trung chúng tôi. Từ những tiếng súng lẻ tẻ đó, tháng 12-1960 hình thành "Mặt trận Giải phóng miền Nam". Và, cũng từ những tiếng súng lẻ tẻ đó, chúng tôi bắt đầu lên đường nhập ngũ. Người đi trước kẻ đi sau. Cái không khí ảm đạm chiến tranh bao trùm. Nhà thơ Thái Tú Hạp viết trong tập thơ đầu của anh, tập Về Trời: *"... và thân phận nhược tiểu của một dân tộc giàu chiến tranh..."* Ngẫm cụm từ "giàu chiến tranh" của nhà thơ Thái Tú Hạp viết về anh, tôi thấy hay và đúng quá. Luân Hoán lớn lên từ một mảnh đất giàu chiến tranh. Và, cũng từ mảnh đất này, quê hương anh ngập tràn khói súng. Từ đó, trong thơ của anh, ngoài tình yêu ra, hình bóng quê hương trong thơ anh lúc nào cũng "mãnh liệt" trong tâm thức của anh:

Bạn ở đâu? Đang làm gì? Sao ngần ngại?
Sự xa lạ chẳng phải là khoảng cách
nếu bạn đã hoặc đang thở hít cùng hơi đá núi
đi loanh quanh qua những gốc chà là
và gói trong lòng những mùi hương dủ dẻ.

Xin hãy nói về quê hương mình cho nhiều người biết
cho nhiều người cùng được thưởng ngoạn
để xứ sở thân yêu ấy càng khởi sắc
càng giàu thêm tình người.

Bởi vì, quê hương anh "giàu chiến tranh" quá. Từ khi Thực dân Pháp đã nổ phát súng đầu tiên để mở màn cuộc chiến tranh xâm lược Việt Nam trên cửa biển Đà Nẵng vào năm 1858. Đà Nẵng quê anh, cho mãi tới năm 1963 (?) lại cũng gót giày đinh của "ngoại nhân" những toán lính TQLC/Mỹ lại một lần nữa đổ bộ vào cửa biển này (Đà Nẵng) dưới chiêu bài bảo vệ Miền Nam Tự Do. Nhưng dưới hình thức nào, chiêu bài nào thì cuộc chiến Việt Nam sau năm 1954 càng ngày càng khốc liệt, nhất là ở quê anh nói riêng, và miền Trung nói chung. Cuộc chiến mang tính chính trị (Quốc Cộng) giữa hai miền Nam và Bắc. Và, đám thanh niên cùng một thế hệ với anh, cùng một năm sinh với anh, phải lên đường nhập ngũ. Cho nên, với một nhà thơ như anh nỗi ray rứt về quê hương, thân phận con người trong cuộc chiến, trong tình yêu "thơ" anh đã đánh thức lòng người.

Anh lớn lên trong cuộc chiến. Chúng tôi cũng lớn lên trong cuộc chiến. Thế hệ chiến tranh mà nhà văn Trần Hoài Thư thường nói với chúng tôi mỗi lần gặp nhau, không phải ngày hôm nay mà là những ngày xa xưa của 36 năm về trước (1975) khi chúng tôi còn khoác trên người bộ quân phục. Chiến tranh, đối với những người cầm bút đã viết nhiều. Nhiều lắm, như Y Uyên, Trần Hoài Thư, Huỳnh Hữu Võ. Mỗi người viết thật khi nhìn cuộc chiến dưới con mắt của người cầm bút tự do. Chiến tranh Việt Nam mà Nguyễn Bắc Sơn đã viết trong bài: Chiến Tranh Việt Nam và Tôi: ... "*Ta bắn trúng ngươi vì ngươi bạc phước/ Vì căn phần ngươi xui khiến đó thôi/ Chiến tranh này cũng chỉ một trò chơi/ Suy nghĩ làm chi cho lao tâm khổ trí...*". Còn anh, nhà thơ Luân Hoán, trên quê anh là một "chứng tích" với bao thế lực từ bên ngoài đã ồ ạt đổ bộ vào đây. Với anh, chiến tranh chỉ cần vỏn vẹn vài câu thơ thôi, cũng đủ để ta suy ngẫm. Xin trích:

"một con gà trống đỏ
một con gà trống đen
cùng nhìn về phương đó
khát vọng và bản năng
cả hai cùng hăm hở
đá nhau không nói năng"
(Chiến tranh)

Quê hương của anh, của chúng ta cũng vì hai con gà trống "đen đỏ" này đã tạo nên một cuộc chiến khốc liệt; mà đã là chiến tranh thì xóm làng (đìu hiu), con người (tan tác, chết chóc). Trong bài thơ Tiên Phước, một nhánh ấu thơ của anh, Luân Hoán đã viết về một mảnh đất quê khi nhỏ anh chạy giặc:

Bạn hãy kể cho tôi một chút gì về Tiên Hội!
Bạn hãy nhắc cho tôi một vài hình ảnh Tiên Châu!

Những xã, những thôn của Tiên Phước một thời.
Đã bốn mươi chín năm xuống núi,
chưa một lần thăm lại
tôi nhớ
tôi thèm biết bao nhiêu.
Những đọt khói, những rẻo gió... ngào ngạt xanh một góc đời.

Bạn ở đâu? Đang làm gì? Sao ngần ngại?
Sự xa lạ chẳng phải là khoảng cách
nếu bạn đã hoặc đang thở hít cùng hơi đá núi
đi loanh quanh qua những gốc chà là
và gói trong lòng những mùi hương dủ dẻ.

Xin hãy nói về quê hương mình cho nhiều người biết
cho nhiều người cùng được thưởng ngoạn
để xứ sở thân yêu ấy càng khởi sắc
càng giàu thêm tình người.

Vâng, qua bài thơ này, tôi được biết vào năm 1946, năm *nhà thơ lên năm, chạy giặc về vùng rừng Tiên Phước.*

Có phải chỉ mới một năm, sau khi Thế Chiến thứ II chấm dứt. Tưởng rằng yên ổn, nào ngờ lại chạy giặc. Mà giặc nào đây. Ồ, lại là giặc Pháp, với tiếng súng nổ đầu tiên vào năm 1945, dẫn đến 9 năm kháng chiến khi Pháp trở lại lần thứ hai bắt đầu từ 12/1946, anh theo gia đình về Tiên Phước. Còn tôi được mẹ bỏ vào một đầu thúng gánh chạy về một làng quê Phú Hội vào năm tôi 4 tuổi, để tránh giặc Tây. Làng quê ấy tôi còn nhớ trong tâm trí của tôi, nhưng tôi không thể nào làm thơ như anh được. Đọc bài thơ của anh về Tiên Phước, tôi cũng nhớ làng quê Phú Hội một thời cứu mang gia đình tôi chạy giặc (dù địa danh có khác nhau).

Với Luân Hoán, anh viết nhiều thể loại. Chiến tranh. Thân phận con người. Tình yêu. Quê hương... Nhưng trong chiến tranh, chính anh là người tham dự trực tiếp (giai đoạn khốc liệt nhất). Nhưng, hình như anh cũng như tất cả những người cầm bút miền

Nam trước đây, hay những người bạn của tôi chẳng mang trong lòng chút hận thù nào. Chỉ buồn thôi cho thân phận.

Cũng như những người bạn của anh một thời. Đọc tiểu sử, nhập ngũ 1966 (khóa 24 TĐ), ra trường cuối năm. Những câu thơ "dí dỏm, tưng tửng" nhưng rất dễ thương và rất thật khi: Một Ngày Trước Khi Trình Diện:

bỏ lệnh gọi trong túi quần
tôi đi qua từng đường phố
không biết phải làm gì
tôi trở về rửa mặt
quyết định ngủ một ngày
thản nhiên không mơ mộng

Rồi những ngày ở Thủ Đức, anh vẫn "dí dỏm, tưng tửng" qua những câu thơ đi vào lòng những ai xuất thân từ Quân trường này: *và rồi màn hít đất tập thể /bài học vỡ lòng, dằn mặt /tôi thèm đái /nín đã lâu/nghe tức/ cuối cùng rồi cũng xong/vất mình xuống ổ quân trang vừa tha về/nghĩ về em/ngủ thiếp/giá trái pháo kích rơi đúng chỗ nằm/đời đã đỡ ngang dọc.*

Nhưng đến năm 1969 anh bị loại khỏi cuộc chơi từ chiến trường Quảng Ngãi, để lại chiến trường một bàn chân trái. Tôi nhớ trước đó một năm, năm 1968, người bạn tôi, nhà văn Trần Hoài Thư, cùng khóa với anh, bị thương nơi cây xăng Ông Tề trên đường Gia Long, cửa ngõ vào thành phố Quy Nhơn. Cũng may, viên đạn của "người anh em bên kia" bắn chưa chính xác, chứ vào ngay tim thì THT đã bị loại ra khỏi cuộc chơi (chữ của Nguyễn Bắc Sơn) có thể đã đi về "Trung Nghĩa Đài" nơi mà chúng tôi đã một lần quỳ xuống nơi quân trường ấy.

Luân Hoán, đại diện cho những anh em chúng tôi, cũng như Trần Hoài Thư ở vào cái tuổi không sao tránh khỏi cuộc chiến này, nếu không có hai con gà "đen và đỏ" tranh giành một miếng mồi nhỏ bé trên quê hương chúng tôi, thì anh đâu có để lại chiến trường một phần xác thịt của Cha Mẹ anh tạo nên hình hài một Luân Hoán, phải không? Nếu không có những thế lực "đen đỏ" ấy, thì chắc chắn chúng tôi lớn lên trong cái không khí thanh bình ở một vùng quê nào đó.

Như: *buổi sáng đi vào núi / gặp được một con chim / lặng lẽ nhìn chim hót / lòng vô cùng bình yên*

Nhưng đâu phải vậy. Anh đang tham dự vào cuộc chơi thì anh phải nhìn thấy cái thực trong cuộc chơi đó, do hai thế lực "con gà trống đỏ, con gà trống đen" gây nên.

Và, hơn ai hết, anh lại là người cầm bút, với cái nhìn thực như bao người trẻ tuổi khác trực tiếp tham dự vào cuộc chiến (không chạy chọt để về một nơi an toàn) thì chắc chắn những câu thơ hay những câu văn của người lính cầm bút viết lên sự thật không có nghĩa là "phản chiến". Hình như cũng có người cho anh là thế, cũng như có người cho Trần Hoài Thư là thế. Với tôi, cũng tham dự vào cuộc chiến này 10 năm thì lại cho là "không". Với cuộc chiến mà chúng tôi trực tiếp tham dự vào. Mù tâm. Trong bài: Trái Tim Hành Quân. Đọc để thấy tuổi trẻ của chúng tôi ngoài chiến trường. Xin trích:

....

"anh bây giờ là tên lính mù
chỉ huy một trung đội điếc
với chiếc còi trên môi
và hàng trăm câu chửi tục
anh ném vào lính của anh
niềm âu lo thương mến
biết chúng đã nghe được gì
ôi một trung đội điếc
lựu đạn nổ chẳng bằng tiếng gà gáy
lựu đạn nổ chẳng bằng dạ dày cháy lời thèm khát
chúng tiến
chúng tiến đến mục tiêu
anh dũng
chẳng phải một người bỏ mạng
cả bọn anh rồi sẽ hy sinh
ôi mục tiêu
mày là cái gì hỡi?
có phải là miếng ăn
có phải là lá cờ tự do nào treo đó?
anh đã biết nó là gì
em hỡi em, làm sao anh nói

anh chỉ là tên lính mù
chỉ huy một trung đội điếc
dù còn đủ tâm hồn
anh cũng sẽ đốt nhà
cũng sẽ bắn trâu bò, bắn gà vịt
không hổ ngươi
như lính của anh
phải sống
phải ăn
phải tàn bạo nữa
đó là điều cần trong cuộc hành quân"
....

Hay:

bôi mặt vẽ mày mời các người xem
tôi văng tục luôn như thằng mất dạy
đã thế thì đừng cố gắng ngạc nhiên
khi mày không hơn gì tao mấy tí
lính tráng bây giờ như chiếc đinh đen
đóng chặt đời vào động cơ và nổ
bắn giết bình thường như bài tiết như ăn
vậy hỏi làm chi lương tâm bổn phận
bôi mặt vẽ mày đi đứng vô tri
đó chính là tôi
tôi là người lính trận
(Giới Thiệu)

Không hẳn chỉ có anh không đâu. Còn nhà thơ Huỳnh Hữu Võ, người lính trực tiếp ngoài chiến trường, đã viết: *tôi vào quê hương mang theo quà tặng/ Carbine, Thompson, Garand, tiểu liên/ dành phát cho nhau mỗi thằng mỗi đứa/ dành phát cho nhau mỗi đứa một thằng.* Và Huỳnh Hữu Võ còn viết Dưới Chân Đồi Xích Thố những dòng thơ: *Anh phải ngủ thật nhiều ban ngày/để đêm từng đêm ngồi ôm súng gác/anh phải cười nơi đây thật to/để khỏi nghe tiếng súng/anh phải văng tục nơi đây cho đã/vì thiếu bóng đàn bà suốt tháng/anh phải thủ dâm.*

Đấy, những người lính vừa cầm bút ở vào cái tuổi "Thế Hệ Chiến Tranh" nghĩ gì khi chiến tranh càng ngày càng khốc liệt trên quê hương mình. Người nuôi chiến tranh thì cho là phản chiến. Còn chúng tôi, những người trực tiếp ngoài mặt trận, thì: hòa bình ơi, sao lâu quá vậy!

Qua ngần ấy năm, từ năm 1964 (tập thơ đầu tay được phát hành) cho mãi đến tận hôm nay 2011. Với Luân Hoán, tôi vẫn nghĩ anh là một nhà thơ "đích thực" nặng tình với quê hương đất nước. Không phải trên mảnh đất miền Trung đầy bom đạn mà anh "khắc khoải" nhớ quê. Ngoài ra, những nơi khác anh đã một lần đến đều là những "ray rứt" trong anh qua những bài thơ anh đã làm với những con chữ rất "giản dị" không mang tính "phù thủy chữ nghĩa" trong thơ (chữ của Trần Hoài Thư). Gây cho người đọc một cảm nhận thích thú qua thơ của Luân Hoán.

Viết về Luân Hoán, như đã nói có nhiều người viết. Nhưng với anh, (một người cùng thế hệ chiến tranh với tôi) viết và nghĩ về anh, một người dù chưa lần gặp mặt. Dù anh đã gởi tặng tôi vài tập thơ anh đã xuất bản.

Viết về anh, với vài đoạn thơ ngắn được trích ra từ trang nhà của anh, chưa hẳn là đủ với một chiều dài làm thơ của anh. Nhưng, ít ra, tôi nghĩ, phải viết một cái gì đó về anh trên một tạp chí văn học, chứ không phải trên mạng, như lời đề nghị của Trần Hoài Thư.
Vâng, Luân Hoán, đã gần nửa thế kỷ qua, thơ anh đã hiện diện.

Phạm Văn Nhàn

NGÔ NGUYÊN DŨNG

NGÀN NĂM TRONG KHOẢNH KHẮC

Phỏng dịch từ nguyên bản Đức ngữ của Ngô Nguyên Dũng: *"Tausend Jahre im Augenblick"*

Lời mở:
Không gian và thời gian trong quyển tiểu thuyết này, những chương chữ thẳng và những chương chữ nghiêng, cách nhau vài trăm năm. Người và cảnh cũng như mọi sự việc đều là những sản phẩm hư cấu, mặc dù đây đó có những dữ kiện được dựa theo lịch sử cũng như địa lý thường thức.
Tác giả

(Phần 1)

Sinh

Tin tức loan truyền như cơn dịch hành tại Cái Bàu, một làng quê heo hút đất Hậu giang, rằng kẻ lạ vừa đặt chân tới không phải là người bình thường. Đã hơn tuần nay, dân làng thấy người đàn ông lạ mặt dắt theo một con vượn, tới ngồi trầm tư cạnh gốc bồ đề trồng bên lối vào đình làng. Hôm nào tan lớp, Lâm và chúng bạn cũng tạt ngang, xét nét ngắm nhìn người khách và con thú liến láu.
Người đàn ông cao ốm, gần như lõa thể, chỉ quấn quanh hông một chiếc khố bẩn thỉu, khó đoán được màu sắc. Màu tóc ông xám tro vằn vện, thắt cẩu thả từng bện dài, nổi bật trên nước da cháy nắng. Diện mạo ông khác lạ với cặp chân mày trắng như chỉ, ngó như hai con sâu tằm no lá, vắt trên hai lõm mắt đen đục. Không như người bản xứ, ông có một sống mũi thẳng, nhú mấy sợi lông bạc. Chòm râu quai hàm cắt ngắn khiến gương mặt ông đượm nét bí ẩn, như thánh hóa, rạng ngời nguồn an tịnh vô biên, bắt Lâm nghĩ tới thần sắc những vị chân sư.

Với Lâm và lũ trẻ con, mấy món tư dụng của ông mới thật lý thú: Một cây gậy gỗ khắc chữ loằng ngoằng khó hiểu, chuôi gậy quấn chỉ đỏ bạc màu; một rổ con đựng hạt ngũ cốc cho chim ăn lúc nào cũng được đặt cạnh chỗ ông ngồi, và một chiếc xe cút kít phủ mảnh vải màu cam, lốm đốm vết dơ. Không một ai thấy được những gì ông đem theo suốt chuyến du hành. Cũng không đứa nào dám hỏi, vì theo lời đồn, ông già lạ mặt không rành rẽ tiếng bản xứ. Với Lâm, cậu đặc biệt mê mẩn mấy dây chuỗi hạt cườm muôn sắc quấn cổ, cổ tay và cổ chân người đàn ông. Và, lẽ đương nhiên, đứa nào cũng thích ngắm con vượn lém lỉnh có bộ lông trắng bám bụi và cái mặt đỏ ké như đào kép hát bội hóa trang.

Làng Cái Bàu gồm khoảng năm chục gia cư rải rác đó đây, nổi bật trong số đó là dinh thự tráng lệ xây kiểu Tây của điền chủ Lê Tấn Phát. Mái nhà lợp ngói âm dương, được thiết kế một hệ thống kiến trúc tân thời: Giàn máng xối nhôm hứng nước mưa đựng trong dãy lu đất cao cả thước, dựng thành hàng bên bờ tường phết vôi trắng, xây trên nền nhà lót gạch tàu cao năm bực cấp. Ngoài ra còn có một trường sơ học, tàn tích đổ nát của một nhà thờ Thiên Chúa giáo sau nhiều cuộc chiến lớn nhỏ, một ngôi chùa Phật giáo Nam tông của người Khờ-me, và một thuộc tông phái Hòa Hảo, thành quả từ viễn tưởng tôn giáo của một giáo chủ người Việt, nhằm hòa đồng Phật giáo Nam tông với Khổng và Lão giáo.

Cái Bàu cách biển độ một ngày rưỡi, nếu đi bằng xuồng tam bản gắn máy đuôi tôm. Nơi đó, theo lời tiền nhân thuật lại, từng là bãi đậu của người tứ xứ tới bằng thuyền nhỏ hoặc tàu buồm ba cánh: Dân Trung Hoa và Nhật Bản từ phía bắc, dân đảo Java từ biển đông, dân Ấn Độ và người da trắng từ phương tây xa xôi. Họ đổ xô tới vùng thổ ngơi phì nhiêu này như bầy ruồi nhặng vồ vập bu lấy xác thú thúi rữa thời quân chủ An-nam, để rồi gieo rắc nhiều tai họa. Nhưng không một ai biết rõ, người đàn ông lạ mặt kể trên tới đây bằng phương tiện gì. Chỉ sau một đêm, đã thấy ông ngồi đó. Theo lời thầy giáo làng, có lẽ ông là một nhà sư khổ hạnh du hành từ Ấn Độ, Tích Lan hoặc A Phú Hãn.

"Những xứ này ở đâu, thưa thầy?", đám học trò lao nhao.

"Ối, ai biết đâu nà", ông thầy giáo trả lời thờ ơ. "Dò trên bản địa đồ thế giới, thấy chúng nằm ở hướng tây, cách đây hằng ngàn rặng núi, sông ngòi và bình nguyên. Ở những nơi mà bò, khỉ, chuột là những sinh vật linh hiển; mà nhụy hoa nghệ tây đáng giá hơn vàng; mà thần thánh vất vưởng nhiều hơn người; mà những lang y sử dụng củ rễ, lá cây và quặng kim chữa bệnh nan y; mà các nhà luyện kim lấy cát đun chảy thành những hột thủy tinh, pha lê và kim cương sắc sảo nhất; mà người ta đãi cát lấy vàng từ những mạch nước trong rừng già. Và rất nhiều điều huyền bí khác, chúng ta không thể tưởng tượng nổi đâu."

Hồi nào tới giờ Lâm chỉ thấy người ta lấy hột cườm kết tràng hoa đám ma cho giới nhiều tiền lắm của, hoặc khâu lên áo quần, mũ mão cân đai cho đào kép hát bội mà thôi. Giờ đây cậu còn biết thêm, chúng được làm từ nhiên liệu nào. Khi nghe Lâm kể lại, cậu Bảy lộ vẻ ngờ vực. Cậu nằng nặc cho rằng, hột cườm là chất kết tủa từ nhựa cây. Bông màu gì, hột cườm màu đó. Duy nhất một chuyện không thuyết phục được Lâm, khi cậu giải thích, những cái lỗ nhỏ xíu dùng xỏ chỉ được mấy bà lấy gai cây keo dại xoi từng hột một.

Chợt bữa nọ có tin, con gái út của điền chủ Lê Tấn Phát qua đời vì bị rắn cắn. Tang lễ kéo dài ba ngày. Hôm đưa đám ra nghĩa địa dòng họ Lê, Lâm và cậu Bảy đếm được cả thảy bảy tràng bông cườm đủ sắc, tương đương số tuổi của người chết.

"Ước gì con có được một mớ hột cườm đem về chơi", Lâm thủ thỉ.

"Đâu có gì khó! Khuya nay cậu cháu mình ra đó ăn cắp", cậu Bảy xăng xái.

Tối ấy, Lâm xin phép má xuống nhà dưới ngủ chung mùng với cậu Bảy, chờ khuya xuống. Lâm nôn nao không chợp mắt, cho tới lúc cậu mệt mỏi thiếp vô giấc ngủ thơm lừng hương ổi chín. Chuyện gì xảy ra sau đó, cậu cố nhớ lại, nhưng màn ký ức bị tấm vải thưa phủ kín cơn mê muội. Chỉ rõ nét trong hồi tưởng cậu là thứ ánh sắc lợt lạt và cái mùi đậm đà một khuya tháng tám, như thể cậu lạc bước vào giấc chiêm bao huyễn hoặc. Tiếng cú văng vẳng rợn người, lúc cả hai mon men tới cạnh hàng rào so đũa trồng quanh nghĩa trang dòng họ Lê. Trên vòm cây, bầy đom đóm lập lòe từng chấm lân tinh điệu múa tình ái, tựa như những hoang hồn thắp nhang lượn lờ khúc dạ hành. Váng vất đó đây là tạp hương của đất mới, tro nhang trầm, hoa úa và thứ mùi không tên, mà mãi về sau Lâm mới nghĩ ra: Mùi cái chết.

"Nghĩa địa là bữa tiệc thịnh soạn cho loài cú vọ. Ở đó, mấy con chuột, con nào con nấy mập ú, vì ăn xác người", cậu Bảy thều thào.

Sống lưng Lâm rợn buốt một đường, bắt cậu ớn lạnh, dẫu đêm lặng gió, oi bức. Tiếng cú kêu lẻ, theo lời những người lớn tuổi, báo hiệu một trường hợp tử vong. Mùi đất mới đắp mộ và hoa héo khiến Lâm liên tưởng hương trái chín bói, không tên gọi, trộn lẫn thứ cảm giác quá vãng mù câm, ma ám. Cậu Bảy châm đèn cầy, đưa cho Lâm, rồi rút kềm, lẹ tay cắt mớ dây kẽm xỏ hột cườm uốn lượn tràng hoa tang.

Cậu vừa làm vừa tụng:

"Vong hồn trinh nữ linh thiêng, xá tội cho hai đứa tui, vượt cầu chóng vánh qua miền tử sanh. Đầu thai trở lại cõi thanh... Nam mô Quán Thế Âm Bồ tát..."

Lồng ngực Lâm đập thình thịch. Cậu run tay đón lấy bó kẽm, trút lẹ chuỗi hột cườm vô túi vải, mồ hôi rịn ướt mọi lỗ chân lông. Chặp sau, cậu nghe tiếng mình lẩm nhẩm tụng theo. Ngọn đèn lắt lay theo nhịp thở hổn hển, bất chợt tắt ngúm sau một cơn gió thốc. Lâm hoảng hốt buông tay. Bóng tối ụp xuống như phủ vải đen. Lâm hét tiếng thất thanh.

"Thôi, đủ", cậu Bảy mấp máy, lầm bầm chửi rủa và không kềm chế được, cậu địt ra tiếng một tràng dài. "Cậu cháu mình quấy phá vong hồn người chết bao nhiêu đó đủ rồi. Đi về!"

Không ai nói thêm tiếng nào, cuống cuồng chạy ra khỏi nghĩa trang.

"Mới nãy là tín hiệu của hồn ma trinh nữ. Mình không được phép quấy phá thêm nữa", cậu Bảy thều thào giải thích trên đường về.

Những gì Lâm trải qua sau đó, suốt đời cậu không bao giờ quên. Sau khi rửa sạch mớ hột cườm và phân loại theo màu, cậu đem ngâm chúng trong nước mưa, mỗi màu một chén riêng. Hôm sau, cậu ngẩn ngơ thấy chén nước nhuốm màu lem luốc, và nhúm hột cườm hóa thành những viên pha lê trong vắt. Lâm nhớ lại mẩu chuyện thầy giáo kể lại dạo nào và nghĩ ngợi không ngớt về thời khởi thủy của vạn vật, của đất trời, luôn cả lời trăng trối sau cùng của ông nội trước khi nhắm mắt:

"Có phải mọi vật đều thay nhau biến đổi khôn lường?"

Lâm không dám cất làm sở hữu nhúm hột cườm ma. Một chiều tháng Chín nắng tươi, cậu đem chôn chúng trong vườn rau, bên mấy bụi hành, ngò và tía tô. Ít lâu sau, người chị họ lo chuyện bếp núc trong nhà thuật lại, lúc chị ra vườn cắt rau, thấy mọc một loài cây dại lạ mắt, đơm bông trắng mơn mởn, thơm ngát. Lâm hiểu ngay, đó là hương trinh cô gái vừa đầu thai từ tinh lực những hạt mầm thủy tinh. Sự kiện linh diệu này bắt Lâm thường nghĩ tới chuyện kể của cậu Bảy về chất nhựa cây sặc sỡ và cô gái yểu mệnh. Cô nhỏ có tên Bạch Mai, đẹp như tranh vẽ, Lâm gặp gỡ hằng ngày ở trường làng. Tóc cô xõa dài, đen nhánh và mịn màng như nhung lụa. Cặp mắt cô ngó như hai hột hạnh nhân và, đã có lần Lâm ngó gần, trong vắt hổ phách như màu nước một loại trà quý. Một lần duy nhất, cậu được nắm bàn tay cô dịu nhiễu, dắt qua cầu khỉ lấm sình vào mùa mưa. Lần ấy Bạch Mai phải xắn quần, cho Lâm chiêm ngưỡng làn da trứng gà bóc. Lâm ước sao, sẽ có một ngày cưới được một người vợ tươi tắn như vậy. Kể từ hôm cô nhỏ đột ngột qua đời vì rắn cắn, Lâm phiền muộn một thời gian dài. Cậu thấy mình mất mát và trơ trọi, là kẻ cô đơn cùng cực trong thế gian này.

"Có gì đâu. Ai trong chúng ta cũng phải một lần chết", cậu Bảy lý luận đơn giản. "Chết chưa phải hết, mà là khởi đầu một kiếp sống khác."

"Giữa đó là cái gì?", Lâm thắc mắc.

"Một mình trụi lủi, vậy thôi!", cậu Bảy điềm nhiên trả lời.

Từ khi đó Lâm nghĩ mình đã hiểu ra lý lẽ của *trụi lủi*, như thể đó là một thực thể sờ mó được, và cậu có thể cảm nhận được bằng ngũ quan.

(còn tiếp)

Ngô Nguyên Dũng

NHÀ XUẤT BẢN NHÂN ẢNH
GIỚI THIỆU SÁCH MỚI IN
TRONG THÁNG 9 & 10 NĂM 2025

www.ingramcontent.com/pod-product-compliance
Lightning Source LLC
LaVergne TN
LVHW040415051026
849517LV00002B/321